XIN EM TẤM HÌNH

XIN EM TẤM HÌNH
Truyện & Thơ Nguyễn Tài Ngọc
Bìa: Nguyễn Thành
Dàn trang: Lê Hân
Tranh bìa: Đinh Trường Chinh
Nhân Ảnh tái bản 2020
ISBN: 9781989705933

NGUYỄN TÀI NGỌC

XIN EM TẤM HÌNH

truyện & thơ

NHÂN ẢNH

2020

Lời Nói Đầu

Tôi viết thơ văn phần lớn nhờ hai người chính yếu: bố tôi và vợ tôi.

1. Bố tôi :

Ôi Bách Cốc quê hương ta đó,
Bởi vì đâu ta bỏ mà đi?
Hiện nay di tích còn gì?
Hay là cây cỏ xanh rì mà thôi?
Nguyễn Tài Bồi

1954. Sau hiệp định Genève, bố tôi cùng trăm nghìn người Bắc khác di cư vào Nam định cư ở Sàigòn. Đã khá lớn tuổi, ông về hưu, thú điền viên là làm thơ và dậy học cho các con. Tôi còn nhớ khi tôi bập bẹ bắt đầu biết đọc ông đã dùng thơ của Trần Tế Xương, Nguyễn Công Trứ để dậy tôi tập đọc. Bố tôi rất khe khắt nhưng không ai có thể đoán được cái cá tính nghiêm khắc đó nếu đọc thơ ông sáng tác. Thơ ông viết khá nhiều, hầu hết là thơ Đường Luật theo lối trào phúng, gần hết một cuốn vở đi học nhưng tiếc thay trong buổi chạy loạn tháng Tư năm 1975, tôi không mang được tập thơ đó để bây giờ nó mất đi vĩnh viễn.

Bố tôi chết khi tôi mới lên 12 tuổi, quá trẻ để giữ lại tất cả thơ văn của ông trong trí nhớ. Tôi chỉ nhớ lõm bõm vài dòng thơ, bài nào cũng có ý tưởng trào phúng:

- Bố tôi có ba vợ, ông viết bài "Hội Nghị Tứ Cường":

Hôm nay có mặt cả ba bà,

Kéo ghế tôi ngồi đủ bốn ta......

- Khi ông đau dạ dầy, chỉ muốn chết:

Muốn chết nhưng nào có chết đâu?
Sống lay, sống lốc, sống không cầu.
Kìa người muốn sống sao toi sớm?
Nay kẻ xin thôi lại sống lâu?.....

- Khi mẹ tôi đẻ tôi, "Đẻ cậu Ngọc":

Cha già con đỏ ối trời ơi,
Miệng hố gần kề vẫn chửa thôi.
Lúc trẻ chanh nhau ba tuổi một
Khi già đổi lốt bốn năm đôi.....

Nếu bố tôi đã không có chí kiên trì dậy con đánh vần từng chữ một, và đã không có ý giới thiệu thơ trào phúng của các bậc thi sĩ nổi tiếng cho con tập đọc, tôi chắc chắn không có niềm hăng hái iết lách thơ văn như bây giờ.

2. Vợ tôi:

Viết thơ văn cần có đề tài. Người bạn đời của tôi là đề tài của nhiều bài trào phúng tôi đã viết. Thế nhưng ai cũng biết một trong nghệ thuật chọc cười là nói phi lý không đúng sự thật. Tính nết hiền lành của nàng không những thể hiện qua đời sống vợ chồng thực sự hằng ngày mà còn thể hiện qua một vài bài thơ văn trong sách này.

Nguyễn Tài Ngọc

văn

Chuyện Vợ Chồng

Lật đằng sau chiếc lá của cây hoa thược dược, tôi nghĩ quả không sai: một chú ốc gian xảo âm mưu phá hoại cây cối của chủ nhà đang trốn tránh động viên quân dịch với hy vọng mình không bị phát giác. Bắt chú ấy bỏ vào bao rác, tôi mỉm cười đắc chí. Hôm nay là sáng Chủ Nhật, ngày thanh tra vườn tược thường trực của tôi. Quen với giờ giấc đi làm nên ngày nào tôi cũng dậy vào khoảng năm giờ sáng. Nàng thì ngược lại, cuối tuần ngủ long trời lở đất cho nó sướng. Vợ chồng có hai loại: một là tính tình giống nhau, hai là ngược hẳn một trăm tám mươi độ. Tôi và nàng thuộc vào loại thứ hai. Nàng thích ra lệnh, tôi thích thi hành. Nàng thích làm xếp, cả đời tôi chỉ mơ làm binh nhì. Nàng thích ăn rau, tôi thích ăn cỏ. Nàng chỉ muốn có một chồng để hành hạ, tôi lại mơ có nhiều vợ để được hầu như trong câu ca dao:

> *Chồng giận thì vợ làm lành,*
> *Miệng cười hớn hở răng anh gọi gì?*
> *Thưa anh đừng giận em chi,*
> *Muốn lấy vợ bé, em thì lấy cho.*

Nàng thích kiểm điểm, canh chừng, quan sát, thanh tra hành vi và tư tưởng của tôi. Tôi lại thích viết nhật ký ghi lại những uất ức, oan khiên và khổ sở như thế này rồi ráng tìm người đem lậu ra thế giới bên ngoài với hy vọng là có người sẽ mang tình cảnh tù đày của tôi ra ánh sáng, đến Hiệp Hội Ân Xá Thế Giới để họ can thiệp với nàng trả lại tự do cho tôi. Cái mơ ước tự do cỏn con ấy có lẽ không bao giờ hoàn thành cho đến chết. Ngày xưa mới lấy nhau tôi còn hăng hái trông chờ, bây giờ thì không còn hy vọng gì nữa. Tôi yên phận chấp nhận cuộc sống thực tại như Louis Dega bạn của Papillon khi gần cuối đời tù an phận ra vườn trồng rau trái làm thú tiêu khiển.

Hôm nay đã đầu tháng Hai mà trời lại lạnh ghê gớm như mới vừa vào Đông. Tối qua trước khi đi ngủ tôi đã cẩn thận mặc đến hai lớp áo quần, một là vừa để chống lạnh và một cũng là vừa để khỏi bị nàng tấn công đột xuất bất ngờ trong đêm tối. Bao nhiêu năm lấy nhau tôi đã hiểu rõ quá tường tận về nàng trong lối xuất quân bất thần uy hiếp đối phương khi địch thủ sơ hở không đề cao cảnh giác. Thay vì chọn cái quần có giải "dzút", suy đi tính lại, tôi đã chọn chiếc quần jean và cẩn thận hơn nữa buộc thêm một chiếc thắt lưng an toàn, hy vọng rằng nó sẽ cầm cự được làn tấn công ồ ạt đầu tiên trong khi chờ đợi quân tiếp ứng. Nói chờ đợi tiếp ứng như thế cho xôm tụ để khỏi nao núng tinh thần quân sĩ nhưng thật ra tôi biết đó là một lời nói láo tự dối lòng mình như Tổng Thống Nguyễn Văn Thiệu bảo đảm sự an toàn của dân chúng trong hành trình triệt thoái vùng Cao Nguyên vào Tháng Giêng năm 1975. Nếu cứ mỗi lần ra trận chuộc lấy đại bại phải bị xuống cấp một chức thì Tướng Ba sao của tôi nay chỉ còn xuống Binh Nhì. Nội công của nàng đã đến mức tột đỉnh, bất kỳ chiêu kiếm tột độ nào của tôi tung ra đều bị nàng hóa giải với kết quả cuối cùng là tôi phải nài nỉ xin nàng cho tử tội sắp lên máy chém được ân xá khoan hồng. Rõ thật là nếp sống Hoa Kỳ đã ảnh hưởng rất lớn vào đời sống của mấy nàng bốn mươi mí ở xứ Mỹ:

> *Trai năm mươi tuổi đã già,*
> *Gái năm mươi tuổi lại ra xuân tình.*

Phải công nhận mưu kế của tôi không được hoàn hảo cho lắm. Có những đêm giật mình thức dậy tự kiểm soát lấy mình thì vẫn còn thấy cái thắt lưng vẫn còn buộc, cái giải "dzút" hay giải khăn sô cho Huế vẫn an toàn, chưa phải đổ

                                  nguyễn tài ngọc

thêm một giòng lệ cho nước sông Hồng Hà tránh cảnh đê
vỡ. Thế nhưng phần lớn những đêm khác chiến lược mặc
quần jean và cài thêm dây lưng an toàn trước khi đi ngủ của
tôi không mấy gì là hiệu nghiệm. Như một tay đánh cờ
tướng Nga Sô đại tài, chỉ sau vài nước cờ nàng đã dồn tôi
vào thế bí để chiếu tướng. Tôi phải gấp rút nghĩ ra phương
cách khác để tranh thủ sống còn. Hai tuần nay tôi áp dụng
một chiến thuật mới mà tình báo sơ khởi cho biết rất là hiệu
nghiệm. Thay vì mặc cái quần jean và buộc thêm chiếc dây
lưng an toàn, tôi chỉ mặc chiếc quần xà lỏn và cởi trần khi
đi ngủ. Hơn mười năm về trước vào lần đầu tiên đi Pháp,
tôi đã chuẩn bị tinh thần cả tháng trước khi đi. Nàng đã cho
tôi biết trước đàn bà Âu Châu rất cởi mở, mùa hè mấy cô
gái Pháp tắm biển hay phơi nắng ở công viên hoặc bờ hồ
sans soutien, tha hồ mà cho tôi thưởng thức kỳ quan thứ ba
mươi lăm của thế giới. Khi máy bay đáp xuống phi trường
Orly, ngó dáo dác bên trái và bên phải, tôi đã hơi thất vọng
vì ở phi trường không thấy màn trình diễn thời trang ngoạn
mục. Khi anh của nàng đến đón tôi và hỏi tôi có đói hay
không, tôi gật đầu trả lời hơi đói. Anh ta bảo như thế sẽ chở
tôi đến một khách sạn gần nhà ăn trưa. Nhà hàng của khách
sạn này ngay sát bên hồ tắm. Thay vì ngồi bên trong, chúng
tôi ra ngồi ở một trong những bàn đặt chung quanh hồ. Vừa
ngồi vào xuống ghế, tôi đã phải lật đật móc túi tìm chiếc
kính râm –chạy đôn chạy đáo tìm mua ở bên Mỹ trước khi
sang Pháp- và lật đật mang vào: Trong hồ tắm và chung
quanh thành bờ là bao nhiêu cô nàng trẻ tuổi đang vui
mừng tắm nắng với mỗi một mảnh quần bơi. Tôi như lạc
vào tiên cảnh, sững sờ đến độ không thấy đói. Được chứng
kiến tận mắt nền văn minh của nước người, tôi phải nhận
thức nước Mỹ quá hủ lậu, không theo kịp được trào lưu thế
giới. Đến lúc ra về, ông anh rể phải dắt tay tôi ra xe vì mầu
kính râm tôi đeo quá đậm (để không ai có thể thấy ánh mắt
âm mưu đen tối của mình nhìn về phía nào). Khi về đến
nhà, trưa hôm sau ai nấy cũng đều đã đi làm. Hình ảnh mấy

cô mặc quần bơi một mảnh vẫn còn in sâu đậm trong đầu nên lợi dụng khi mọi người đi vắng, tôi thả bộ ra bờ hồ công viên Créteil gần nhà để mong rằng sẽ gặp lại được những hình ảnh làm đàn ông sống lâu trăm tuổi. Trưa tháng Bẩy ở Paris, mặt trời ló dạng với những tia sáng nắng ấm nên dân Paris đua nhau đi phơi nắng cho bõ với những ngày nằm trong tủ lạnh vào mùa Đông. Vừa ngồi xuống bãi cỏ, đeo vào cái kính râm quá độ, ông trời không nỡ phụ lòng tôi: Từ phía bờ hồ, bốn cô gái vừa mới tắm xong tiến đến hướng tôi ngồi. Cách xa tôi độ hai thước là một đống khăn và thức ăn trưa. Tôi tự thán phục thầm cho chính mình đã chọn một địa điểm ưu thế có thể quan sát tường tận rõ ràng từng đường đi nước bước của những mỹ nữ. Cái kính râm quá đen làm tôi không nhìn thấy rõ mấy cô từ đằng xa nên cứ càng một bước tiến đến gần của mấy cô ấy, tim tôi càng đập liên hồi loạn xạ và dồn dập như đầu xe lửa sắp sửa trờ đến mặt mình. Khi mấy cô dừng lại cách tôi độ hai thước để lấy khăn lau khô, tim tôi đang đập loạn xạ bỗng nhiên ngừng đập hẳn: Bốn nàng đều mặc *sans soutien* và những kỳ quan thứ ba mươi lăm đang trưng bày nhan nhãn trước mặt tôi. Chỉ có một chi tiết nho nhỏ không thể nào ngờ được khiến tim tôi ngừng đập: bốn "nàng" mà tôi tưởng, thật sự là bốn bà già tuổi từ sáu mươi đến bẩy mươi. Vũ trụ thình lình sụp đổ chung quanh tôi như ăn phở thiếu tương ớt, như mấy cô thiếu hột xoàn, như mấy bà thiếu chồng để ăn hiếp. Nền văn minh của Pháp mà tôi nghĩ người Mỹ chưa theo kịp hóa ra không hoàn hảo cho lắm. Có lẽ ngây ngất trước tuổi trẻ của tôi, bốn bà đồng thanh lên tiếng chào xã giao: *"Bonjour, comment allez vous?"*. Chưa bình phục lại cảm tưởng kinh hoàng, tôi ngượng cười mếu méo trả lời: *"Ca va. Et vous?"* Không biết tôi có phải là Alain Delon hay bộ xương cách trí của tôi cấu tạo bằng ba mươi mấy miếng nam châm có một sự thu hút ghê gớm kỳ diệu nào mà cả bốn bà đến vây quanh tôi và sổ tiếng Pháp inh ỏi. Chưa bao giờ tôi lại có dịp được mục

                                    nguyễn tài ngọc

kích quá sát mắt và rõ tường tận những kỳ quan thứ ba mươi lăm cổ lỗ sĩ với giá trị khảo cổ vô bờ bến nhưng bán ve chai chắc có lẽ chả ai thèm mua. Tẩu bây giờ là thượng sách trước khi một trong mấy bà già này cảm thấy tiếng sét ái tình như trong phim "Love Story" hay "Romeo and Juliet" mà họ muốn tôi đóng vai chính. Tôi vẫy tay, vẫy chân loạn xạ: "*Non, non. Je ne parle bien le Francais. Je suis Américain. Je ne comprend pas. Let me go! Let me go! S'il vous plait, S'il vous plait!*" Cái kinh nghiệm có một không hai ấy cho đến giờ sau mười năm vẫn còn in rất rõ trong trí tôi. Bởi vì thế, tôi mới nẩy ra ý kiến xoay ngược thế cờ, đi ngủ với bộ xương cách trí và với hai ống chân ốm tong teo như dân Phi Châu trong cơn nạn đói đang chờ đợi viện trợ thực phẩm của Hiệp Hội Hồng Thập Tự Quốc Tế. Để cho chắc là nàng phải diện kiến thân thể lao công chiến trường chỉ còn da bọc xương của tôi, tôi giả vờ trước khi đi ngủ bật đèn sáng lên để đọc sách. Độ mười phút sau tôi mới tắt đèn. Chiến lược này quả thật hiệu nghiệm. Bây giờ đến lượt nàng trước khi đi ngủ mặc hai ba lớp quần áo và quấn chăn kín cả người sợ tôi tổng phản công. Đã thế, có những đêm nàng còn chiêu dụ được quân đội tiếp ứng: Nàng thuyết phục được thằng con trai út yêu dấu vào ngủ chung giường nằm giữa bố mẹ. Nó rất khăng khít với mẹ, lúc nào cũng muốn ngủ chung để trò chuyện nên sau đêm thứ nhất, mấy đêm sau nó thừa thắng xông lên hỏi mẹ có cần nó ngủ chung nữa không. Dĩ nhiên nàng trả lời là có. Thế là nàng có thêm một chướng ngại vật làm bình phong ngăn ngừa mọi tấn công bất hợp pháp. Binh trận đào lũy ấp chiến lược xưa như trái đất của quân đội Hoa Kỳ và Tổng Thống Ngô Đình Diệm áp dụng vào đầu thập niên 1960 để chống Cộng sản bây giờ quá hiệu quả trong việc chống lại mọi âm mưu đen tối làm tôi suy nghĩ có nên từ bỏ chiến lược bộ xương cách trí của mình hay không: mấy tuần nay tôi không được sơ múi gì cả.

Tôi và nàng lấy nhau đã mười chín năm trên đất Mỹ. Biến cố Tháng Tư năm 1975 Cộng sản xâm chiếm miền Nam khiến gia đình tôi cùng với cả trăm nghìn dân An nam Mít khác rời bỏ quê hương, nơi chôn nhau cắt rốn, nơi dân chúng không học Công Dân giáo dục tiểu tiện khắp nẻo đường đất nước, nơi bà con không biết phép vệ sinh khạc nhổ đầy đường, nơi cầu tiêu công cộng quái đản mọc khắp nơi trong hang cùng ngõ hẻm, nơi mọi người thi nhau ăn cắp xăng quân đội bán lậu khắp phố, nơi nạn giật bóp, giật nón xẩy ra như cơm bữa, nơi tham nhũng như con mối gỗ đục khoét mất lòng liêm khiết từ Tổng Thống đến Binh Nhì, để sang Hoa Kỳ tìm tự do mà cả đời mình chưa bao giờ hân hạnh biết được. Có ai biết được cái tự do ấy sống rất ngắn hạn khi tôi quyết định lên xe hoa-huyền-tù về nhà nàng. Nàng là một giai nhân tuyệt sắc từ Pháp sang Mỹ đi du lịch nghỉ hè. Sắc đẹp Brigitte Bardot của nàng đã làm tôi chóa mắt, hứa dâng hết-trọn-tất-cả-hoàn-toàn-một-trăm-phần-trăm đời mình cho nàng. Lấy nhau về tôi mới biết là cho dù đã nhận được bao nhiêu dữ kiện mật về nàng của Cơ quan Tình Báo C.I.A. và Cơ Sở Cảnh sát Quốc Tế Interpol, Sở Di Trú Ngoại Kiều Hoa Kỳ đã thất bại trong việc ngăn ngừa nàng -một người quyết tâm âm mưu xâm chiếm tự do của tôi- sang Mỹ sinh sống.

Từ ngày lấy nhau đến giờ, nàng đồng ý nấu cơm cho tôi ăn và giặt ủi quần áo cho tôi mặc. Ngược lại, tôi phải giao phó cho nàng tiền lương của tôi, lau chùi nhà cửa, phòng tắm, hồ tắm, xe cộ và cắt cỏ. Hai đứa làm giấy cam kết và đồng ký tên để sau này không ai đổ lỗi cho ai. Người nào ngu đến đâu đi nữa cũng sẽ chẳng đồng ý đến điều kiện như tôi đã nêu trên. Bản cam kết ấy không khác gì nàng là cai tù nuôi cơm tôi ăn ngày hai bữa trong khi tôi phải giao hết tiền bạc và làm lao động lao công chiến trường cho nàng suốt đời. Nhưng người ngu ấy lại là tôi. Ngây ngất trước sắc đẹp của người cai tù, ấy chết, vợ hiền sắp cưới, tôi đã đồng ý ký bản cam kết ấy, viết bằng tiếng ...Pháp, cho dù rằng tôi không hiểu đến một chữ! Tôi chỉ đọc được, sau một hàng tràng giang đại hải lầy bầy tiếng Pháp, là bốn chữ viết to vĩ đại : "JE T'AIME, MON AMOUR" , và chữ ký của nàng. Bốn chữ duy nhất mà tôi hiểu làm tôi rơi nước mắt xúc động trước tình yêu vô bờ bến mà nàng đã tỏ ra cho tôi. Vì thế, không đắn đo ngần ngại, tôi đặt bút ký tên đồng ý và còn viết thêm vào vài chữ tiếng Pháp mà tôi biết: *"Oui, Oui, ma chérie!"*, cộng với dấu tán thán to tổ bố để cám ơn nàng đã rộng lượng chọn tôi làm chồng.

Là người quân tử, cho dù rằng mình đã bị mắc mưu diệu kế Khổng Minh, tôi vẫn làm tròn phận sự của tôi như trong bản giao ước. Tôi khám phá ra ngay sau khi lấy nhau, vì lương của tôi nàng quản lý, tôi không còn đi đâu được nữa mà không có nàng. Mà có đi thì cũng không còn thì giờ đâu mà đi sau khi phải làm hết tất cả bao phận sự nàng giao phó. Tiền bạc bây giờ xem như nàng là Banque Nationale de Paris, Bank Of America, Ngân Hàng Quốc Gia Việt Nam cả ba cộng lại. Trái lại, tôi là hội viên của lắm thứ hội: Hội Tổng Liên Đoàn Lao Công Việt Nam, Hội Lao Động Làm Ngày Đêm Không Nghỉ, Mặt Trận Phu Quân Đòi Quyền Bình Đẳng, Hội Mấy Ông Chồng Yêu Vợ Xả Thân Làm Tôi Mọi, Hội Cựu và Đương Kim Tù Nhân Đòi Trả Lại Tự Do. Đã mấy lần tôi rén rút dấu nàng tham dự những buổi họp thường niên của những hội này để học hỏi kinh nghiệm làm tăng uy tín của người chồng, thế nhưng không lần nào có kết quả thành ra tôi đâm ra chán chường, bỏ không tham dự nữa. Tôi nhớ lần cuối cùng nhận giấy mời của Mặt Trận Phu Quân Đòi Quyền Bình Đẳng vào Thứ Tư trong tuần tại Trung Tâm Hội Nghị Anaheim (tổ chức vào cuối tuần, mấy nàng nghỉ ở nhà biết được chồng đi họp thì có đường toi sớm), đến nơi thì tôi không thể tưởng tượng con số mấy ông chồng đến tham dự quá đông, cả hơn ba nghìn người. Chương trình định bắt đầu từ tám giờ sáng nhưng vì số người đến tham dự đông hơn dự định và vì kẹt xe không thể đến đúng giờ, sau khi đọc điểm danh xong thì đã gần 12 giờ trưa. Tất cả lúc ấy đồng ý ăn cơm trưa trước, một giờ sẽ bắt đầu họp. Một giờ bắt đầu mới vào độ một phần tư chương trình thì đã ba giờ. Đùng một cái bỗng dưng tôi nghe tiếng cả nghìn người lao nhao loạn xạ cả lên, sau đó thì tất cả mấy ông chồng, kể cả anh bên trái anh bên phải của tôi hối hả tranh dành nhau hướng về lối cửa đi ra ngoài. Tôi với tay chụp anh ngồi bên phải để hỏi xem chuyện gì xẩy ra. Lúc đó mới biết là mọi người hấp tấp đi về cho kịp trước năm giờ, phải về nhà trước vợ không thôi nàng biết được thì chỉ có chết. Cho dù là chương trình chỉ vừa mới bắt đầu, hoặc chưa học hỏi kinh nghiệm gì được cả, ưu tiên số một vẫn là bảo toàn mạng sống. Tôi lúc ấy giật bắn mình, cũng lật đật ùa theo làn sóng người, đạp lên đầu, lên chân, lên tay hết ông chồng này đến ông chồng kia, chạy gấp rút ra xe lái về nhà. May mà kịp lúc, về nhà nàng vẫn còn trong sở. Cái kinh nghiệm họp với hành lần cuối cùng ấy suýt tí nữa làm tôi bị đứng tim nên từ đấy về sau tôi đành cam phận, không muốn học hỏi thêm bí quyết giải thoát nào nữa. Có những đêm khuya mệt mỏi sau một ngày làm việc nhà quần quật, tôi cũng đã muốn bắt chước ông Cao Bá Quát *"Gõ nhịp lấy đọc câu Tương Tiến Tửu: Quân bất kiến Hoàng Hà chi thủy, thiên thượng lai, bôn lưu đáo hải bất phục hồi. Làm chi cho mệt một đời! (Anh có thấy nước sông Hoàng từ trên cao xuống thấp, chảy mãi ra biển không bao giờ quay ngược lại"),* thế nhưng văng vẳng sau gáy tôi lại nghe tiếng của nàng: *"Có làm mới có ăn!".* Cái câu tục ngữ ấy tuy rằng viết nôm na đen trắng, đọc không nghe thanh lịch nhẹ nhàng như con tầu lướt sóng, âm thanh không lúc bổng khi trầm như những câu thơ tiếng Hán, thế nhưng nó đạt được ngay hiệu quả, người đọc không cần có bằng văn chương mẫu giáo Thăm-huyền-Bồ, Toi–sắc–Sớm cũng biết ngay là mình phải làm gì. Tôi bây giờ bỏ hết tất cả ước mơ giải phóng, chỉ chú trọng vào làm thế nào để trở thành một người chồng lý tưởng.

Ngắm mấy con cá vàng bơi lội trong hồ nước nhỏ sau vườn, tôi thấy cuộc đời của chúng cũng giống của tôi lắm. Khoảng nước hồ tương đối rộng, mỗi ngày chúng đều được tôi thả thức ăn cho ăn, muốn bơi đi đâu thì bơi, nhưng cuối cùng hết năm suốt tháng cũng quanh quẩn ở trong hồ. Nhà của tôi hai bên và đằng sau là ba hàng tường gạch cao quá đầu người. Tuy rằng không có hàng rào kẽm gai sắt hay trụ gác với đèn pha chiếu sáng, nó cũng tương tự như Hỏa Lò Hilton Hà Nội hay Trung Tâm Cải Huấn Chí Hòa. Tôi, Nguyễn Tài Ngọc, là tình nhân số một và là người tù cuối cùng của nàng. Đôi khi tôi ước ao cái thứ tự ấy được đổi ngược: tôi là người tù số một và là tình nhân cuối cùng. Người tù số một có nghĩa là phải có số hai, án tù của tôi do đó không phải là chung thân khổ sai nữa. Nếu là tình nhân cuối cùng chắc có lẽ nàng sẽ ít khe khắt hơn, vì nếu đã là tình nhân cuối cùng, tôi bỏ đi thì còn lấy ai đâu mà khe với khắt?

Nói cho đúng tôi cũng không nên than phiền gì cho lắm vì nàng rất nhân đạo và xử sự với tôi theo đúng mục khoản đối xử tù nhân của hiệp định Genève. Tôi được nàng cho ăn ngày hai bữa, và tuyệt đối không bị đánh đập, hành hạ, hay tra tấn. Gần hai mươi năm lấy nhau, tôi không hiểu tại sao tôi lại sợ nàng đến thế nên một hôm trốn nàng, dùng tiền để dành nhịn đói ba tháng ăn trưa, tôi đến văn phòng một bác sĩ phân tâm học để tìm hiểu tại sao. Ông bác sĩ sau khi đi sâu vào thời niên thiếu của tôi đã tìm được lý do, và từ khi tìm hiểu được nguyên nhân, tôi an phận không thắc mắc nữa: Ngày xưa sống trong căn nhà nghèo nàn chật chội ở chợ Bàn Cờ, nhà kế bên tay phải có một cô gái trạc tuổi với tôi. Bố tôi là một ông cụ nhà nho rất khó nên ít cho tôi giao thiệp nhiều với những trẻ con khác trong xóm. Tôi chỉ chơi thân với cô này nhiều nhất vì cô ấy ở sát bên. Nhà tôi nghèo, bố tôi già đã về hưu nên không đi làm mà chỉ để cho mẹ tôi chạy tần tảo nuôi hết mọi người. Mẹ tôi không thành công lắm trong việc kiếm tiền nên gia đình lúc nào cũng đói. Bất lực vì không đủ khả năng kiếm tiền cho vợ con sinh sống, bố tôi thường dùng bài thơ của ông Nguyễn Công Trứ vừa tự chế diễu mình trong cảnh nghèo, vừa dậy các con không nên xem tiền bạc là quý:

"Ngày ba bữa vỗ bụng rau bình bịch, người quân tử ăn chẳng cần no,
Đêm năm canh an giấc ngáy kho kho, đời thái bình cửa thường bỏ ngỏ."

"Quân tử" là hai chữ có trị giá lớn lao hơn tiền bạc. Ngày qua ngày tôi bị bố tôi nhồi sọ bằng những bài học về công dân giáo dục trong Quốc Văn Giáo Khoa Thư: mình phải là người chân chánh liêm khiết, không thể bán rẻ lương tâm vì tiền bạc.

Một ngày đẹp trời năm tôi học Đệ Thất, một người bạn cùng lớp rủ đi ciné vào Thứ Bảy. Biết rằng xin đi ciné bố tôi sẽ không cho đi vì đó là một lệ khoản tiêu tiền xa xí phẩm, tôi nói láo xin đến nhà bạn chơi. Một khi đã được cho phép, tôi phải nghĩ đến giai đoạn kế tiếp, lấy tiền ở đâu ra mà mua vé. Sau khi đã ôn lại trong trí óc tất cả những bài dậy làm người trong Quốc Văn Giáo Khoa Thư mà bố tôi đã bỏ ròng rã bao nhiêu năm trời dậy con để trở thành người liêm khiết, tôi...vất hết tất cả vào thùng rác. Tôi gặp Phượng –tên cô bạn kế bên nhà- và đưa ra tối hậu thư: nếu cô ấy không cho tôi mười đồng trước tám giờ sáng ngày mai Thứ Bảy, tôi sẽ nghỉ chơi với cô ấy. Khác với tôi không có tiền ăn sáng, cô ta được ông bố phát cho mỗi sáng hai mươi đồng tiền điểm tâm. Tôi vẫn còn nhân đạo chỉ đòi Phượng có một nửa, gặp những người không lương tâm khác có lẽ đã đòi hết hai mươi đồng! Vừa nhận được tối hậu thư, Phượng đã bảo tôi ngay: *"Nhưng ngày mai sáng sớm sáu giờ ba chở Phượng đi thăm bà nội ở Thủ Đức, mà mai ba mới cho tiền ăn sáng"*. Hai cá tính cần thiết một người lãnh đạo giỏi (như tôi) cần phải có là sáng suốt nhận định và lòng cương quyết. Tôi sáng suốt nhận định ngay là nếu không có mười đồng, và nếu tội nghiệp cho Phượng thì ai tội nghiệp cho tôi? Ngày mai làm sao tôi có tiền đi ciné? Do đó tôi trở nên cương quyết và nói thẳng với Phượng là không cần biết lý do, nếu ngày mai tám giờ sáng mà cô ta không đưa tôi mười đồng thì xem như hai đứa không là bạn nhau nữa.

Chiều hôm ấy, năm giờ, rồi sáu giờ, bảy, tám, chín, mười giờ tối, tôi không thấy Phượng gặp tôi để đưa tiền. Trước khi đi ngủ, tôi hậm hực vì không ngờ Phượng lại có thể hy sinh một người bạn quá tốt như tôi. Sáng hôm sau mở mắt dậy, nhìn xuống đường qua bên phía nhà cô ta, chiếc xe gắn máy của ông bố không còn đậu ở hành lang. Gia đình đã đi thăm bà nội từ sáng sớm! Tôi buồn bã, xuống lầu định mở cửa qua nhà Phượng xem thật sự đã đi hay chưa thì khi cánh cửa vừa hé mở, nhìn xuống đất tôi thấy đồng bạc cắc mười đồng. Phượng đã sợ lời hăm dọa nghỉ chơi của tôi mà nhét đồng bạc cắc dưới khẽ hở của cái cửa.

Cái bạc cắc mười đồng ấy nó thay đổi con người của tôi cho đến bây giờ. Những bài học dậy làm người trong sách Quốc Văn Giáo Khoa Thư chôn vùi trong tâm não không biết bao nhiêu năm nay, ngay giây phút ấy đùng đùng đổ đầy nặng trĩu trong lương tâm tôi. Tim tôi ray rứt như cả nghìn con đỉa đang đua nhau cắn xé thành trăm mảnh. Tôi quá hối hận đã lợi dụng lòng tốt của một người bạn gái để đem lợi về cho mình, quyết định không đi ciné nữa, đợi Phượng về để trả lại mười đồng. Cái mặc cảm tội lỗi ấy, theo ông bác sĩ, theo đuổi tôi từ lúc ấy cho đến bây giờ và đó là lý do từ giai đoạn ấy trở đi, tôi đâm ra ngoan ngoãn nghe lời con gái để trả nợ lương tâm ray rứt. Cũng may là cái mặc cảm ấy nó đã vơi nhẹ rất nhiều khi tôi trở lại Việt Nam lần đầu tiên năm 1995. Trở về căn nhà cũ với vợ, tôi quyết tâm gặp Phượng để xin lỗi, và để hàn gắn cõi lòng như những cựu quân nhân Hoa Kỳ phải trở về Việt Nam thăm lại một quãng đời của mình khi trẻ tuổi. Có những người lính cần diện kiến quá khứ của họ để nối lại vết thương lòng mà chiến tranh đã mang lại. Vai vác một túi xách tay cũ mèm đựng máy chụp hình mà tôi đã cố tình mang từ bên Mỹ về để không ai để ý, đứng trước căn nhà cũ ở chợ Bàn Cờ, tôi thật xúc động khi Phượng nhận ra tôi. Áy náy và ấp úng chưa biết xin lỗi Phượng bằng cách nào, cô ta đã cười toe toét: *"Trời ơi, Ngọc mới ở Mỹ về hả? Bên đó ăn cái giống gì mà bây giờ sao cao lớn dữ vậy? Còn cái túi chụp hình này đem dzục đi cho rồi. Việt Kiều gì mà mang cái gì cũ ghê vậy? Bên này còn hổng ai thèm mang huống chi là Việt kiều!"* Nhìn nét vui tươi của người bạn gái cũ quên hẳn đi chuyện xấu xa tôi đã làm ngày nào, lương tâm tôi bỗng nhẹ hẳn đi mấy chục ký lô cảm giác tội lỗi.

Cắt tỉa những hoa tàn và cành cây vàng lá, tôi nhiều khi mơ tưởng: "Giá mà...thế này. Giá mà...thế nọ". Sau một tai nạn xe cộ, mình thường nghĩ nếu hôm ấy không đi con đường đó, hoặc đến trễ hay sớm hơn một tí thì tai nạn sẽ không xẩy ra. Giá mà ngày xưa khi nàng từ bên Pháp qua chơi đến dự nhà thờ của tôi, tuần đó tôi không đi thì làm sao gặp được nàng? Trong khi ngược lại, cho dù là bao nhiêu anh chàng khác xếp hàng lấy số xin được se duyên kết tóc, nàng dùng quyền phủ quyết Liên Hiệp Quốc bác bỏ tất cả để đợi đúng người: tôi, lấy về để uy hiếp:

Ai về tôi gửi bức thư,
Cô Tám ở lại, cô Tư lấy chồng.

                                                   nguyễn tài ngọc

Lộc còn ẩn bóng cây tùng.
Thuyền quyên đợi khách anh hùng vãng lai.

Cho dù cô Tư, cô Năm, cô Sáu, cô Bẩy có hồ hởi rủ nhau đi lấy chồng, cô Tám vẫn ở lại vì nàng là gái thuyền quyên, quyết định đợi gặp đúng người: đợi khách anh hùng. Khổ nỗi nàng đã chọn lầm người vì tôi không phải là khách anh hùng. Câu ca dao trên phải sửa lại là *"Thuyền quyên đợi khách anh khờ vãng lai"* thì đúng hơn. Cũng như những người tỵ nạn ở đảo đợi dài cả mõm khi nộp đơn xin cư ngụ ở các nước Tây Phương mà hết nước này đến nước khác khước từ, tôi cũng bị hết nàng này đến nàng khác đá lên đá xuống, xé bỏ giấy nộp đơn xin cưới vào thùng rác:

Anh ơi em chả lấy đâu,
Anh đừng cạo mặt, nhổ râu tốn tiền.

Râu cạo bao nhiêu lần đến nỗi con dao phay to tướng còn phải cùn thì may thay tôi được nàng cứu xét hồ sơ. Biết được cái yếu điểm của tôi, *"Em không lấy anh thì chả cô nào thèm lấy anh đâu"*, nàng bây giờ là Tổng Tư Lệnh Tối Cao nói gì tôi phải nghe đó. Tôi bây giờ đã lớn tuổi, tóc bạc gần hết cả đầu, cứ lau chùi phòng tắm, hồ bơi, cắt cây cắt cỏ mãi như thế này thì cũng có ngày sẽ lăn đùng ra chết vì đứng tim. Một lần tôi có nói úp nói mở cho nàng biết là nếu tôi mà chết thì chắc có lẽ nàng sẽ rất khốn khổ vì không ai duy trì việc nhà. Nàng mỉm cười, trấn an cho tôi khỏi lo: Nàng đã đóng bảo hiểm nhân thọ cho tôi một triệu đồng. Tôi mà chết, nàng trả hết tiền nợ nhà, mướn Mễ cắt cỏ, lau hồ tắm, mướn dịch vụ đến lau nhà mỗi tuần, mua một chiếc Mercedes S500 mới, trả hết lệ phí đại học cho bốn đứa, đủ tiền sống cho đến chết mà vẫn còn đủ tiền làm thêm một đám cưới khác! Tôi mới hỏi thế lỡ nàng chết trước tôi thì sao? Nàng có mua bảo hiểm cho nàng không? Nàng nói nàng chỉ có bảo hiểm sở cung cấp trị giá một trăm nghìn, chỉ đủ để trả tiền đại học cho hai đứa con đầu, còn tiền nhà, tiền ăn, quần áo, đại học cho hai đứa kia tôi phải lo hết. Nàng nói: *"Em đã tính rồi, em làm như thế một là anh hết tiền không cô nào lấy anh, hai là anh lo cho con cái, không còn một đồng xu nào để có ý nghĩ quần trong đầu là đi lấy vợ mới. Anh muôn đời sẽ thuộc về em, không bao giờ chạy thoát"*:

> *Dù chàng năm thiếp bảy thê,*
> *Cũng không bỏ được gái sề này đâu.*

Khi hai người xa lạ sống chung với nhau thì dĩ nhiên nếp sống sẽ bị xung khắc. Có những chuyện nàng làm tôi không bao giờ hiểu nổi nhưng vẫn phải miễn cưỡng từ bỏ thói quen của mình. Ngày xưa nằm ở đâu lăn đùng ra đó ngủ một mạch cho đến sáng, chẳng đụng chạm và phiền hà đến ai. Bây giờ thì nàng nhất quyết bắt tôi lên giường ngủ, viện lý do là ngủ trên giường ngon giấc hơn. Mình đang ngủ trên ghế ngon lành, bị đánh thức ngóc đầu dậy trong cơn say ngủ, có lên giường nệm cao mười thước cũng làm sao ngủ lại cho ngon giấc được nữa? Đã thế, nàng tự phong chức làm Trưởng Ty Vệ Sinh, tối nào cũng kiểm soát xem tôi có tắm chưa trước khi được phép leo lên giường. Rồi đến cái khăn trải giường, lúc độc thân mỗi năm tôi thay hai lần là hợp đúng tiêu chuẩn vệ sinh lắm rồi, bây giờ thì cứ vài ngày là nàng phải thay cái mới. Nhiều lúc đi ngủ sớm vào ngày thay khăn giường thì đời sống tôi thật khốn khổ: Nàng nhất định bắt tôi phải lăn từ trên giường xuống đất để thay khăn mới. Thay xong không được ngủ dưới đất lại phải lồm cồm bò dậy leo lên giường!

Nói chuyện về ngắm gái, ngày xưa mỗi khi đi ra đường tôi còn ngó Đông ngắm Tây xem cô nào đẹp mắt mình suýt xoa khen ngợi để tối về nhà thấy đời tươi rói như ánh bình minh vừa mới ló dạng. Bây giờ thì đã có chỉ thị nghiêm chỉnh từ cấp trên đưa xuống cần phải thi hành triệt để: chỉ

                                               nguyễn tài ngọc

được nhìn thẳng hay nhìn xuống đường để may ra có tìm được các bạc nào rơi trong góc rãnh đường phố thì nhặt bỏ vào túi. Nàng mà bắt được tôi chỉ hơi liếc một cô nào thì có đường đi lao công chiến trường sớm. Trái lại, quần áo của nàng chứa hơn ba phần tư tủ, giầy của nàng có nhiều ngang ngửa với Phu Nhân Phi Luật Tân Imelda Marcos, trước khi đi đâu nàng phải ngắm nghía dung nhan sắc phục nàng trước tủ, chỉ thiếu có máy bay thả khói bay ngang qua đầu thì thật giống như nàng sửa soạn đi diễn binh cho Ngày Quân Lực Việt Nam Cộng Hòa. Nàng điệu như thế dĩ nhiên là cũng để mấy đàn ông khác ngắm và trầm trồ khen mình, thế nhưng nếu tôi mà để cho mấy cô khác để ý đến thì là một cái tội không thể nào tha thứ được.

Chuyện nấu ăn thuở ban đầu chung sống cũng làm tôi chết dở. Tôi hoàn toàn không biết nấu ăn. Trước khi lấy vợ, mẹ tôi là người nấu nướng, tôi chỉ có việc ăn và ngủ. Sau khi lấy nhau về, như đã giao ký ước, nàng là người đầu bếp. So với mẹ tôi mấy mươi năm kinh nghiệm nấu nướng, dĩ nhiên là nàng không thể nào bằng. Tôi không thuộc vào loại người khó ăn, nhưng đôi khi phê bình... xây dựng món ăn của nàng. Ban đầu thì tôi không phát giác, nhưng để ý về sau, cứ món nào mà tôi phê bình thì tự nhiên nó biến mất trên thị trường quốc tế, nàng nhất quyết không nấu lại món ấy. Dần dần thì phở Bắc, phở Nam, bánh cuốn, bún thịt nướng, bún bò Huế, chả giò, bún Quảng, bánh bèo, hủ tiếu mì, mì xào giòn, mì xào mềm...không còn trên thực đơn nàng nấu nữa. Đến một lúc liên tiếp bốn tháng món ăn buổi tối nàng làm cho tôi ăn là cơm chiên. Cho đến khi tôi bắt đầu tập dùng những mỹ từ thán phục xa hoa như *"Món chả giò em nấu ngon kinh khiếp"*, *"Phở ngoài tiệm nấu thua em xa lắc xa lơ"*, *"Món hủ tiếu mì em cho gia vị gì vào nước lèo mà đậm đà, ngon quá vậy?"* thì lúc đó dần dần tôi mới được dịp ăn lại những món ăn bình thường.

Tôi hối tiếc quãng đời vàng son không sợ gái của tôi trước câu chuyện mười đồng bạc cắc. Thời oanh liệt đó bây giờ đã mất đi vĩnh viễn như con hổ trong chuồng của Thế Lữ *"Ngậm một khối căm hờn trong cũi sắt"*. Đôi lúc ngắm nghía gương mặt mình trong gương, tôi khám phá ra hàng râu của tôi không còn cứng răn, oai phong lẫm liệt mà có vẻ tiu nghỉu, "sìu sìu ển ển", không ra vẻ nam nhi một tí nào. Thật đúng là:

> *Xưa nay có thế này đâu?*
> *Bởi chưng sợ vợ, nên râu quặp vào.*

Trời vẫn còn tờ mờ sớm. Tôi quay trở vào nhà, vào phòng ngủ, leo lên giường trở lại. Nàng vẫn còn say ngủ, xoay mình, choàng tay nàng qua tôi. Ngắm nghía gương mặt kiều diễm và hiền hậu của nàng, tôi không thể hiểu tại sao một giai nhân nhu mì như nàng lại làm cho đời sống tôi vất vả đến thế. Chưa tìm được câu trả lời, nàng bỗng nhẹ chớp mắt: *"Anh ôm em đi anh!"* và kéo tôi sát vào người. Tôi vòng tay ôm chặt vòng eo của nàng. Da thịt mát rợi của nàng chạm vào da thịt tôi tạo nên một cảm giác đê mê ngây ngất như tôi đang ở trên chín tầng mây cao mà không bao giờ muốn leo xuống. *Bây giờ thì tôi hiểu tại sao.*

    nguyễn tài ngọc

Xin Em Tấm Hình

Tiếng chuông reo vang báo hiệu giờ nghỉ giải lao vang dội khắp sân trường. Một ngày đi học lúc nào cũng nghe bốn hồi chuông: chuông đầu tiên vào lớp học, chuông báo hiệu giờ nghỉ giải lao, chấm dứt giải lao và chuông báo hiệu giờ tan học. Trong bốn hồi chuông, tôi chỉ thích có hai: chuông nghỉ giải lao và chuông tan học. Học sinh giỏi như tôi ai cũng ghét nhất hai tiếng chuông báo hiệu vào học. Nền giáo dục nước ta chậm tiến vì quá bảo thủ, không thay đổi nề nếp dạy học cho phù hợp với đà tiến của nhân loại. Tôi mà lên chức Hiệu trưởng thì chắc chắn sẽ bãi bỏ bốn hồi chuông, chỉ giữ hai hồi chuông nghỉ giải lao và tan học. Thứ nhất là tiết kiệm tiền điện rung chuông cho ngân sách của nhà trường, và thứ hai là cái phẩm bao giờ cũng quan trọng hơn cái lượng: bốn không có nghĩa lúc nào cũng tốt hơn hai, trừ trong trường hợp nói về vợ chồng như bốn vợ thì nhất định là phải hay hơn hai vợ.

Cả lớp bây giờ ồn ào tiếng người như vỡ chợ. Lớp tôi hỗn hợp trai gái. Tôi học ở cấp cao nhất nên phần đông học sinh không còn nghịch ngợm chạy nhẩy hay chơi đùa như lúc còn trẻ lớp 6 , lớp 7. Giờ nghỉ giải lao thường chỉ là để nói chuyện hoặc viết lách chọc ghẹo nhau. Tôi bước ra khỏi bàn cám ơn Thu tuần này đã tình nguyện mang chổi để quét lớp. Lớp nào cũng chia ra thành năm hay sáu toán, mỗi toán có một toán trưởng. Các toán thay phiên nhau mỗi tuần phụ trách tất cả mọi việc liên quan đến lớp như quét dọn, đem khăn trải bàn Thầy Cô, phấn viết bảng.... Tôi là toán trưởng của toán thứ năm, và tuần này đến phiên toán tôi. Đầu năm cả lớp đã hùn tiền mua hai cái chổi. Toán nào có trách nhiệm thì tuần đó một người phải đem chổi đi và đem chổi về. Toán tôi tuy toàn là con trai nhưng không hiểu tại sao luôn luôn có một cô không ở trong toán tình nguyện giữ chổi hộ. Buổi sáng tất cả những người trong toán phải vào lớp sớm để quét rác. Móc hết rác trong hộc tủ vất xuống đất, bỏ mấy băng ghế lên bàn để quét cho dễ. Ngày nào cũng như ngày nào, rác bừa bãi còn hơn một bãi chiến trường. Những ngày đầu tiên vào Trung học ở nước Mỹ, tôi rất phục lớp của họ rất sạch sẽ. Tôi để ý ngay đến một sự khác biệt rất nhỏ nhưng đóng một vai trò khá lớn trong việc giữ lớp cho sạch: Lớp học nào của họ cũng có một thùng rác nho nhỏ.

Lớp tôi học ở tầng thứ ba nên có một tầm nhìn bao quát. Bước chân ra ngoài đứng ở hành lang nhìn xuống, sân trường bao phủ đầy những tà áo dài trắng thật là đẹp mắt. Cái mốt thịnh hành là quần của các cô ống to chừng nào thì đẹp chừng nấy. Tuy rằng tôi biết mặc quần ống túm với áo dài xem không được:

> *Cái quần ống túm khó coi,*
> *Khó đi, khó đứng, khó ngồi, khó thương.*
> *Khó đi chợ, khó ra đường,*
> *Về nhà mẹ mắng, ra đường người chê...*

thế nhưng nhiều cô mặc ống quần to đến nỗi nhét cả cái TV 27 inch vào cũng còn dư chỗ, không hiểu làm thế nào mà các cô đi đứng được thoải mái.

Trà trộn ở chỗ tôi đứng là một nhóm con trai bốn đứa hay đi chơi chung với nhau. Khác hẳn với tôi, mấy cậu này rất dạn và có nhiều bạn gái:

- *Hôm qua em Trinh mới cho tao hình nè tụi bay.* Vừa nói thằng Trí vừa móc túi lấy ví. Trong ví nó đã có sẵn hai, ba tấm hình của vài cô khác. Tìm cho ra đúng hình cô Trinh, nó chìa ra cho cả đám xem.

- *Trinh này học lớp nào vậy?* Long hỏi.

    nguyễn tài ngọc

- *Dưới mình một lớp. Tao xin mãi em mới cho đó. Để hình em trong ví lâu lâu nhớ đem ra ngắm...*
- *Trinh này nhìn được thôi, không có gì xuất sắc. Thằng Nghĩa nói.*
- *Có em nào cho mày hình không mà mày chê vậy Nghĩa?* Trí phản kháng.
- *Không có cô nào đẹp hơn Thảo hết.* Huỳnh xen vào. *Tao xin hình em mấy lần mà em không cho.*
- *Thảo nào vậy Huỳnh? Chắc đẹp lắm hả?* Tôi hỏi.
- *Học cách mình có hai lớp à. Em đang đứng kế cái cửa sổ với ba, bốn cô khác kìa, tay áo đang vén lên.*
Cả đám quay nhìn về hướng Huỳnh chỉ.
- *Tụi bay đừng có nhìn chằm chặp như vậy, cô ta biết. Thấy hết sẩy không? Cao ráo, đẹp rùng rợn. Tướng "mi-nhon" nữa chứ.*

Cách tôi hai lớp, tôi nhận ra Thảo. Cô này đẹp tuyệt. Gương mặt hình trái soan. Xin lỗi, bỏ trái soan đi. Từ bé đến lớn đọc văn thơ tôi cứ thấy người ta diễn tả con gái đẹp có mặt hình trái soan mà tôi không bao giờ biết trái soan nó có hình thù gì. Đến khi tập tễnh viết văn cũng thế, cô nào hơi đẹp là tự khắc tôi cho cô ta có gương mặt hình "trái soan". Bây giờ sắp đến tuổi về chầu Diêm Chúa, tôi không muốn cái sổ nói láo của tôi dưới địa ngục càng ngày càng dầy thêm mấy trang nữa. Phải diễn tả bằng hình thù gì mà tôi và người đọc có thể hiểu. Gương mặt cô ta thon thon dài dài như quả ...lựu đạn, nhưng chỉ một nửa quả thôi. Hai con mắt to tròn với cái đuôi trông tuyệt đẹp. Mũi cao dọc dừa. Lại phải xin lỗi một lần nữa. Tôi sinh sống suốt đời ở thành thị, tuy rằng biết cây dừa hình dạng như thể nào thế nhưng dọc dừa là cái quái gì tôi cũng chả bao giờ hiểu, chỉ biết là ai mũi cao thì người ta cứ nói là mũi dọc dừa. Không hiểu mà cứ viết như thế hoá ra là mình nói láo. Xin đổi lại là mũi hình số 4 cho mọi người đều hiểu rõ. Thảo có một gương mặt rất ngây thơ và hồn nhiên, đặc biệt nhất là khi

Thảo nhoẻn miệng cười thì băng đá đến đâu cũng chảy tan ra nước hết. Một người đẹp như vậy, thảo nào Thảo không đưa ảnh của mình cho Huỳnh là phải. Nó vừa thấp người, vừa lại không đẹp trai cho lắm.

- Bây giờ chỉ cần một tấm hình của Thảo thôi là chết tao cũng mãn nguyện rồi đó tụi bay. Thằng Huỳnh nói với giọng đầy mơ ước.

Chúng tôi đang đứng dựa hành lang, xoay mặt nhìn vào lớp. Qua khoảng trống của cánh cửa chính, mắt của chúng tôi dừng ở bàn giấy của Thầy Cô. Trên bàn giấy là một sấp sổ điểm danh màu xanh lá cây. Thường thì sau khi ghi lại điểm danh vắng mặt, cô Liên toán trưởng đem lại phòng Giám Thị giữ. Tôi chợt nghĩ ra một sáng kiến:

- Tụi bay thấy mấy quyển Sổ Điểm Danh không?
- Ừ, rồi sao?
- Mỗi một quyển điểm danh là hồ sơ riêng của từng đứa học trò, phải không?
- Đúng rồi.
- Giống như Thành Tích Biểu màu đỏ, sổ điểm danh phải có hình học sinh...
- Mày nói đúng rồi đó Ngọc.
- Như vậy thì Thảo cũng phải có Sổ Điểm Danh riêng, và trong đó có hình Thảo...
- Trời ơi, mày định ..ăn cắp hình hả Ngọc?
- Tao không ăn cắp, nhưng đứa nào muốn hình người đẹp thì đứa đó ăn cắp.
Thằng Huỳnh lúc này sáng mắt hẳn ra:
- Kế của mày có lý đó Ngọc. Nhưng nếu cô nào học trong lớp mình thì dễ quá rồi, đằng này lại là lớp khác...
- Có nghĩa là mình phải đến phòng Thầy Giám Thị rồi nhân cơ hội Thầy không để ý, tìm xem sổ điểm danh cất ở đâu. Lúc đó muốn gỡ hình ai ra thì cũng được.

Cả bọn tán đồng Mission Impossible này. Từ lúc bố tôi chết đi khi tôi chỉ vừa 12 tuổi, và từ khi tôi phải đi gác Nhân Dân Tự Vệ lúc 15, được họ cấp cho khẩu súng trường Carbine lỗi thời dùng ở chiến tranh Đại Hàn trong Thập niên 1950 và một băng hơn chục viên đạn giữ ở nhà, tôi trở nên phá phách không sợ hậu quả. Tôi nhớ ngày đi học huấn luyện bắn súng và được phát cho khẩu súng giữ ở nhà, anh Trung sĩ huấn luyện giải thích khi bắn thì phải nhắm mới có hiệu quả, và đường nhắm bắn của cây súng là từ *"lỗ chiếu môn cho đến đỉnh đầu ruồi"*. Từ ngữ rất lạ nên đến bây giờ tôi vẫn còn nhớ vanh vách. Anh Trung sĩ còn giải thích thêm nhiệm vụ của Nhân Dân Tự Vệ là *"chận đứng đà tiến của địch quân trong khi chờ đợi quân đội tiếp ứng"* (phương thức tự sát của Nhân Dân Tự Vệ mà chính phủ Việt Nam Cộng Hoà dấu kín không cho biết). Sau đó anh cho thí dụ: *"Thí dụ như Việt Cộng đã đến góc đường Cao Thắng với Phan Đình Phùng, tôi cần gửi hai tiểu đội Nhân Dân Tự Vệ ra đối phó với địch quân, có em nào xung phong dơ tay lên cho tui xem?"* Không có một mạng nào ngu xuẩn dơ tay lên hết! Nhân Dân Tự Vệ chúng tôi chỉ quen đến gõ cửa lò bánh mì lúc 4, 5 giờ sáng xin bánh mì không để ăn sáng (cứ tưởng tượng ông chủ lò bánh mì sáng sớm đêm vắng nghe tiếng gõ, mở cửa ra thấy một lũ nhóc 15, 16 tuổi bộ mặt non choẹt với súng đạn thật trên vai thì bánh mì chả, bánh mì xí-mại, bánh mì thịt chuột ông ấy cũng đem cho chứ huống gì là bánh mì không!), hay leo lên cây của nhà dân lúc hai giờ đêm hái trộm mận (một thằng vừa leo lên cây hái thì đèn nhà đối diện bật sáng. Một bà già trên lầu nhìn xuống làm cả bọn nín thở tắt hơi nằm xuống im lặng trong bóng đêm, trừ thằng đã leo lên cây nên còn dính lại trên cây ngồi im thin thít sợ muốn ướt cả quần, hy vọng là bà ta không phát giác. Bà ta cất tiếng nho nhỏ trong đêm khuya tĩnh mịch: *"Nhân Dân Tự Vệ đó hả tụi bay?"* Không thằng nào dám lên tiếng. Yên lặng rồi lại nghe tiếng bà ấy tiếp: *"Tụi bay hái mận của nhà Thằng Bảy hả?"* Vẫn không thằng nào dám lên tiếng. *"Tụi bay hái hết cho tao. Cái thằng cà chớn. Tao mới cãi lộn với nó sáng hôm nay!"* Nghe xong mà chúng tôi thở phào nhẹ nhõm. Tất cả đứng dậy lộ diện, vẫy tay cho bà ta thấy để hãnh diện là nhờ Nhân Dân Tự Vệ đi tuần tiểu ban đêm mà đời sống dân chúng trong thành phố mới có được an ninh, không trộm cướp!).

Mỗi dãy lớp có đều có một phòng Giám thị. Thầy Giám thị lớp chúng tôi là một người rất hiền lành, tôi ít nói chuyện nhưng bốn đứa kia vẫn thường thỉnh thoảng nói chuyện xã giao với Thầy. Một ngày chúng tôi định bụng vào phòng Thầy tìm xem Sổ Điểm Danh để ở đâu. Thành công, chúng tôi được Thầy cho vào trong phòng ngồi nói chuyện trên trời dưới đất. Không đủ ghế nên một đứa phải đứng, nhưng lại càng tốt cho chúng tôi. Tôi ít nói chuyện với Thầy nhất nên để bốn đứa kia ngồi nói chuyện, tôi đi "dạo" trong phòng. Ban đầu tôi ra cửa sổ nhìn xuống đất để Thầy không nghi kỵ, dần dần tôi đặt chân đến tủ đựng hồ sơ, sổ sách:

- *Thầy giữ nhiều giấy tờ quá vậy Thầy?*
- *Bấy nhiêu đó thôi chứ đâu có gì nhiều em.*
- *Ở đây Thầy giữ sổ sách cho mấy lớp?*
- *Năm lớp.*
- *Có bao giờ Thầy cần phải xem không?*
- *Không đâu em.*
- *Sổ Điểm Danh Thầy giữ trong đây luôn hả Thầy?*
- *Ờ...*
- *Lớp tụi em chắc ở trong ngăn này há Thầy?*
- *Không phải. Cái bên phải đó em.*
- *Sổ Điểm Danh của mấy lớp kia Thầy cũng để ở ngăn bên phải?*
- *Có lớp A6 thì để kế bên tụi em, còn mấy lớp kia thì để bên trái.*

                                          nguyễn tài ngọc

Tìm được ngăn tủ thầy Giám thị giữ Sổ Điểm Danh dễ bao
nhiêu thì lợi dụng lúc Thầy sơ hở để lẻn vào phòng thì lại
khó bấy nhiêu. Lúc vắng người thì là giờ học, chúng tôi
phải ở trong lớp học. Giờ nghỉ giải lao thì quá đông học
sinh và Thầy lúc nào cũng ở trong phòng. Có thể đợi đến
tối đêm khi học sinh về hết thì cả bọn trở lại trường, nhưng
muốn vào phòng thì phải bẻ ổ khoá, một điều mà chúng tôi
đồng ý không làm vì như thế không khác gì ăn trộm chuyên
môn. Cả mấy tuần trôi qua không làm gì được nên chúng
tôi đổi sang một âm mưu mới: chờ hôm nào khi chuông reo
tan học, Thầy vừa ra khỏi phòng chuẩn bị khoá cửa thì vài
đứa nhào đến giả bộ nói chuyện với hy vọng đánh lạc
hướng Thầy trước khi Thầy khoá cửa. Một đứa khác núp
sẵn nhân cơ hội đó lẻn vào phòng gỡ ảnh chớp nhoáng rồi
lại lẻn khỏi phòng trở ra.

Tính thì có vẻ dễ dàng, nhưng tìm được cái cơ hội đó cũng
trần ai: Khi chuông reo tan học, chúng tôi phải xếp hàng,
được lệnh di chuyển thì mới được đi. Ra khỏi hàng xong thì
Thầy cũng đã đóng cửa đi về. Một hai hôm may mắn Thầy
chưa về thì Thầy lại ở lại lâu trong văn phòng. Nhưng cuối
cùng thì cơ hội cũng đến: Một ngày đẹp trời khi mặt trăng,
mặt trời, và trái đất cùng nằm trên một đường thẳng, bốn
đứa tụi tôi đứng trước phòng Thầy khi tan trường, Thầy mở
cửa phòng đi ra. Không để cho Thầy xoay người khoá cửa
phòng, chúng tôi ào lại bắt chuyện và vây quanh Thầy khi
hướng mắt Thầy vẫn còn nhìn về phía hành lang. Thằng
Huỳnh nhỏ con nhất nên đã được lựa chọn sẵn, đứng khuất
bóng ở đâu đó rồi lẻn vào phòng sau lưng Thầy. Nó biến
vào trong phòng nhanh còn hơn Tề Thiên Đại Thánh khiến
chúng tôi ai cũng vui mừng âm mưu phần đầu thành công
mỹ mãn. Bây giờ thì chỉ cần nói chuyện cầm chân Thầy
hai, ba phút nữa thôi là đủ thì giờ để nó vào ngăn tủ lấy Sổ

Điểm Danh ra, tìm cho ra cái của Thảo, gỡ hình rồi chuồn lại ra ngoài.

Mình có câu "Người tính không bằng trời tính". Đang hăng say trong men chiến thắng nói chuyện bâng quơ cầm chân thì Thầy Giám thị nói có việc phải về nhà đúng giờ, và quay lưng lại khoá cửa phòng. Chúng tôi ai nấy đều kinh ngạc vì thằng Huỳnh vẫn còn bên trong nhưng không đứa nào dám hé môi. Khi Thầy vừa khuất bóng dưới thang lầu thì thằng Huỳnh cũng vừa từ trong góc phòng chạy ra với gương mặt mừng rỡ, miệng nói khe khẽ:

- *Tao lấy hình được rồi. Thầy Giám thị đâu? Mở cửa ra cho tao lẹ mày!*
- *Cửa khoá rồi. Mày cúi đầu xuống không thôi bên ngoài người ta thấy.*
- *Cái gì? Cửa khoá là sao?* Thằng Huỳnh hốt hoảng.
- *Thầy Giám thị khoá cửa đi về rồi.*
- *Chết mẹ tao rồi. Làm sao tao ở trong phòng được. Lát nữa lớp chiều đi học, Thầy Giám Thị chiều đến khám phá ra tao ở trong đây thì sao?*
- *Thì chỉ có một mình mày chết mẹ chứ sao. Tụi tao đâu có bên trong đâu mà sợ.*

Tôi nói xong câu đó, cả bốn thằng bên ngoài phá lên cười. Ở những giây phút thập tử nhất sinh như vầy tôi mới thấy mình thật là khôn ngoan. Bốn thằng ở lại, không giải thoát nó ra khỏi ngục thì cả năm thằng đều bị tội hết. Thà để một thằng bị kẹt lại, bốn thằng kia trốn về thì chỉ hy sinh có một người thôi.

- *Bây giờ thì không làm gì được. Mày ráng chờ mười phút nữa học sinh về hết, vắng người rồi tụi tao nghĩ cách mở cửa cho mày ra. Trong khi chờ đợi thì chui lại vào trong góc để người ngoài đi ngang không thấy.*

nguyễn tài ngọc

Thằng Huỳnh buông một tiếng chửi thề nhưng cũng chui lại vào trong góc:

- *Tụi bay phải nghĩ cách nào lẹ lẹ lên.*

Tôi nhìn cái ổ khoá. Hai cái khoen tròn bắt xoáy vào hai bên cửa rồi cái ổ khoá móc vào hai cái khoen ấy. Không có kìm hay cái "tourne vis" thì không thể nào cạy cái khoen ra được. Thằng Trí chạy xuống lầu ra chỗ đậu xe tìm xe nó để xem trong đồ phụ tùng xe Honda Dame có kìm búa gì không. Tôi dặn nó nếu không có thì phải chạy về nhà tìm ra cho bằng được. Bức tường trong phòng đối diện cửa ra vào có cửa sổ, thanh sắt theo thời gian đã siêu vẹo, có thể leo ra nhưng chúng tôi đang ở tầng thứ ba, leo ra thì cũng sẽ không có lối nào thoát. Tôi chạy xuống lầu đứng ở dưới đất nhìn lên phía bên đó xem có cách nào Huỳnh có thể leo ra rồi bám tường như thế nào không. Nhất định không được. Trừ khi nó giống như cha con Icarus và Daedalus của chuyện thần thoại Hy Lạp: tôi đưa cho nó hai cái cặp-táp và mấy cái bánh dầy để nó dùng bánh dầy làm …keo, dán hai cái cặp-táp vào hai bên nách thành hai cái cánh rồi bay xuống. Bánh dầy Việt Nam của mình dính tay chặt còn hơn là kẹo cao su, không phải như sáp bay gần mặt trời chảy thành nước khiến cánh của Daedalus tách rời làm chàng chết không kịp ngáp vì rớt từ trên trời xuống biển. Bánh dầy Việt Nam của mình thật là một phát minh hữu dụng mà thế giới chưa khám phá: có thể dùng để làm keo, hoặc là để thay thế chất silicone gel trong việc giải phẫu ngực phụ nữ, hay nghĩ đến show TV gián điệp Mission Impossible làm tôi nhớ đến công dụng thứ ba: chất nổ. Tôi nhớ anh chàng da đen Grey Norris trong vai chuyên viên điện tử khi mỗi lần cần phá két sắt hay phá cửa, anh ta chỉ dán một loại chất nổ mềm như chewing gum rồi nó nổ tung ra. Bây giờ chỉ cần hai cặp bánh dầy là tôi có thể cho nổ tung cái ổ khoá này, cứu thằng Huỳnh ra không một chút khó khăn.

Trí nãy giờ ra xe tìm đồ phụ tùng mà không thấy trở lại, chắc không có nên đã đi về nhà. Huỳnh đang trong ..tù bỗng la lên:

- *Ê, tụi bay! Có đứa nào muốn hình em nào khác không?*
- *Mày nói sao?*
- *Có đứa nào muốn hình em nào thì nói cho tao biết. Ở đây tao có nhiều em lắm: em Nhàn nè, em Hoa nè, Thanh Tùng chụp hình ăn ảnh quá tụi bay....*

Tôi đang lo sốt vó mà bây giờ vì đang thưởng thức những ưu đãi đặc biệt chỉ có được trong tù Giám thị, Huỳnh lại còn không màng là đang ở trong tù. Nếu vậy trong trường hợp không giải thoát nó được mà bốn đứa phải bỏ chạy để khỏi bị liên lụy thì nhất định tôi sẽ không có một cảm tưởng tội lỗi nào hết.

12 giờ 15. Trí đã trở lại với kìm búa trong tay. Trường lớp vẫn vắng lặng vì học sinh buổi sáng đã đi về hết mà học sinh buổi chiều vẫn chưa đến. Tôi đã lo ngại phải làm trầy trụa hay làm vỡ gỗ cửa khi tìm cách giật cái khoen ra, thế nhưng cái khoen vặn vào cửa tương đối lỏng lẻo nên chỉ cần cầm cái kìm lung lay vài lần là chúng tôi đã có thể giật nó ra khỏi cửa. Cả bọn thở phào nhẹ nhõm. Chúng tôi giải cứu được tù nhân và thành công trong việc gắn cài khoen lại, tuy hời hợt nhưng không ai có thể biết là có người vừa mới phá cửa vào. Thằng Huỳnh và mấy đứa kia từ đấy được hình của em bỏ vào ví để tối ngày mơ mộng và khoe khắp làng khắp xóm là được bồ tặng hình.

Câu chuyện này xẩy ra 30 năm trước, khi tôi còn là một cậu con trai bồng bột và nghịch ngợm, chưa biết suy nghĩ cho tương lai. Bây giờ gần 50 tuổi đầu với mái tóc đã bạc gần hết, tôi nay trở thành một người đàn ông già giặn, biết suy nghĩ, biết cân nhắc phải trái, và biết năm lấy cơ hội khi cơ hội đến. Bánh dầy Việt Nam của mình thật là một phát minh hữu dụng mà thế giới chưa ai khám phá, đặc biệt khi dùng như là chất silicone gel trong giải phẫu ngực *breast implant*. Không muốn cho vợ tôi biết vì tôi muốn nàng thật ngạc nhiên khi vài tháng sau tôi loan báo đã hưởng được kết quả gặt hái một món tiền kếch-sù hậu quả của việc tôi quá thông minh trong ngành đầu tư, tuần tới đây tôi sẽ ra nhà băng vay một triệu đô-la để mở Xưởng Bánh Dầy Tài-Ngọc.

Người Mỹ Chung Tình

Nhìn lướt qua một đống thư từ trên bàn, hết quảng cáo rồi đến hóa đơn tính tiền đủ loại với địa chỉ toàn bằng chữ máy in, mắt tôi ngừng ở một phong thư với hàng chữ viết tay từ Kevin Toelkes. Trong phong thư là một bức ảnh với vài hàng chữ viết:

Ngọc,

Hình của con gái tôi, Thúy Hoa, chồng và con nó chụp hôm sinh nhật bảy tuổi của cậu con trai út. Tôi vẫn đi làm bình thường. Bố tôi sức khỏe sa sút, không lái xe được nữa. Mẹ tôi tuy lớn tuổi nhưng vẫn còn minh mẫn, đủ sức để lo cho bố tôi. Emily và Tyler lúc nào cũng mang đến cho tôi bao nhiêu sự sung sướng và vui mừng. Tôi có bao nhiêu thì giờ tiêu khiển với tụi nó vẫn không đủ. Cuối tuần nếu con gái tôi không dẫn tụi nó đến nhà tôi thì tôi đến nhà tụi nó. Tôi đang dậy Tyler chơi baseball. Thằng bé nhỏ xíu mà lại thích chạy phình phịch, trông thật buồn cười.

Gửi lời thăm tất cả gia đình anh nhe. Nhớ lúc nào không bận thì sang thăm tôi.

Kevin Toelkes

Kevin Toelkes là người bạn Mỹ thân nhất của tôi, hiện đang sống ở Kansas. Ông ta chỉ có một cô con gái ở cách xa ba mươi dặm, có chồng và hai đứa con: một gái, Emily, mười tuổi và một trai, Tyler, bảy tuổi. Sở dĩ con gái ông ta có tên Thúy Hoa vì mẹ cô ta là người Việt Nam. Tôi rất vui mừng mỗi lần nhận thư Kevin vì khó có thể hình dung được một người trên nước Mỹ không dùng máy vi tính gửi email cho bạn bè. Nhận được thư viết tay của một người bạn gửi qua bưu điện trong thời đại tân tiến này là cả một sự hiếm hoi. Thư viết tay đã hiếm, người viết gửi bức thư này cho tôi, Kevin Toelkes, lại càng hiếm hơn. Khó có thể tìm ra một ai nữa trong xã hội bây giờ vì ông ta như những con khủng long sắp bị diệt chủng

Tháng Tư 1975 ở Sàigòn là một thời gian đầy lo âu vì tình hình quân sự. Biết rằng Tổng Thống Gerald Ford không thể nào cứu vãn Việt Nam vì bị Quốc Hội Mỹ bó tay, miền Bắc mở cuộc tổng tấn công, và từ Tết cho đến giữa tháng Tư, bao nhiêu thành phố miền Nam sụp đổ nhanh chóng, từ Quảng Trị, Huế, Phan Rang, Ban Mê Thuột cho đến Đà Nẵng, Qui Nhơn, Phước Bình. Ngày 20 tháng Tư, sau khi mười lăm sư đoàn thiện chiến Cộng Sản chiếm đóng thành phố Xuân Lộc trong một trận chiến đổ máu -Xuân Lộc chỉ cách Sàigòn 48 cây số về hướng Tây Bắc-, việc Sàigòn thất thủ cuối cùng đã trong tầm mắt của tất cả mọi người. Thứ Sáu 25 tháng Tư, nhận thức quân đội Cộng Sản càng ngày càng xiết chặt vòng vây tiến vào Sàigòn, Tổng Thống Ford ra lệnh di tản người Mỹ và người Việt tỵ nạn trong Chiến dịch Gió Thổi Không Ngừng, *Operation Frequent Wind*. Dân chúng trong Sàigòn sống trong nỗi âu lo sợ hãi, không ai biết tình hình chiến sự sẽ xẩy ra như thế nào.

Sáng Chủ Nhật 27 tháng Tư, anh tôi từ bên nhà vợ lái chiếc Honda về nhà rủ tôi đi thăm vợ của một anh bạn người Mỹ hiện đang ở San Diego, California. Len lỏi chiếc xe gắn máy từ nhà tôi ở chợ Bàn Cờ đến địa điểm muốn đến ở Gò Vấp, anh kể cho tôi nghe là đã hơn một năm nay, anh thường viết thư liên lạc trao đổi giáo lý với một anh Mỹ tên Joe Seemann ở một nhà thờ tại Santa Barbara, California. Trong một dịp nhóm họp, Joe quen với một anh tên Kevin Toelkes. Kevin   năm 1967 sang Việt Nam là lính Thủy Quân Lục Chiến với phận sự tuần tiểu trên sông Cửu Long. Một ngày khi vào một tiệm rượu ở Sa Đéc, anh ta gặp một cô gái bán bar nhan sắc tuyệt đẹp tên Thúy Mai và bị ngay tiếng sét ái tình. Sau khi hai người sinh sống với nhau, Thúy Mai sinh ra hai đứa con gái tên Thúy Hồng và Thúy Hoa. Tuy rằng phận sự của Kevin không bao giờ ra khỏi vùng đồng bằng sông Cửu Long, anh ta không bao giờ được trấn đóng ở một nơi cố định, thường bị thuyên chuyển. Tháng 11 năm 1969, trong một quyết định bất ngờ của quân đội Mỹ, anh được lệnh rút quân qua đêm, không tải trở lại Mỹ mà không kịp giã từ Thúy Mai. Khi đến Hoa Kỳ, sau thời gian gián đoạn một vài tuần, anh ta viết thư về cho Thúy Mai ở Sa Đéc nhưng thư đi thì có, thư về thì không. Mấy năm sau đó, Kevin tiếp tục gửi thơ tìm kiếm nhưng Thúy Mai vẫn bặt vô âm tín. Mỗi lần có dịp quen được người Việt Nam, anh ta đều gửi tiền nhờ tìm tông tích Thúy Mai nhưng mọi cuộc tìm kiếm đều vô hiệu quả, thậm chí đôi lần anh ta còn bị lừa. Năm 1974, ở căn cứ Hải quân San Diego nơi Kevin làm việc, anh ta quen một sĩ quan Việt Nam được bổ sang Mỹ huấn luyện. Kevin nhờ anh này tìm Thúy Mai khi trở lại Việt Nam. Tháng Giêng năm 1975, Kevin nhận tin vui từ anh sĩ quan Việt Nam là anh ấy đã tìm ra được Thúy Mai, hiện ở Gò Vấp. Sau khi nói chuyện điện thoại được với Thúy Mai, Kevin làm giấy tờ bảo lãnh nàng và hai đứa con gái sang Mỹ.

Kevin đi nhóm tại một nhà thờ Tin Lành không giáo phái ở San Diego. Nhà thờ này có nhiều chi nhánh khắp nơi rải rác trên nước Mỹ. Một trong chi nhánh là Santa Barbara, nơi Joe Seemann dự lễ. Một hôm trong một ngày dự Hội Đồng có nhiều nhà thờ nhóm lại, Kevin quen Joe. Khi khám phá ra Joe quen với anh tôi là người Việt Nam hiện đang ở Sàigòn, Kevin viết thư nhờ anh tôi đến thăm Thúy Mai xem nàng có cần gì thêm trong khi chờ đợi chuyến bay đi Mỹ. Kevin rất mừng rỡ với viễn ảnh sẽ gặp lại người yêu cũ trong vài tuần. Anh ta nói tất cả mọi sự anh đã lo hết, kể cả việc mua vé máy bay cho ba mẹ con. Ngày rời Sàigòn: 30 tháng Tư 1975.

Len lỏi trong những đường phố Sàigòn hơn bốn mươi phút, anh tôi tìm ra địa chỉ của căn nhà ở Gò Vấp không một chút khó khăn. Nó là một căn nhà lụp xụp nằm bên tay trái của một căn xóm mà đường vẫn còn gạch đá lởm chởm, chưa được lót xi măng. Vài đứa bé ngồi quây quần chơi những trò chơi trẻ con thắng thua bằng những chiếc nút khoéng. Một bà bán hủ tiếu đặt gánh trước một căn nhà cửa đóng kín, khuấy nồi nước lèo chờ khách. Bên tay phải của tôi là một căn nhà cửa mở toang, một bà cụ ngồi bệt dưới sàn gạch bông trong nhà, tay phe phẩy chiếc quạt giấy trong khi mắt chăm chú theo dõi anh em chúng tôi. Tắt máy cho xe thả trớn và khi đến trước căn nhà, anh tôi thắng xe lại. Phía bên trong nhà là một giường gỗ với một bà cụ ngồi nhóp nhép nhai trầu cạnh hai bé gái, lắng nghe tiếng hát cải lương phát ra từ chiếc radio bên cạnh. Ngay cửa là một bộ bàn ghế sơ xài với một thiếu phụ xinh đẹp trong chiếc áo bà ba trắng, quần satin đen, tóc dài xõa vai, gương mặt thon thon, mũi cao, đôi mắt to tròn xinh đẹp. Anh tôi lên tiếng:

- Chào chị. Tôi muốn tìm nhà chị Thúy Mai, có phải là nhà này không ạ?
- Dạ, anh đến đúng nhà rồi. Em là Mai đây anh. Mời anh ngồi. Dạ, anh là ai?
- Cám ơn chị. Tôi tên là Trúc. Đây là em tôi, Ngọc. Tôi quen với anh Kevin Toelkes bên Mỹ. Anh ấy có viết thơ nhờ tôi đến gặp chị. Vừa nói, anh tôi vừa lấy thơ của Kevin đưa cho chị Mai xem.
- Anh là bạn của Kevin hả? Gặp lại anh Kevin em mừng quá anh ơi. Quay sang bà cụ ngồi ở giường gỗ, chị Mai tiếp:

- Đây là má em. Hoa! Hồng! Tới đây con! Đây là hai đứa con của em.

Hai đứa bé thật kháu khỉnh, rõ ràng là con lai với nước da trắng bóc, mắt to với sóng mũi thật cao. Cô bé lớn bị sứt môi, cô bé nhỏ nhìn bụ bĩnh xinh đẹp như búp bê với cặp mắt hơi có mầu xanh dương trông tuyệt đẹp.

- Kevin nhờ tôi đến gặp chị, xem chị có cần gì không, nhất là kiểm soát lại xem chị không thiếu một thứ gì cần thiết trước ngày đi.
- Em không biết gì hết, anh xem dùm em...

Rót nước mời chúng tôi uống, chị Mai kể lại trước khi gặp Kevin , chị ở chung nhà với bố mẹ ở dưới quê. Bố mẹ chị chỉ có mỗi một người con gái mà lại túng quẫn nên chị phải đi làm nuôi gia đình. Gặp bao nhiêu người lính G.I. ở quán rượu nhưng chị vẫn không động lòng cho đến một hôm gặp Kevin . Kevin dáng người hiền hậu, vui tính, tính tình nhút nhát mà chị không thấy ở những người lính Mỹ khác. Chị không nói tiếng Anh nên không thể nào nói chuyện với những người lính Mỹ, nhưng từ lúc quen nhau Kevin cố gắng học hỏi và bập bẹ nói vài tiếng Việt làm chị cảm thấy rất gắn bó với Kevin . Cuối cùng, mối thân tình của tâm lòng dẫn đến sự rung động của xác thịt, hai người chung sống với nhau và trong hai năm liên tiếp, chị sinh hai cháu bé gái, Thúy Hoa và Thúy Hồng. Kevin với tiền lương lính cung cấp cho chị đủ tiền ra mướn nhà ở riêng nhưng vẫn có khả năng phụng dưỡng bố mẹ. Cuộc đời chị cảm thấy quá hạnh phúc cho đến ngày Kevin rút quân đột ngột về Mỹ mà chị hoàn toàn không hay biết. Lo ngại cho chồng chưa đủ, một tuần sau thì bố chị mất. Nỗi quan tâm của một người vợ không hiểu tiếng nói xứ của chồng khi một ngày chồng bỗng nhiên biến mất không dấu vết, và nỗi lo sợ không đủ tiền trả tiền nhà và tiền nuôi con khiến hai tuần

                    nguyễn tài ngọc

sau đó chị quyết định dọn về ở với mẹ chị ở Gò Vấp: thứ nhất vừa để lo cho mẹ bớt sầu khổ, thứ hai vừa lo việc chôn cất cho người cha. Chị ở như thế nuôi con không tái giá, với hy vọng một ngày gặp lại Kevin . Ngày qua, tháng lại, hết năm này đến năm khác vẫn không có tin của người yêu cũ. Chị đã sắp sửa buông rơi tất cả hy vọng thì đầu năm nay, qua anh lính hải quân Việt Nam đi du học ở Mỹ, chị nhận tin của Kevin .

Tôi lắng nghe một chuyện tình đã tưởng chôn vùi trong tuyệt vọng nhưng bây giờ sắp sửa kết thúc trong hạnh phúc. Anh tôi sau khi xem xét giấy tờ, vé máy bay của chị và hai cháu bé, chia sẻ với chị vài phút về Chúa, chúc chị đi Mỹ bình an sống đời hạnh phúc vĩnh viễn với người chồng tưởng mất nhưng còn. Ngồi trên chiếc xe Honda quay trở lại nhà với khung cảnh xe lính khắp nơi, đường xá tràn ngập những lính tráng súng ống trên vai, gương mặt căng thẳng chuẩn bị cho cuộc chạm trán cuối cùng tử thủ Sàigòn, tiếng súng bắn, tiếng đạn pháo kích, tiếng máy bay bỏ bom vang dậy gần xa, tiếng máy bay trực thăng Chinook bay vào Sàigòn di tản người Mỹ, tôi lo lắng cho chính thân phận của tôi. Càng lo lắng bao nhiêu, tôi lại càng ước gì tôi được đổi số mạng của tôi với chị Mai: Giá gì trong tay tôi bây giờ là chiếc vé máy bay một chiều với tên tôi, nơi đi là Mỹ quốc! Nhận thức được giấc mơ này tuy giản dị nhưng không thể nào hiện hữu, tôi bật khóc. Giọt nước mắt lăn tròn trên hai má, tôi xót thương cho thân phận xấu xố của chính mình.

Sáng Thứ Tư 29 tháng Tư, anh tôi từ nhà vợ lái xe về nhà bảo tất cả mọi người đi ra nhà thờ Trần Cao Vân vì có trực thăng Mỹ sẽ đến di tản các giáo sĩ Mỹ. Chờ mãi từ sáng đến chiều không thấy ai đón, gia đình tôi quyết định chạy ra bến Bạch Đằng. Trong một sự may mắn hiếm có, chúng tôi leo lên một xà lan có lính Mỹ hộ tống, rời Sàigòn ra biển. Ở giữa biển chúng tôi được tầu của Đệ Thất Hạm Đội vớt và từ đó được chuyên chở bằng tầu và máy bay đến Subic Bay - Phi Luật Tân, Asan Annex - Guam, và Fort Indiantown Gap - Pensylvania. Cuối cùng chúng tôi được nhà thờ anh tôi quen biết bảo trợ về San Diego.

Tối thứ Bảy đầu tiên đi nhóm ở nhà thờ, tất cả mọi người trong hội thánh đón tiếp chúng tôi rất niềm nở. Tuy nhiên, có một người tôi để ý đến nhất, và sau này tôi nói chuyện nhiều nhất khi được anh tôi giới thiệu: người đó là Kevin Toelkes. Chỉ vài tháng trước đây ở Sàigòn, nếu một ai nói tôi sẽ đi Mỹ rồi sẽ gặp chồng của chị Mai, Kevin Toelkes, tôi chắc chắn sẽ bảo ngay là người ấy điên. Thế nhưng không ai có thể biết được chuyển gì sẽ xẩy ra trong đời: Tôi hôm nay trên đất Mỹ, gặp Kevin Toelkes bằng xương bằng thịt trước mặt tôi. Thấy anh ta chỉ có một mình, và nhớ lại chuyến máy bay rời Sàigòn của chị Mai theo chương trình ấn định là 30 tháng Tư -ngày Việt Nam Cộng Hoà thất thủ- không cần đoán tôi cũng nghĩ ra ngay là chị còn kẹt lại ở Sàigòn. Số phận trớ trêu, chị đáng nhẽ được đi nhưng ở lại, tôi hoàn toàn không có cách nào rời được Việt Nam thế nhưng nay lại đặt chân trên đất Mỹ! Sau buổi nhóm, cho dù là mọi người đã ra về hết, anh tôi và tôi ngồi kể lại cho Kevin nghe hôm cuối cùng chúng tôi đi gặp ba mẹ con ở Gò Vấp. Nghe xong câu chuyện, không cầm được nước mắt, Kevin sụt sùi khóc. Kevin hỏi anh ta đã làm gì mà sao Thượng Đế lại trừng phạt anh ta quá nặng nề. Xa lánh vợ con sáu năm nay, Kevin tưởng đã đoàn tụ với gia đình nhưng sự vui mừng ấy tiêu tan theo mây khói vào đúng ngay giây phút cuối.

Những tháng về sau tuy rằng vẫn gặp nhau đều đặn ở mỗi buổi nhóm, anh tôi không còn thân với Kevin như tôi vì vợ anh ấy sinh con. Kevin thấy có một sự quan hệ mật thiết trong tôi vì tôi là người cuối cùng gặp vợ con anh ấy bằng xương bằng thịt. Thỉnh thoảng cuối tuần Kevin chở tôi lên núi, hai người với hai chiếc túi ngủ *sleeping bag* nằm dưới lều ngắm trăng mà suy gẫm về chuyện đời. Không biết bao nhiêu lần tôi phải diễn tả lại cho Kevin nghe chị Mai và hai con anh ấy như thế nào ở buổi gặp nhau hôm đó. Có lẽ vì ban đầu tiếng Anh của tôi còn dở nhưng theo thời gian càng ngày càng khá nên Kevin muốn nghe tôi kể cũng cùng một câu chuyện để mỗi lần nghe anh càng biết được nhiều chi tiết mà trong những lần kể trước không có.

Cứ mỗi hai tháng sau khi miền Nam thất thủ, Kevin nhờ tôi chuyển dịch thư viết cho Thúy Mai bằng tiếng Anh sang tiếng Việt. Ở cuối đoạn thư, lá nào cũng như lá nào, Kevin luôn luôn viết một câu mà tôi không bao giờ cần phải dịch, tuy rằng viết không dấu: *Anh yeu em mai mai suot doi.* Thư gửi đi như thế cũng nhiều nhưng gần hai năm sau, Kevin mới nhận được bức thư hồi âm thứ nhất của Thúy Mai. Kevin cảm thấy rất sung sướng vì cuối cùng Thượng Đế đã ban cho anh lời thỉnh cầu xin liên lạc lại được với người vợ cũ. Thúy Mai cho biết là đã dọn lại về quê ở Sa Đéc, hai cô con gái vẫn khoẻ, nhưng tình cảnh gia đình chật vật đến thời kỳ nguy ngập nên cần giúp đỡ lập tức. Kevin trả lời vẫn thương vợ như ngày nào, nhắn Thúy Mai ráng sinh sống qua ngày chờ buổi đoàn tụ khi có bình thường hoá giữa hai quốc gia. Thuở ban đầu vì không có nơi nào gửi tiền về Việt Nam, Kevin dùng phương tiện giúp đỡ duy nhất là đóng thùng quần áo hay nhu yếu phẩm gửi bằng đường bưu điện. Dần dần, tìm được những địa điểm gửi tiền *chui* , Kevin gửi tiền mặt về mà không gửi hàng hóa nữa. Trong suốt mấy năm liên tiếp, thư của Thúy Mai chỉ với một chủ yếu xin tiền. Thư của Kevin cho dù có van nài đến đâu cũng không bao giờ thấy Thúy Mai gửi hình, khai sinh hay chứng minh thư cần thiết của ba mẹ con để Kevin xúc tiến việc bảo trợ tất cả sang Mỹ. Tôi chỉ là người dịch thư từ giữa hai người nhưng cũng cảm thấy nóng lòng cho

Kevin. Trong những thư cuối của Thúy Mai, tôi bắt đầu ngờ vực sự gian dối vì thứ nhất, không người nào ở Việt Nam lúc bấy giờ lại không muốn đi ngoại quốc nhưng hỏi cách mấy Thúy Mai cũng không bao giờ cung ứng giấy tờ, thứ hai, thư nào Thúy Mai cũng xin tiền, gửi bao nhiêu cũng không đủ, và thứ ba, thư nào cũng viết ngắn gọn như nhau, không một lời bày tỏ tình cảm đứt ruột vì xa cách. Tôi trình bày cho Kevin nghe, đề nghị Kevin trì hoãn việc gửi tiền nhưng Kevin không tin tôi vì Kevin không tin rằng một người đàn bà nào đã có con với mình lại đâm ra phản bội chồng.

Năm 1984, Kevin nhận được một lá thư của một người Việt Nam ở Tây Đức. Trong thư, anh ta tự giới thiệu ngày xưa anh ta cũng yêu Thúy Mai. Lý do anh biết địa chỉ của Kevin là anh từng ở nhà Thúy Mai, và do đó mới thấy thư của Kevin gửi từ Mỹ. Anh ta cho biết là bao nhiêu năm nay Kevin bị Thúy Mai gạt vì nàng đã lấy chồng, hiện đang ở với người chồng mới và có thêm bốn đứa con. Anh cũng cho biết thêm là cô bé Thúy Hồng đã mất, lý do là vì hay bị người chồng mới đánh đập. Cái tin sét đánh ngang tai mà tuy rằng đã ngờ vực Thúy Mai từ lâu, tôi cứ hy vọng là lá thư từ Tây Đức này không phải là sự thật. Kevin đau khổ mấy hôm liền . Nhà thờ lúc đó mỗi tháng một lần vào một tối Thứ Bảy tổ chức mọi người ra bãi biển kiểm thảo đời mình để vất đi những vật chất ở đời ngăn cản lòng mình đến với Chúa. Tất cả đứng quây quần chung quanh một đống lửa, hát nhạc tôn vinh, nói to lên những cảm nghĩ của mình, và nếu ai có những vật gì mình quý báu hơn Chúa, hay làm cản trở mình không nghĩ đến Chúa thì quăng vào đống lửa đốt đi để chứng tỏ ưu tiên số một trong đời mình không phải là sự vật của thế gian. Tối Thứ Bảy đó khi dự buổi chứng tỏ lòng mình cho Chúa này, tôi thấy con chiên đốt nhiều thứ: cặp ski trượt tuyết, vợt tennis, quần áo, giầy dép, radio, TV....và bên cạnh tôi, Kevin lặng lẽ đem ra bao nhiều bức ảnh của Thúy Mai gửi cho anh ta trước tháng Tư 1975 vất vào đống lửa. Chỉ trong tích tắc, tất cả kỷ niệm của anh với Thúy Mai mười mấy năm nay theo những mảnh tro tàn biến mất. Kevin có lẽ chiến đấu với nội tâm rất nhiều vì tuy rằng theo mọi người hát Thánh ca *Đời tôi vui sướng, không gì bó buộc tôi đến với Chúa,* anh khóc tức tửi với bao giòng lệ tuôn rơi như đứa con nít lên năm, lên sáu.

Mấy tháng sau đó, Kevin quyết định về Việt Nam. Anh nói với tôi là anh phải gặp con gái anh, cứu nó bằng mọi giá. Tôi viết thư về cho Thúy Mai, nói là Kevin đã biết sự thật. Kevin bây giờ chỉ hy vọng Thúy Mai cho phép anh ta mang đứa con gái của mình về Mỹ nên do đó cần giấy khai sinh và sự thoả thuận của Thúy Mai. Kevin sẽ về Sàigòn và nếu được, xin Thúy Mai lên Sàigòn gặp Kevin . Khi Kevin về Sàigòn, Thúy Mai đón xe từ Sa Đéc lên gặp người chồng cũ. Gặp lại nhau, Kevin nói cho tôi biết là Thúy Mai lại có bầu vừa mới sinh. Thúy Mai đồng ý cho Kevin bảo trợ cô con gái Thúy Hoa đến Mỹ ở vĩnh viễn với Kevin nhưng với một điều kiện duy nhất: Kevin phải bảo trợ vợ chồng Thúy Mai hiện giờ và cả năm đứa con với người chồng mới sang Mỹ cùng một lúc. Kevin nhận lời. Sau hơn một năm làm giấy tờ và mua vé máy bay, gần mười một nghìn đô-la cho cả tám người, Thúy Hoa và bẩy người gia đình mới của Thúy Mai, tất cả đều được xuất ngoại và đến trại đến trại tỵ nạn ở Phi Luật Tân. Kevin từ Mỹ bay thẳng đến trại. Ba ngày sau khi thủ tục giấy tờ bảo lãnh Thúy Hoa được hoàn tất, hai cha con bay trở về Kansas là nơi Kevin vẫn trú ngụ cho đến hiện thời. Gia đình mới của Thúy Mai ở lại trại tỵ nạn nhưng sau này cũng được đi Mỹ.

Thúy Hoa được Kevin dẫn đi nhà thương giải phẫu chiếc môi sứt, sinh sống với bố nhiều năm trên nước Mỹ, theo thời gian nay trở thành một thiếu nữ duyên dáng. Mười hai năm trước đây Thúy Hoa lập gia đình, sinh hai đứa cháu ngoại cho Kevin . Hai vợ chồng mua một căn nhà chỉ cách Kevin ba mươi phút lái xe để Kevin còn có thể gần gũi với cháu ngoại mỗi cuối tuần. Mỗi lần nói chuyện điện thoại với tôi, ngoài việc thời sự và chính trị, Kevin luôn kể cho tôi nghe là anh rất vui mừng được cháu ngoại ở gần nhà để tới lui thăm viếng. Sau ngày Thúy Hoa sang Mỹ, tôi không bao giờ hỏi Kevin về tình cảm của anh ta bây giờ ra sao đối với người vợ cũ Thúy Mai. Câu trả lời của câu hỏi này quá hiển nhiên nên tôi không cần phải hỏi: Kevin Toelkes vẫn không lập gia đình, sống độc thân từ đó cho đến bây giờ.

Kỷ Niệm Khó Quên

Có lẽ không ít thì nhiều ai cũng có một vài kỷ niệm khó quên thuở còn đi học. Cái kỷ niệm không khi nào quên được của tôi xảy ra khi tôi còn học lớp Mười ở một trường trung học công lập trong SàiGòn.

Trường chúng tôi là một trung học tổng hợp nên học sinh bao gồm cả trai lẫn gái. Không như những anh chàng ở Pétrus Ký hay Chu Văn An, cả nghìn đời đi học không bao giờ diện kiến được với một người bạn khác phái trong sân trường, chúng tôi luôn có hân hạnh làm bạn học với những nàng tà áo trắng kiều diễm. Tôi lại càng may mắn được học trong một lớp có chung cả trai lẫn gái. Lớp của tôi có độ năm mươi người. Số con trai chúng tôi chỉ vào khoảng hai mươi nên chúng tôi luôn nằm trong thành phần thiểu số. Bởi vì thế, mỗi khi có một cuộc bầu cử trong lớp theo chế độ tự do là bọn con trai chúng tôi luôn luôn bị thiệt thòi. Cuộc bầu phiếu quan trọng nhất xảy ra vào đầu năm học là bầu Liên Toán Trưởng. Cho dù hàng nghìn cánh tay đưa lên của bọn con trai chúng tôi cố gắng bầu cho một anh chàng đồng loại, chúng tôi cũng bị thua phiếu bởi hàng vạn cánh tay đưa lên của mấy cô bầu cho ứng cử viên của phái họ. Lần đầu tiên trong đời tôi học trong một lớp với tên người Liên toán trưởng không là "Nguyễn Văn...." mà là một "Nguyễn Thị Ngọc Sương"! Cả một sỉ nhục mà chúng tôi đành bó tay không thể nào lật ngược thế cờ. Bọn con trai chúng tôi vì thế hay phản đối ngầm chính sách nữ trị này bằng cách hay phá phách và không hợp tác với những chương trình của nhà trường tạo nên sự ganh đua xem lớp nào được về hạng nhất. Chúng tôi thường bị cô Liên toán trưởng sửa sai: "Các anh đừng làm thế này...", "Các anh đừng làm thế nọ...” Tuổi niên thiếu của tôi do đó bị khủng hoảng trầm trọng. Tôi luôn có cảm tưởng có đến hai người mẹ: Một người mẹ ở nhà, và một người mẹ Liên toán trưởng ở trường. Hai người mẹ lúc nào cũng không ngừng chỉ trích làm tinh thần tôi có lúc căng thẳng đến tột độ.

Chúng tôi học chung với nhau vui buồn lẫn lộn cho đến một hôm biến cố Cai Lậy xảy đến: đạn pháo kích rớt vào một trường tiểu học sát hại một số trẻ em học sinh. Chính quyền Nguyễn Văn Thiệu lúc bấy giờ khai thác triệt để biến cố này. Trên khắp báo chí và hình ảnh truyền hình là đầy dẫy những hình ảnh nhà trường bị tàn phá và xác chết phanh thây vì đạn pháo. Một bản nhạc được cấp tốc sáng tác và được hát thường xuyên trên đài phát thanh nhắc nhở dân chúng về các trẻ em đã chết ở Cai Lậy. Tôi nhớ bài hát bắt đầu băng câu: “Hỡi bé thơ ơi, sao vội bỏ Thầy, bỏ bạn, lìa cha, xa mẹ, lìa em...”

Lúc bấy giờ đã gần hè nên không khí lớp học của chúng tôi có vẻ cởi mở và nhàn rỗi. Mọi việc thi cử đã xong, Đệ Nhất Lục Cá Nguyệt đã qua. Đệ Nhị Lục Cá Nguyệt cũng vừa mới xong. Ngoại trừ một vài cô vẫn còn ráng học hành nghiêm chỉnh để mong hạng của mình được nhích thêm một vài nấc vào tháng cuối cùng, chúng tôi ai nấy đều háo hức đợi cho mùa hè mau đến.

Ngày hôm ấy là Thứ Bẩy. Ngày cuối cùng của một tuần để rồi Chủ Nhật đợi chúng tôi với những giây phút thoải mái không sách vở. Chúng tôi đang ở vào giờ học Công dân, giờ cuối cùng của một ngày học. Một cậu học sinh chạy đưa thông cáo cho mỗi lớp vào lớp tôi. Cậu ta đưa cho thầy tôi một vài tờ giấy trắng và nói với ông một vài điều nho nhỏ. Sau khi cậu học sinh đi ra, thầy tôi ra hiệu cho cả lớp yên lặng để ông ta có một vài điều muốn nói. Vài cô đút vội chiếc bánh đang ăn dở chừng vào ngăn tủ. Kinh nghiệm

                                   nguyễn tài ngọc

học chung cho biết các cô ăn vụng hơn chúng tôi nhiều lắm. Chuyện đó cũng dễ hiểu vì bọn con trai chúng tôi lúc nào cũng nghèo mạt rệp. Đôi khi vì tình thương yêu đồng loại nên chúng tôi cũng được các cô chia xẻ cho những lương thực quý báu này. Nước Việt nam chúng ta ngày xưa ít có nạn đói một phần cũng là nhờ những tấm lòng nhân đạo vô bờ bến ấy.

- Các em có biết biến cố Cai Lậy không? Thầy chúng tôi cất tiếng hỏi.
- Dạ có ạ. Cả lớp đồng thanh đáp.
- Để tỏ lòng ủng hộ Tổng Thống Nguyễn Văn Thiệu trong việc chống Cộng, trường chúng ta đã viết một bản kiến nghị gửi lên Tổng Thống cương quyết ủng hộ chính sách chống Cộng của Tổng Thống đến cùng. Bản kiến nghị này đã được tất cả các giáo sư ở đây ký tên. Tuy nhiên, trang cuối cùng vẫn còn vài chỗ trống, do đó dưới văn phòng họ nhờ mấy em ký nốt vào cho nó đầy. Các em có thắc mắc gì không?
- Tụi em có bị bắt buộc ký không ạ? Tôi dơ tay hỏi.
- Không, em nào muốn ký thì ký, em nào không muốn ký thì cũng không sao.

Nói xong, thầy tôi chuyển tờ kiến nghị đến mấy cô ngồi ở đầu bàn. Lớp của chúng tôi ở trên tầng thứ hai, tọa lạc ngay trên phòng ông Tổng Giám Thị nên có việc gì nhờ vả học sinh là chúng tôi được trưng dụng trước nhất. Lớp học chúng tôi ở vào một vị trí chật hẹp nên chiều rộng chỉ chứa được hai dẫy bàn, mỗi bàn ba người. Con trai ngồi bên tay phải, con gái bên tay trái. Sau khi chuyển bản kiến nghị xuống học sinh để ký tên, thầy tôi trở lại việc gọi học sinh lên trả bài. Lo tập trung dò bài, chúng tôi quên bẵng đi cái kiến nghị ấy.

Khoảng mười phút sau đó, bản kiến nghị lưu lạc đến bàn tôi. Nhìn qua chỗ ký tên, tôi hơi ngạc nhiên vì còn nhiều chỗ trống. Đếm sơ qua chữ ký của các "giáo sư" giả, tôi đếm chỉ được bốn tên. Thế là một số lớn bạn tôi... phản động không buồn ký tên mình vào. Hay là mấy cô chắc chỉ thích ký tên thư gửi cho bồ, chứ cho Tổng Thống thì nhấc bút làm gì cho mệt sức? Tôi vội nẩy ra một ý kiến:

- Ê tụi bay, mình ký tên bậy bạ vào đây chơi xem?
- Ừ có lý đó. Mấy đứa hùa vào đồng ý.
- Phải tìm tên nào hay hay hãy ký vào. Thằng Khánh đưa ra ý kiến.
- Tao có tên này hay lắm. Nói vừa dứt lời, thằng Long ngồi kế bên giật tờ giấy khỏi tay tôi, ký vào tên "Le Sắc Lé".
Tôi đưa ý cho tên kế tiếp:
- Lâm Trọng Bịnh?
- Cái tên này hay đó Ngọc! Thằng Huỳnh cười khoái chí.

Nói xong, nó ký tên Lâm Trọng Bịnh với trăm chiều thích thú. Thằng Khánh và thằng Tạo sau đó ký nốt hai tên cuối cùng vào trang giấy: "Trần Văn Truồng" và "Thái Thịt Bò". Không nhận được sự ngu xuẩn vừa mới làm, chúng tôi tấm tắc cười đắc chí khi đọc lại bốn tên giáo sư giả này. Trước bàn tôi ngồi là Tín, người học giỏi nhất lớp và cũng là nhát nhất lớp. Nó quay xuống bàn tôi nói:
- Tụi bay ký bậy bạ quá. Lát nữa ai phát giác ra thì chết.
Cả bọn phá lên cười trước sự sợ hãi của Tín. Vài tiếng "suỵt, suỵt" nho nhỏ nổi lên từ bàn cô Liên toán trưởng:
- Mấy anh đừng làm ồn quá, Thầy la.

Tuy miệng nói vậy nhưng bọn con gái đang thắc mắc ghê gớm, không hiểu có chuyện gì mà chúng tôi vui đến thế. Trên bàn giấy, ông thầy ngồi chăm chú viết mà chẳng quan tâm gì đến chúng tôi. Hè đến, không những chỉ cho trò, mà cũng cho thầy nữa. Chắc có lẽ thầy đang lo bấm bụng

50

không biết lấy tiền đâu nuôi vợ và con trong ba tháng hè sắp đến. Tôi quay sang những tên bạn phá nhất lớp của tôi với lời cảnh cáo:

- Mình nên giữ kiến nghị này cho đến khi còn năm phút trước khi tan học rồi hãy nộp lại cho văn phòng. Lúc ấy nếu có ai phát giác ra thì tụi mình đã trên đường về nhà, không ai sẽ tìm ra mình mà phạt được.

Cả bọn tán thành đồng ý. Đồng hồ chậm chạp trôi dần đến gần giờ tan học. 15 phút. 10 phút. Rồi 5 phút. Theo đúng chương trình, chúng tôi chuyển tờ kiến nghị cho cô ngồi ở bàn đầu lớp để cô ta mang giao lại cho văn phòng. Sau đó cả bọn xếp dọn sách vở, sẵn sàng chờ tiếng chuông reo là sẽ chạy như bay ra xếp hàng đi về. Năm phút cuối cùng của giờ học hôm nay sao mà dài đến thế. Cô học trò đi nộp trả tờ kiến nghị lại cho văn phòng đã trở lại về lớp. Tích tắc, tích tắc. Tôi ngó qua cửa sổ dưới lầu hướng phòng ông Giám học xem có dấu hiệu gì chứng tỏ có ai đã phát giác ra việc gì chưa. Tích tắc, tích tắc. Vẫn không thấy động tĩnh gì cả. Tích tắc, tích tắc. Chúng tôi thì thầm đồng ý với nhau chốc nữa khi tan học sẽ xếp hàng cho nhanh để được thầy cho về sớm. Tích tắc, tích tắc. Chỉ còn vài giây nữa chuông reng, xếp hàng là thoát nạn.

Tiếng chuông đợi dài cả cổ hôm nay cuối cùng cũng chậm chạp reo vang khắp trường. Cũng cái tiếng chuông vang hàng ngày ấy mà sao hôm nay nó làm cho lòng tôi hân hoan như hội tết. Tiếng chuông vô tri ấy sắp sửa giải thoát tự do cho chúng tôi sau vài phút căng thẳng trong ngục tù trí óc. Không ai bảo ai, bọn con trai chúng tôi chạy ào ra khỏi lớp xếp hàng cho ngay ngắn. Mấy cô con gái đã ngạc nhiên giờ còn ngạc nhiên hơn nữa với sự ngoan ngoãn của chúng tôi hôm nay. Thường ngày, lũ chúng tôi chả đứa nào chịu xếp hàng cho nhanh nhẹn và thẳng lối nên mấy cô cũng bị vạ lây khi cả lớp luôn được phép đi về sau các lớp khác. Một vài lớp trước mặt lớp tôi đã được thầy cô họ cho phép di chuyển. Tôi hối vội mấy cô chưa xếp hàng nghiêm chỉnh vào hàng cho nhanh nhẹn. Bây giờ mà được phép thầy cho di chuyển là thoát. Về nhà đánh một bát cơm, ngã lưng ra giường ngủ trưa một giấc là nhất!

- CHẬN CÁI LỚP ĐÓ LẠI!!!!!!!!

Một tiếng hét thất thanh nổi lên từ phía tầng dưới mà tôi ước mình đang ngủ trong mơ để cái giọng quát hằn học ấy không phải là sự thật. Ngước mắt nhìn xuống dưới lầu, tôi thấy ông Tổng giám thị chạy như bay từ văn phòng ra phía sân trường, tay chống nạnh, tay chỉ lên trên lớp tôi với gương mặt đằng đằng sát khí. Đại tướng Võ Nguyên Giáp có gửi ba sư đoàn thiện chiến nhất của miền Bắc vào Nam mà lỡ gặp phải ông Tổng giám thị của tôi bây giờ thì nhất định là phải chuốc lấy đại bại thê thảm. Tôi thả nhẹ một tiếng thở dài trong lòng. Mấy thằng bạn tôi gương mặt đứa nào đứa ấy cũng ì ra một đống. Mặt thằng Huỳnh đăm chiêu như người bị trĩ kinh niên đang đến giai đoạn khẩn trương số một. Thằng Tạo nuốt vội giọt nước bọt trong cổ vì nếu không chắc nó sẽ chết nghẹn vì hậu quả của lo sợ. Không có cái gương trong tay để diện kiến chính dung nhan mình, nhưng tôi biết chắc mặt của tôi đang kéo dài ra với vận tốc mỗi giờ một vài ly. Tôi có cảm tưởng như một người tử tội sắp bị tử hình vừa được lệnh ân xá; nhưng chưa kịp hưởng được những giây phút vui mừng thì được báo là nhầm tên, phải trở lại máy chém để kết liễu cuộc đời.
- Chuyện gì vậy?....
- Ổng chỉ lớp mình đó hả?...
- Tại sao thầy Tổng giám thị lại chận lớp mình lại?....

Mấy cô gái xao xao vang lên những câu hỏi. Cô Liên toán trưởng đến gần tôi hỏi khẽ:

- *Trời ơi, mấy anh làm gì mà thầy Tổng giám thị giận dữ vậy anh Ngọc?*
- *Không biết, tôi cũng đang thắc mắc đây.* Đang lo bấm bụng, và cũng không muốn kéo dài cuộc đàm thoại, tôi trả lời bằng một câu nói láo.

Tiếng quát tháo của ông Tổng giám thị làm cả trăm cặp mắt của các lớp khác đổ dồn vào phía chúng tôi. Trấn an mấy đứa khác đang trong cơn lo lắng, thằng Huỳnh lên giọng cải lương:
- *Không sao đâu tụi bay. Thà một phút huy hoàng rồi chợt tắt mà.*
- *Tao thấy tụi mình sắp le lói cả trăm năm rồi ấy chứ.* Tôi buột miệng trả lời.
Khoảng năm phút sau, chúng tôi được lệnh đi xuống lầu đứng xếp hàng ngoài sân trước phòng ông Tổng giám thị. Vừa gặp mặt thầy tôi, ông Tổng giám thị đã quát tháo:
- *Sao anh để tụi nó ký bậy bạ vậy?*
- *Tui đâu có biết. Tui bảo tụi nó ký chớ đâu biết tụi nó ký cái gì.*
Vẫn với gương mặt hầm hầm, ông Tổng giám thị cùng ông Giám học bước đến trước mặt chúng tôi, tay phe phẩy tờ kiến nghị, miệng hét lên như lệnh vỡ:
- *Đứa nào ký bậy bạ vậy?*
Không có tiếng trả lời.
- *Tụi bay không trả lời tao sẽ bắt từng đứa hỏi ra cho xem. Liên toán trưởng đâu?*
- *Dạ em đây.* Cô Liên toán trưởng bước ra khỏi hàng.
Ai ký mấy chữ ký này?
- *Dạ em không biết. Mấy anh con trai ký, em không biết là ai.*
Quay sang bọn con trai chúng tôi, ông ta hét lớn:
- *Tao sẽ kêu Quân cảnh vô đây. Tụi bay phải là Việt cộng mới phá hoại như vậy.*

Nói xong, ông ta quay trở vào văn phòng. Có lẽ vào gọi quân cảnh thật để áp đảo tinh thần chúng tôi. Thời gian hình như ngừng lại một chỗ. Dưới ánh nắng chói chang, vài cô gái đã cảm thấy khó chịu. Tôi bỗng cảm thấy hối hận vô cùng. Luôn luôn vì chúng tôi mà mấy cô bị vạ lây. Thằng Huỳnh lên tiếng nho nhỏ cho bọn con trai vừa đủ nghe:

- Ê, lát nữa không có thằng nào khai nghe. Thằng nào khai, tao mà biết được thì đừng có trách tao.

Cả bọn im lặng trước lời cảnh cáo của thằng Huỳnh. Huỳnh nổi tiếng là cô hồn du đãng nên lời cảnh cáo của nó có giá trị ghê gớm đối với mấy đứa khác. Tôi đã từng mục kích một lần khi đánh nhau với một bọn con trai của trường khác, Huỳnh vơ lấy một chiếc ghế đẩu của bà bánh bột chiên phang vào mặt anh chàng đối thủ khiến máu chảy lênh láng mà gương mặt nó sắc diện không thay đổi. Nó đúng là Trần Đại trong "Điệu ru nước mắt" của Duyên Anh. Khác hẳn với tôi, chỉ thấy người khác đánh nhau mà mình đã run như cầy sấy.

Ông Tổng giám thị trong văn phòng bước ra chỉ vào ba đứa con trai xếp hàng đứng hàng đầu:

- Mấy đứa này vô đây!

Ba cậu con trai vừa được điểm mặt nhanh nhẹn bước vào phòng ông Tổng giám thị với đầy vẻ lo âu. Cánh cửa khép lại để chúng tôi đứng ngoài hoang mang không biết mình sẽ bị tra tấn như thế nào. "Độp! độp!" Tiếng bạt tai chát chúa nổi lên để rồi năm phút sau cánh cửa văn phòng bật mở với ba cậu bước ra với hai má đỏ chói.

- Ba đứa kế tiếp vô đây!

Ba tử tội kế tiếp bước vào văn phòng nạp mình. Lại "Độp! Độp!", rồi ba cậu kế tiếp nữa. Những kẻ vừa bị tra tấn xong phải đứng ngay hành lang ngoài văn phòng trong khi chúng tôi đứng ở ngoài sân với vài ông thầy đứng canh gác nên hai bên không thể nào liên lạc được với nhau.

                    nguyễn tài ngọc

Ở ngoài cổng trường bỗng có một chiếc xe quân cảnh lái từ bên ngoài vào. Xe vừa đậu xuống là hai ông quân cảnh bước ra với ba-toong trên tay. Hóa ra ông Tổng giám thị gọi quân cảnh thật chứ không phải dọa đùa với chúng tôi! Tôi bỗng có cảm tưởng mình là Nguyễn Thái Học đang sắp sửa lên đoạn đầu đài. Không, không thể nào là Nguyễn Thái Học được. Nguyễn Thái Học là liệt sĩ hy sinh thân mình cứu nước; dưới mắt ông Tổng giám thị, chúng tôi là đặc công Việt cộng phá hoại nên làm thế nào tôi có thể so sánh mình với anh hùng chống Tây cứu nước Nguyễn Thái Học?

- Tới phiên mày kìa Ngọc.

Cậu đứng sau tôi nhắc khẽ như tiếng súng vừa mới lên đạn chào đón kẻ bị xử tử hình. Nhấc chân tiến vào văn phòng mà đầu óc tôi suy nghĩ mông lung không biết chuyện gì sẽ xẩy đến và mình nên đối phó như thế nào. Ông Hiệu trưởng, Giám học, và Tổng giám thị đều là thầy cũ của tôi vào năm lớp Sáu và lớp Bảy, và không ai là không biết đến tôi. Hai cậu đi kế tôi cũng lo âu không kém. Tôi nhắc lại nho nhỏ:

- Nhớ không được khai ai hết nhe.

Vừa bước chân vào văn phòng, bọn tôi được tách ra đi ba phía khác nhau. Hai đứa kia được ông Giám học và ông Hiệu trưởng chiếu cố đến. Riêng tôi thì được ông Tổng giám thị ngoắc đến bàn ông ấy.

- Chào Thầy. Tôi lên tiếng xã giao trước.

- Em có biết ai ký mấy tên này không?

- Dạ em không biết.

Đưa ra một tờ giấy trắng và cây bút máy, ông ta tiếp:

- Em viết tên, tuổi, lớp mấy, tên giáo sư hướng dẫn là ai rồi ký tên cho tôi. Lúc mấy đứa ký tên, em làm gì mà không biết?

- Dạ, em không để ý nên không biết.

- Nếu tôi biết được em nói láo thì em sẽ ra Hội đồng kỷ luật cuối năm, em biết không?

Như con sư tử vờn mồi trước khi ăn, ông Tổng giám thị tung ra một phong chưởng nhè nhẹ để thử sức và cũng để áp đảo tinh thần đối phương. Hội đồng kỷ luật đối với những học sinh trường công như tôi là một hình phạt tối hậu, tương tự như bị giam chung thân khổ sai ở côn đảo. Tệ hại hơn nữa là học sinh có thể bị đuổi khỏi trường khi ra hội đồng kỷ luật. Gia đình nghèo như tôi làm gì có thể trả tiền cho tôi đi học tư nếu tôi bị đuổi khỏi trường công? Thành thử ra lời đe dọa tuy nhẹ nhàng nhưng mang một sức nặng ngàn cân.

- Dạ vâng, nhưng em đã nói với Thầy là em không biết. Tôi trả lời với đầy tự phụ trong lòng, xem thử ông Tổng giám thị sẽ mở chiêu kế tiếp như thế nào. Ngồi xuống bàn viết xuống mấy chi tiết như ông ta nói, và khi viết xong, tôi giao lại tờ giấy. Ông ta cầm, và đi trở vào bên trong.Vài phút sau, ông ta trở ra với giọng hằn học:

- Tôi so chữ ký của em với chữ ký "Thái Thịt Bò" này giống nhau như hệt. Phải em ký chữ này không?

Câu hỏi của ông Tổng giám thị làm tôi giật mình sửng sốt. Tuy rằng có đóng phần vào việc đóng góp ý kiến tạo ra tên giả, tôi hoàn toàn nhớ rất rõ không ký một tên nào nên tôi rất chắc chắn chữ của tôi không thể nào hiện lên trên tờ kiến nghị. Tôi nhìn xuống chữ ký "Thái Thịt Bò" theo ngón tay ông ta chỉ để xem nguyên do nào ông ta nói như thế. Vừa nhìn ra chữ ký ấy, tôi buông tiếng hỡi ôi trong bụng! Chữ ký ấy thật giống chữ ký của tôi, nhưng do thằng Khánh ký. Nét chữ tôi và nó giống nhau như đúc nên bây giờ tôi đứng đây mang họa:

- Dạ không phải, chữ ký đó không phải của em. Tôi trả lời.

"Độp! Độp!" Hai cái tát nẩy lửa vụt đến như sao xẹt. Không kịp đề phòng, tôi lãnh đủ cái tát thứ nhất. Cái tát thứ hai sức tàn phá chỉ còn năm mươi phần trăm vì tôi lách đầu để không hứng trọn cái chưởng lực vũ bão ấy.

- Mày đừng nói láo với tao! Mày là người nổi tiếng chuyên môn xách động và phá đám. Đây không phải là lần đầu tiên mày bị gọi lên đây. Tao biết mày rõ quá mà. Mày còn ngoan cố là tao gọi xe quân cảnh cho mày ra bót cảnh sát xem mày còn cứng đầu đến chừng nào! Ông ta phẫn nộ đổi giọng.

- Em đã nói với thầy em không có ký chữ nào hết. Thầy không có quyền nào đánh em như vậy. Tôi cất tiếng cãi.

- Không có quyền hả? Mày dám cãi với tao hả?

"Độp! Độp!" Hai cái tát khác lại bay đến với tốc độ siêu thanh. Tôi cảm thấy nóng mặt. Máu trong cơ thể tôi lúc này đã sôi bừng như hỏa diệm sơn đang bùng nổ. Ông Tổng giám thị hèn quá, ỷ lớn hiếp bé. Nhất là đánh một người khác với tư thế không thể trả đũa được. Lòng tôi đang nhủ thầm nếu thầy có anh hùng đừng nghĩ đến địa vị thầy trò, ra ngoài sân đánh tay đôi thử xem thầy có dám không?

- Đi ra ngoài! Ông ta hét lớn.

Thế là cuộc chạm trán chấm dứt. Tôi bước ra ngoài nhập bọn cùng bọn đã bị tra tấn. Vài đứa cười khúc khích khi thấy tôi hai má tôi cũng đỏ ửng như tụi nó. Ba đứa kế tiếp được gọi vào. Lần này có cả anh chàng Tín chết nhát ngồi trước tôi. Trong số bốn đứa ký tên, hai đứa Long và Huỳnh đã bị hỏi cung. Chỉ còn thằng Tạo và Khánh vẫn còn đợi đến phiên mình. Thế là tình đồng đội chúng tôi vẫn còn cao đẹp lắm. Chưa có đứa nào khai ra ai ký những chữ ký ấy.

Bốn mươi phút đã trôi qua. Chỉ còn hai mươi phút nữa là bắt đầu giờ học buổi chiều. Các cậu đi học sớm đã bắt đầu xuất hiện ở trước cổng trường. Một số thầy chúng tôi đứng xếp hàng ngoài sân, cả một hiện tượng lạ mắt, nên bắt đầu tụ tập để có dịp ngắm các cô trong lớp tôi. Một vài phụ huynh của các cô trong lớp không thấy con về nên lái xe đến trường tìm con. Họ cũng đứng lại vãng ngoài văn phòng chờ được phép đón con về.

"Độp! Độp!" Lại mấy tiếng bạt tai. Tín và hai đứa khác bước ra nhập bọn với chúng tôi. Ông Tổng giám thị lần này bước ra tươi rói như tên đao phủ sắp hạ lưỡi máy chém:
- *Trần văn Tạo, Nguyễn Chí Huỳnh, Hoàng Lâm Khánh, Nguyễn Phước Long. Bốn người này vào đây xem.*

Thế là đã có tên khai báo nên ông Tổng giám thị mới gọi đích danh thủ phạm như vậy. Cả đám quay sang thằng Tín với những cặp mắt nghi ngờ. Bốn tên tử tội liếc mắt nhìn nhau rồi bước chân vào cái văn phòng chết chóc ấy.
- *Phải em ký chữ "Le Sắc Lé" này không?*
- *Dạ....*
"Độp! Độp!"
- *Phải em ký chữ "Trần Văn Truồng" này không?*
- *Dạ....*
"Độp! Độp!"
- *Phải em...*
Lần lượt từng đứa bắt đầu thú tội. Đến phiên Huỳnh thì nó được một cái may mắn bất ngờ:
- *Phải em ký chữ "Lâm Trọng Bình" này không?*
Thằng Huỳnh đang buồn hiu bỗng cảm thấy như người sắp chết đuối vừa mới vớ được một cái phao. Nó mừng thầm trong bụng vì ông Tổng giám thị chỉ vì bỏ dấu lầm ở chữ "Bình" mà biến cái tên phá phách "Lâm Trọng Bịnh" thành một cái tên rất bình thường "Lâm Trọng Bình". Không để cho ông ta có thì giờ suy nghĩ, nó vội xác nhận:
- *Dạ em đó thầy. Chính em là người ký chữ Lâm Trọng Bình.*

Cả lớp được giải tán khi văn phòng đã tìm ra thủ phạm. Thứ hai tuần kế tiếp khi đi học lại, bốn đứa ký tên đều được nhà trường đưa giấy mời ra Hội đồng kỷ luật vào cuối năm với cha mẹ, điểm hạnh kiểm của tất cả đều bị sửa lại thành "đúp" zê-rô. Thằng Tạo không dám cho ba má nó biết nên mượn tạm một chú đạp xích lô nào trong xóm giả làm ba nó vào ngày ra Hội đồng. Riêng tôi, nhờ bốn thằng bạn thân không khai tôi là người bầy trò trước nhất, tôi được thoát, không phải trình diện Hội đồng kỷ luật để bị phân thây. Tuy thế, vì có lệnh của văn phòng, thầy hướng dẫn của tôi ngày hôm sau báo cho tôi biết là ông cũng phải đổi điểm hạnh kiểm của tôi từ 20 điểm trở thành hai số không to tướng. Hai số không để đời mà sau này tôi dấu nhẹm, hoàn toàn không cho bố mẹ tôi biết đến cái thành tích khó quên này.

Chân Tình Bạn Cũ

Cách đây đã khá lâu, một tuần báo lớn Hoa Kỳ thống kê một số người đã sống qua thập niên 1960 xem họ còn nhớ đang làm gì khi nghe tin Tổng Thống John Kennedy bị ám sát vào ngày 22 tháng 11 năm 1963 tại thành phố Dallas, Texas. 72% dân chúng trả lời là có. Người thì nhớ đang gọi điện thoại, người thì nhớ đang đánh tennis, người thì nhớ đang ngồi trong tiệm ăn, xem TiVi trực tiếp truyền hình đoàn xe Tổng Thống viếng thăm Texas với Thống Đốc John Connally, Jr.. Khi một biến cố trọng đại xẩy ra trong đời sống, phần lớn chúng ta vẫn còn nhớ lúc bấy giờ đang làm gì. Tôi còn nhớ đang trên đường lái xe đến sở thì nghe tin phi thuyền con thoi Challenger nổ tung vào ngày 28 tháng Giêng năm 1986, chỉ có 73 giây sau khi ống phản lực đẩy phi thuyền từ giàn phóng, giết chết tất cả phi hành đoàn, gồm cả cô Christa McAuliffe, nhà giáo đầu tiên được NASA tuyển chọn bay vào không gian. Tôi còn nhớ buổi sáng 11 tháng 9 năm 2001 nghỉ làm một ngày ở nhà thì người bạn đồng sự gọi điện thoại bảo tôi bật TiVi lên xem quân khủng bố AlQueda dùng máy bay thương mại đâm vào hai tòa nhà World Trade Center ở New York, giết chết hơn 2800 người.

Biến cố 30 tháng Tư 1975 cũng là một biến cố quan trọng xẩy ra gần 30 năm về trước mà không một người Việt Nam nào có thể quên. Khác hẳn với những biến cố xẩy ra nhanh chóng trong một khoảng thời gian nhất định, tình hình quân sự lúc bấy giờ thay đổi dồn dập, kéo dài liên tiếp trong mấy tháng trước khi đưa đến cảnh thủ đô Sàigòn thất thủ. Tôi nhớ trong suốt thời gian ấy, những hôm đi học là những hôm bạn bè đăm chiêu, lo lắng cho nhau, không biết sự thể sẽ biến chuyển như thế nào. Khác với những lứa tuổi của các em tiểu học đang vẫn còn ngây thơ vô tư lự, không màng và không biết đến chuyện gì quan trọng sẽ xẩy ra, và khác với những bậc cô chú hay cha mẹ đã có đủ kinh nghiệm đời để có thể chuẩn bị đương đầu đối phó với gian nan sắp đến, chúng tôi, những học sinh cuối cùng năm Trung học, vẫn còn nằm trong giai đoạn mộng mơ vừa mới lớn, đùm bọc nhau trong tình bạn thân thiện, chia sẻ với nhau những bài hát du dương, những lời thơ tình tứ, những chuyện tình lãng mạn, những ngày tháng mơ mộng, và những mối tình vụng dại. 30 tháng Tư đến thình lình như kẻ trộm, như những giọt mưa làm xáo trộn mặt nước đang phẳng lặng như tờ, như tiếng ễnh ương kêu trong đêm khuya thanh vắng phá vỡ màn đêm tĩnh mịch, như những đám mây đen ở đâu thình lình kéo đến che phủ bầu trời mới vừa xanh ngắt. Nó chẳng những đập tan cái nếp sống bình thường trong mỗi người trong chúng tôi mà lại còn phân tán tất cả thầy cô và bạn học mỗi người một ngả, người đi, kẻ ở, người sống, kẻ mất, người bên này Thái Bình Dương, kẻ bên kia Đại Tây Dương.

Những năm đầu tiên định cư ở Hoa Kỳ là những năm tình trạng tâm lý của tôi hoàn toàn trái ngược. Tuy rằng tôi may mắn rời khỏi Việt Nam cùng gia đình, mỗi lần đi học trong một mái trường xa lạ, bên cạnh những người bạn ngoại quốc mới ngỡ ngàng quen biết, nghe thầy cô giảng bài trong một ngôn ngữ không phải tiếng mẹ đẻ của mình, tôi lại chạnh lòng nhớ đến ngôi trường xưa, bạn học cũ. Bạn của tôi bây giờ ở đâu? Bạn và gia đình vẫn bình an vô sự? Bây giờ bạn làm gì sinh sống? Bạn có cũng như tôi cắp sách trở lại trường với nửa hồn thương đau không? Bạn có ngồi đâu đó suy nghĩ vẩn vơ về tôi như tôi đang suy nghĩ về bạn không? Tâm trạng bạn có ngổn ngang xáo trộn như tôi không? Có mỗi chiều lâu lâu ra biển nhìn về tuốt tận một chân trời thăm thẳm để khóc lên những giọt nước mắt đau thương nhớ vắng bạn bè?

Một năm, hai năm, 5 năm, 10 năm, 20 năm..., mỗi năm cứ đến ngày 30 tháng Tư, nó lại làm tôi nhớ đến hoàn cảnh làm cho mình phải xa vắng bạn bè. Mỗi lần nghĩ đến ngày ấy, hình ảnh của bao nhiêu bạn trong lớp học lại hiện ra trong trí óc tôi, hoàn toàn không phai nhạt. Tuy rằng tôi đã lặng lẽ phù hợp vào nếp sống mới, hướng dẫn gia đình mới tiến bước một quãng đời mới trên một xứ sở mới, lòng tôi vẫn không nguôi nhạt nỗi nhớ nhung về những bạn học cũ, nơi ngôi trường thân yêu cũ, ở quê hương cũ một dạo nào.

Tôi đã những tưởng bạn học cũ chỉ còn là những gì mường tượng trong trí nhớ, thế nhưng một hôm internet đã hoàn toàn thay đổi đời sống của tôi. Qua mạng lưới, tôi nối liên lạc được với một bạn trong lớp, và dần dần, từ người bạn này, cũng như từ mạng lưới, tôi bắt lại liên lạc được với hầu hết tất cả bạn học xưa. Ngày đầu tiên những bạn sống gần nhau trong cùng thành phố tổ chức một buổi họp mặt, tôi đã thật mừng rỡ khi gặp lại bạn học xưa bằng xương bằng thịt. Cái cảm giác bạn bè bắt tay nhau sau mấy mươi năm xa cách còn nồng nàn hơn ngồi gần lò sưởi ấm trong những chiều đông lạnh lẽo, còn ấm cúng hơn ly cà-phê nóng trong những buổi sáng sương xuống. Tôi ôm chầm từng bạn một mà không muốn bỏ ra, e rằng cảm giác mất bạn vào tháng Tư năm 1975 lại tái diễn. Trong lòng tôi có một nỗi mừng vô hạn của gia đình có người thân mất tích vì chiến tranh sau bao nhiêu năm không liên lạc thì bây giờ được tin người ấy vẫn còn sống và trên đường trở về nhà đoàn tụ, như một người cha đau khổ đọa đầy vì có đứa con hoang đàng bỏ nhà ra đi biền biệt bao nhiêu năm tháng, bỗng một ngày nó xuất hiện trước cửa xin lỗi về hành động đã làm và xin cha tha thứ cho nó được trở về nhà. Trí não của tôi sau khi nhìn từng bạn một, quan sát vóc dáng, cử

                                                  nguyễn tài ngọc

chỉ, hành động, tiếng cười nói của mỗi bạn, bèn vội mang cái máy chiếu phim cất giấu trong tiềm thức ra, bắt đầu ngược thời gian hai mươi mấy năm về trước, chiếu cho tôi xem những kỷ niệm tôi đã giao tiếp với người bạn đó trong lúc còn đi học như thế nào. Tôi có cảm tưởng như xem một phim kiếm hiệp, một lão tiền bối lấy ra một bửu bối cấu tạo bằng nhiều mảnh, phân chia mỗi mảnh cho mỗi đệ tử, rồi mỗi người đi mỗi ngã, hẹn gặp nhau 30 năm sau. 30 năm đã qua, các đệ tử từ tứ phương họp nhau lại, mỗi người rút ra một phần mảnh đó để ráp lại cái bửu bối thành nguyên vẹn. Mỗi một người, mỗi một câu chuyện mà các bạn kể lại thời đi học như những mảnh bửu bối, như những miếng puzzles nho nhỏ được trí não tôi ráp nối trở lại thành một bức ảnh nguyên vẹn năm xưa. Cái kỷ niệm êm đềm của tuổi mới lớn ở Trung học, cái tuổi thơ mộng nhất của một đời người, dần dần ghép nối lại thành một tấm ảnh rất là rõ, một bức ảnh tôi tưởng sẽ không bao giờ tìm lại được. Không những tôi đã thành công trong việc phục hồi tấm ảnh xưa kia ấy, mà bây giờ tôi còn nhận thức được giá trị vô giá của tình cảm chân thật bạn bè hai mươi mấy năm sau mang đến cho tôi.

Để bù lại hơn một phần tư thế kỷ mất liên lạc, chúng tôi thỉnh thoảng tổ chức gặp nhau, luân phiên hết tại nhà người này rồi đến nhà người khác. Mỗi lần gặp là mỗi lần tình bạn xưa cũ lại tăng trưởng, chuyện cũ thời đi học không biết ở đâu khui ra hoài vẫn không hết đề tài để nói. Có một lần, đứa con gái lớn hỏi tôi tại sao đối với bạn học cũ, tôi liên lạc và giao thiệp thân mật hơn là bạn trong sở hay bạn láng giềng? Câu hỏi bất chợt làm tôi phải khựng vài giây phút để suy nghĩ cho câu trả lời. Bạn láng giềng không gặp nhau cả ngày trong bao nhiêu năm như bạn chung trường. Bạn đồng sự tuy gặp nhau mỗi ngày, nhưng ngoài vài lời xã giao chào hỏi, mọi người ai nấy chú trọng đến công việc của mình làm. Bạn trong sở và láng giềng đều quen biết trong giai đoạn trưởng thành, khi mọi người đều có những chuyện riêng tư trong đời sống phải đối phó và lo nghĩ. Trái lại, bạn Trung học quen nhau khi còn trong lứa tuổi học trò, chưa phải lo lắng đi tìm miếng ăn nuôi thân, chưa nhận thức được ảnh hưởng nguy hại của chiến tranh sẽ trực tiếp hay gián tiếp xẩy đến cho mình, chưa phải lăn lộn trong đời sống để học hỏi những tính nết xấu xa như tham lam, bất lương, ganh tị, đòi hỏi, kiểu cách, khoe khoang...Ai nấy cũng còn sống trong một thế giới mộng mơ, hình dung ra một thế giới đẹp đẽ đầy mơ mộng đang chờ đợi mình khi khôn lớn. Đầu óc mọi người tuy không còn non nớt, nhưng cũng không là điêu luyện trong việc trá hình, nên những tình cảm giận hờn hay vui mừng đều là những tình cảm chân thật bộc lộ không tính toán.

Biến cố 30 tháng Tư bây giờ không còn làm tôi nhớ lại nhiều những kỷ niệm xưa khi còn đi học vì tôi đã bắt liên lạc được với đa số bạn học thân thuộc cũ. Hình ảnh bạn bè bằng xương bằng thịt hiện tại trong trí não tôi đang xóa dần những hình ảnh lu mờ của chúng tôi thời còn đi học. Thay vào đó, tôi nhớ rất rõ ba năm trước đây, khi chưa liên lạc được với một người bạn học cũ nào, vào một buổi chiều mùa Xuân đang ngồi đọc sách trong phòng khách thì nhà có chuông điện thoại reo. Nhắc máy nghe lên, bên kia là tiếng của một người muốn nói chuyện với tôi: người ấy là người bạn Trung học đầu tiên tôi nói chuyện sau hai mươi mấy năm xa cách.

Chỉ Một Lần Thôi

Đứng trước vỉa hè bên ngoài phi trường Burbank ngắm những hành khách đi ra hết lượt này đến lượt khác từ chỗ lấy hành lý, tôi có cảm tưởng như mình đang ở trong một phim trinh thám nghẹt thở, hay tôi là điệp viên Đặng Chí Bình trong *Thép Đen*, từ miền Nam xâm nhập ra miền Bắc, trà trộn với dân chúng rồi đến gặp một người móc nối ở đền Ngọc Sơn, Hà Nội. Nhiệm vụ của tôi chiều nay là đón một cô bạn ngày xưa học chung Trung học với vợ tôi sẽ đến từ Denver, Colorado. Vấn đề là tôi không biết mặt mũi cô ta ra sao. Tôi chỉ biết là để nhận diện, tôi đã được biết trước là cô ta sẽ mang theo một valise kéo tay mầu đỏ và mặc một chiếc áo mầu xanh dương nhạt. Tệ hơn nữa, cô ta cũng chẳng biết hình dạng tôi như thế nào, chỉ biết tôi ôm ốm, dong dỏng cao, có một bộ râu và đeo kính cận.

Những diễn tiến xảy ra đưa đẩy tôi với một sứ mạng *Mission Impossible* đi đón một người tôi không hề quen biết hôm nay cũng không có gì phức tạp cho lắm: Hội Ái Hữu Cựu Học Sinh trường Trung học VN cũ của vợ tôi mấy tháng trước đây quyết định tổ chức một buổi Họp Mặt tại Santa Ana, California. Vì là một thành viên của ban tổ chức, và vì nhà tôi chỉ cách Santa Ana một giờ mười lăm phút lái xe, vợ tôi là một trong những người tình nguyện xếp đặt chỗ ở, lo mướn khách sạn cho những bạn từ phương xa đến. Một tuần trước đây, vợ tôi nhận email của một cô xưng tên là Kim Tuyền. Cô ta nhận ra tên vợ tôi, nói là ngày xưa hai người có học chung với nhau. Cô ta hiện thời ở Colorado, báo là sẽ đi dự, nhưng chỉ đi một mình vì chồng bận công việc. Cô ta nhờ vợ tôi tìm và đặt phòng khách sạn gần nơi họp mặt.

Trong một bữa ăn tối, vợ tôi đem chuyện này kể cho tôi nghe. Tuy rằng rất hào hứng gặp lại bạn học cũ, vợ tôi hoàn toàn không nhớ Kim Tuyền là ai. Biết rằng người thích đời sống đơn độc đến cách mấy đôi lúc cũng cảm thấy cô đơn khi ở khách sạn một mình, tôi nói với vợ tôi là đề nghị cô ấy đừng ở khách sạn mà đến nhà chúng tôi ở. Ở với chúng tôi thì có người nói chuyện, ăn uống cũng không đơn chiếc, việc di chuyển cũng dễ dàng vì tôi tình nguyện cô ấy muốn đi đâu tôi sẽ chở đến đó. Hơn thế nữa, chúng tôi cũng dự buổi họp mặt nên cô ấy không cần phải lo lắng về phương tiện di chuyển đến địa điểm. Vợ tôi tán thành ý kiến của tôi, và hôm sau email cho Kim Tuyền. Cô ta đồng ý, và sau khi email qua lại nhắc nhở những kỷ niệm ngày đi học, Kim Tuyền email tấm ảnh của nàng lúc còn đi học ở Việt Nam.

Vợ tôi lúc này "*chat*" email thường xuyên với một số cô bạn học cũ cùng lớp. Sau những buổi họp mặt nho nhỏ luân phiên nhau từ nhà cô này đến nhà cô khác, tôi cũng biết được tất cả mọi người, và vì thế, tôi cũng nằm trong *chat group*. Vợ tôi loan báo vừa mới liên lạc được với Kim Tuyền, và từ đó việc trao đổi email trở nên sống động. Cô này nhắc cô kia, và dần dần ai cũng đều nhớ ra Kim Tuyền. Chị Hồng là người có trí nhớ dai nhất. Chị nhớ Kim Tuyền ngày xưa xinh đẹp, dáng người thon thon, tóc dài quá vai và tính tình hơi nhút nhát. Một điểm mọi người ai cũng đồng ý là Kim Tuyền ngày xưa rất xinh.Tấm ảnh cũ kỹ Kim Tuyền email cho vợ tôi đã hơn ba mươi năm, chụp từ hơi xa và bằng máy ảnh có lẽ loại rẻ tiền nên không thấy rõ mặt. Tuy nhiên, nhìn cô trong ảnh với mái tóc xõa vai, dáng người mảnh khảnh với chiếc áo dài trắng sẽ bay trong một cơn gió nhẹ, tôi trong bụng mừng thầm không cầu mà được: tôi sẽ được hân hạnh đón tiếp một giai nhân kiều diễm đến nhà tệ xá. Thứ Sáu, hôm nay, ngày Kim Tuyền đến thì vợ tôi không dự định phải đi Las Vegas thăm bố nàng. Nàng dặn tôi xin lỗi, và nói với Kim Tuyền là nàng sẽ trở lại và cùng đi với Kim Tuyền dự buổi họp mặt hôm sau.

Tôi nhìn đồng hồ tay: 2 giờ 30. Chuyến bay Kim Tuyền đến 3 giờ. Tôi đến quá sớm thế nhưng không sao. Ý nghĩ được đón tiếp một giai nhân xinh đẹp đến nhà làm tôi hào hứng bỏ việc lưng chừng đến phi trường sớm để đón nàng. Tôi không thể nào chịu được cảnh người đẹp đến phi trường bơ vơ lẻ loi một mình không thấy người ra đón. Lo lắng không ai đón tiếp mình chẳng những hại cho sức khỏe, mà còn ảnh hưởng nhan sắc của Kim Tuyền nữa. Ấn tượng của nàng về tôi gặp nhau lần đầu tiên bảo đảm sẽ không được tốt nếu tôi đón nàng trễ. Ấy là chưa kể đến bao nhiêu người đàn ông khác khi thấy một người đẹp đứng lẻ loi sẽ đến tìm cách nói chuyện, một điều tôi không thể chấp nhận được vì bước xuống máy bay, người đầu tiên nàng nói chuyện phải là tôi.

Quá ư bận rộn với những ý nghĩ sẽ gặp một người con gái đẹp, thời gian vụt trôi qua đã 3 giờ 20. Máy bay Kim Tuyền đã đến, tôi tiến đến gần khu cửa hành khách từ phi trường ra để đón nàng cho dễ. Số hành khách hàng năm của phi trường Burbank –bây giờ đã đổi tên thành Bob Hope Airport- chỉ có 5.5 triệu so với phi trường Los Angeles đứng hàng thứ năm trên thế giới với số hành khách là 61.5 triệu, và so với phi trường Atlanta đứng hàng thứ nhất trên thế giới với số hành khách hàng năm là 86 triệu, nhưng tính trung bình thì Burbank tương đối to hơn các phi trường khác ở những thành phố nhỏ trên nước Mỹ. Có lẽ ba, bốn chuyến bay đến cùng một lúc nên rất đông người vai xen vai ào ạt đổ xô đi ra ngoài. Tôi không muốn đến sát cửa, sợ người ta đi ra quá nhanh và quá đông nên có thể tôi không thấy Kim Tuyền. Tôi đi ra xa khoảng hai mươi thước, đứng dựa tường, mắt rảo rác nhìn hết cô này đến cô khác. Ở đây tôi có một tầm nhìn bao quát từ người ở trong cửa bước ra cho đến người đi hai mươi thước đến chỗ tôi đứng nên không thể nào giai nhân Kim Tuyền có thể hụt ánh mắt tôi. Mắt tôi như những máy ảnh tinh vi nước Anh gắn khắp nơi trong thành phố London ghi lại tất cả các khuôn mặt của khách bộ hành, ngừng lại ở hết cô này đến cô kia. Tôi làm việc gì cũng tìm một phương cách hữu nghiệm để khỏi phí thì giờ. Ở đây cũng thế. Cái máy ảnh quan sát tinh vi trong óc tôi tự động loại bỏ đàn ông để chỉ còn đàn bà, loại bỏ con nít để chỉ còn người lớn, loại bỏ bà già để chỉ còn mấy cô tre trẻ, và cuối cùng, loại bỏ mấy cô ngoại hình không được khá để chỉ còn tập trung vào những cô xinh đẹp. Với một kỹ thuật giải quyết siêu đẳng như vậy, dù rằng số hành khách ào ạt đi ra có đông cách mấy đi nữa, tìm Kim Tuyền đối với tôi không phải là một việc khó khăn.

3 giờ 35 . Mười lăm phút trôi qua, với số người đi ra thưa hẳn mà không thấy Kim Tuyền, tôi bắt đầu chột dạ. Ở phi trường Burbank, nơi lấy hành lý là ở bên ngoài terminal cạnh đường xe chạy, người bên ngoài đến lấy cũng được (không như ở các phi trường khác, khu lấy hành lý năm bên trong terminal, sau khi lấy hành lý mình phải đi qua cửa mới ra bên ngoài đường) . Tôi đi bộ đến khu hành lý, ngó dáo dác. Không thấy Kim Tuyền. Nàng đã nói là không gửi hành lý máy bay nên không có nàng ở đây cũng phải. Tôi đi bộ ra mặt tiền của phi trường. Cảnh trí tấp nập. Xe cộ nối đuôi nhau cặp vào lề, ra vào từ chỗ vỉa đường sơn màu trắng. Mắt tôi nhìn khắp nơi Đông, Bắc, Tây, Nam để tìm Kim Tuyền, xem những hành khách vừa mới ra đứng sát mặt đường để leo lên xe đến đón, xem những người đứng dựa tường chờ đợi người thân, xem những người đi bộ lên xuống trên đường trong lúc nói chuyện trên điện thoại cầm tay để giết thì giờ. 3 giờ 45. Vẫn không có Kim Tuyền!

Ngay lúc tôi bắt đầu hoảng sợ không gặp Kim Tuyền thì ở băng ghế xa xa cách chỗ tôi độ ba mươi thước, trước trạm United Airlines, tôi phát hiện một cô ngồi với hành lý xách tay đỏ để dưới đất, dáng người ốm ốm, đầu quay nhìn về hướng ngược chiều với tôi. Cô ta mặc chiếc áo xanh dương nhạt, với chiếc váy ngắn và cặp đùi dài bắt mắt từ đằng xa. Tim tôi đập thình thịch khi càng đến gần vì chưa bao giờ tôi thấy cô nào có cặp đùi đẹp như vậy. Tóc cô ta tuy không đen tuyền như người Á Đông mà là một mầu nâu đỏ nhạt, nhưng đã có kinh nghiệm với ba cô con gái ở nhà cứ mỗi vài tháng là nhuộm một màu khác, lòng tôi sung sướng khi nghĩ đến cuối cùng cũng đã gặp Kim Tuyền, một giai nhân tuyệt sắc không hổ danh truyền. Khi đến gần độ ba thước thì cô ta quay đầu lại về hướng tôi. Bây giờ tôi mới thấy gương mặt của cô ta. Gương mặt tuyệt đẹp, thật đáng đi đôi với cặp đùi dài thườn thượt hết sẩy, nhưng cô ta là người ngoại quốc, có vẻ như người Trung Đông lai Mễ. Lòng tôi tràn đầy chán nản khi cô ta không phải là Kim Tuyền, thất vọng như vừa tốn bao nhiêu thì giờ xây một lâu đài bằng cát đẹp vô cùng trên bãi biển nhưng chỉ trong tích tắc cơn sóng biển đánh vào bờ mang lâu đài của tôi ra biển khơi mông lung, để lại một mặt cát phẳng lặng tầm thường không ý nghĩa.

Tôi quay ngược, đi bộ trở lại phía mặt tiền của phi trường. Hành khách xuống máy bay, hành khách ra phi trường, hành khách đón xe đã đi hết để lại một phi trường vắng lặng. Cảnh tượng ồn ào đông đúc như đường phố Sàigòn, như Quartier Latin ở Paris chỉ 30, 40 phút trước đây bây giờ nhường lại cho cảnh tượng vắng vẻ của con đường Lê Lợi một giờ sáng người ngợm thưa thớt. Ánh mắt của tôi đang bâng khuâng nhìn dưới đất theo từng mũi giầy tiến bước thì trong một lóe cạnh ánh mắt với bước chân bên phải, tôi thấy thoang thoáng có một cặp chân của một người nào đứng xa tôi khoảng mười thước về phía trước. Ngoảnh đầu lên nhìn, một cô gái (hay một bà già?) tay phải đang cầm xách tay đen, mặc quần như là loại đi đôi với chiếc áo bà ba, áo màu xanh dương nhìn như may từ thời vua Minh Mạng. Cô ta thấp người, dáng tròn trịa, thoạt nhìn không hiểu sao tôi lại nghĩ ngay đến bài hát *"Tía em hừng đông đi cày bừa.."*. Cô ta nhìn tôi chăm chú, mặt sáng rỡ như vừa mới tìm lại được viên kim cương thất lạc. Tôi còn đang hoang mang, không biết mình đang diện kiến em gái của bà Năm Sa Đéc ở Bánh Bao Ông Cả Cần, hay má của anh Vọi trong *Trống Mái* của Khái Hưng, hoặc các nữ đồng chí trên đường mòn Hồ Chí Minh của Xuân Vũ trong *Đường Đi Không Đến* thì tay phải của cô ta bỗng dưng nhấc lên, và với một động tác thật chậm rãi, các ngón tay từ từ khép kín lại để chỉ chừa lại ngón trỏ chỉ về phía tôi, thốt lên một câu hỏi mà đầu óc tôi vì vẫn còn đang nằm trong một cơn kinh hoàng nên tai không nghe một tiếng gì cả: *"Anh Ngọc đó hả?"* Tôi choáng váng nhìn chung quanh một lần nữa. Hành khách không còn một ai. Chẳng lẽ đó là Kim Tuyền, người bây giờ hoàn toàn khác hẳn 100% với người trong hình lúc mười sáu tuổi? Vỉa hè trước phi trường vắng lặng không còn ai ngoại trừ hai người – Kim Tuyền và tôi- mặt đối mặt như hai tay súng cao bồi thần tốc Lee Van Cleef và Clint Eastwood chạm trán trong phim *For A Few Dollars More*. Đầu óc tôi quay cuồng với những cảnh chạm súng trong những phim cao bồi tôi hằng mơ thích: Kim Tuyền bây giờ là tay súng thần tốc Gary Cooper trong *High Noon*, Terrence Hill trong *They Call Me Trinity*, Clint Eastwood trong *A Fistful Of Dollars*, Wyatt Earp trong *Tombstone* tại O.K. Corral, tất cả vừa mới bắn một viên đạn bay nhanh hơn sao xẹt đến tôi theo hướng mũi tay chỉ. Tôi né người, mặt quay 90 độ, viên đạn bay chỉ cách má tôi vài mili mét. Ngoảnh theo hướng viên đạn bay ra phía sau, tôi hy vọng điên cuồng là câu hỏi em gái của Bà Năm Sa Đéc vừa mới hỏi là để cho người nào ở

   nguyễn tài ngọc

đằng sau tôi. Nhưng vận số bất hạnh của tôi bao nhiêu năm nay không thay đổi thì không có lý do gì lại đổi thay hôm nay: Không một ai đứng sau lưng tôi hết. Tôi đành xuôi tay chấp nhận cho số phận đã an bày, tiến tới, nhoẻn miệng cười xã giao trong đau khổ, và sau vài lời giới thiệu để biết chắc tôi là chồng Cẩm Loan và nàng là Kim Tuyền, chúng tôi lấy xe rời phi trường.

Kim Tuyền là người nhút nhát, ít nói, đúng như các cô bạn học diễn tả. Biết rằng đến nhà một người lạ, nói chuyện với người lạ là cả một sự ngại ngùng, để Kim Tuyền được thoải mái, tôi vồn vã hỏi thăm và gợi bao nhiêu chuyện cho phá tan bầu không khí nặng nề. Vì thì giờ còn quá sớm, tôi chở Kim Tuyền đi xem thắng cảnh Los Angeles, Beverly Hills, trước khi đi ăn tối và về nhà. Trong mấy giờ đồng hồ đó, tôi đã cố gắng kể bao nhiêu chuyện, kể cả một trăm lẻ tám chuyện tình thất bại của tôi trước khi lập gia đình với vợ tôi hiện thời cho Kim Tuyền nghe. Mãi gần chín giờ tối sau khi cho Kim Tuyền tham quan Los Angeles gấp rút, chúng tôi mới về đến nhà. Trên lầu nhà tôi luôn luôn có một phòng trống dành cho khách. Tôi mang hành lý lên lầu, chỉ cho Kim Tuyền phòng ngủ, nhà bếp, phòng tắm, nói Kim Tuyền cứ tự nhiên dùng computer, tủ lạnh, xem như là nhà, rồi tôi đi tắm và đi ngủ.

Tôi thiếp đi trong giấc ngủ không được bao lâu thì cô con gái thứ ba vào phòng đánh thức tôi dậy. Nhìn đồng hồ chiếu trên trần nhà, bây giờ đã là 11:30 đêm.

- *Bố ơi, ai ở trong phòng computer vậy?* Tôi có bốn đứa con, nhiều khi dặn đứa này mà quên dặn đứa khác nên nói với nó:
- *Mẹ không nói với con hả? Bạn của mẹ đến chơi cuối tuần.*
- *Cái cô này lạ lắm bố.*
- *Lạ là như thế nào?* Tôi thắc mắc.

- Con không biết là nhà mình có khách nên hồi nãy đi chơi về, con định vào phòng computer lên Internet nhưng mở chỉ được he hé thì không đẩy được nữa...
Tôi hơi ngạc nhiên. Chỉ trừ phòng ngủ chính của vợ chồng tôi là có khoá, còn tất cả phòng khác đều không có khoá. Chưa kịp hỏi thì cô con gái nói tiếp:
- Con không đẩy cửa được nữa vì cô ấy lấy cái ghế chặn ở đằng sau cửa, không cho ai vào.

Nghe đến đây tôi chưng hửng. Ban đầu thì tôi không hiểu tại sao Kim Tuyền phải lấy ghế chặn cửa, nhưng trong tích tắc, tôi tìm ra chân lý: Kim Tuyền e ngại ban đêm tôi có thể biến thành con quỷ râu xanh đột nhập phòng nàng không giấy phép nên chặn cái ghế để làm chậm tiến làn sóng tấn công đầu tiên của quân địch. Là người cẩn thận như thế, tôi cũng không lấy làm lạ gì nếu nàng đã xuống bếp đem thủ sẵn cái soong và con dao chặt thịt dấu ở trong phòng. Nếu cái ghế chắn cửa thất bại trong việc cầm chân quân địch nơi ngưỡng cửa thứ nhất, tôi sẽ bị cái soong đập vào đầu ở trận chiến thứ hai rồi con dao chặt thịt sẽ tìm bộ phận khác trên người tôi để kết liễu cuộc chiến. Tôi lắc đầu thở dài, nằm xuống cố quay trở lại giấc ngủ. Ngày hôm sau tôi lại chở Kim Tuyền đi xem thắng cảnh ở Simi Valley, và khi dự buổi họp mặt, tôi cũng ráng nói chuyện với nàng khi có thì giờ vì nàng không quen ai trong buổi họp.

Sáng Chủ Nhật bảy giờ Kim Tuyền bay trở về Denver. Để vợ tôi ngủ cho yên giấc, sáng sớm năm giờ tôi đánh thức Kim Tuyền dậy để chở ra phi trường. Năm giờ sáng thành phố vẫn bao phủ bằng một màu đen ngòm, xe cộ vẫn còn thưa thớt. Lần này thì tôi không nói, và không gợi chuyện. Tôi vẫn còn cay cú về chuyện cái ghế chắn cửa. Phải chi tôi là người có hành động mờ ám thì không nói gì. Đằng này thì ý định của tôi hoàn toàn chân chính, tôi chỉ thấy tội nghiệp cho người ngủ khách sạn cô đơn một mình nên mời

                    nguyễn tài ngọc

về nhà cho vui, không cần biết là trai hay gái, xấu hay đẹp. Phải chi tôi độc thân thì cô nào ngủ nhà tôi có lẽ còn sợ, đằng này tôi có đến ba cô con gái lớn và một cậu trai út cùng ngủ chung trong nhà . Phải chi tôi là người có nhan sắc của một chị Doãn hay của thằng gù Quasimoto ở nhà thờ Đức Bà thì mặt tôi kinh hãi quá, chặn cửa là lẽ tất nhiên. Phải chi một người có sắc đẹp tuyệt vời như Brigitte Bardot, có bộ ngực nẩy lửa như Raquel Welch, có cặp đùi quyến rũ như Marilyn Monroe, có thân hình khêu gợi như Thẩm Thúy Hằng, đằng này một người có sắc đẹp như Bà Năm Sa Đéc mà lại sợ tôi, Alain De Ngọc, dở trò nham nhở giữa giờ Tí canh Ba thì còn gì là thanh danh tôi nữa? Nếu chuyện này ngày mai đây các cô bạn của vợ tôi mà biết được: *Tài Ngọc bị bà Năm Sa Đéc sợ cưỡng ép ái tình*, thì tôi còn mặt mũi nào mà sống? Thà là uống vài chục viên xí mụi hay ô mai tự tử cho rồi. Tôi học được một bài học quý giá: mình có lòng hảo tâm mà lòng tốt của mình lại bị nghi ngờ như vậy thì chỉ một lần thôi, một lần mời Kim Tuyền đến nhà rồi sẽ không bao giờ mời nữa.

Càng nghĩ càng cay cú, tôi lại càng không muốn nói, giữ yên lặng trong suốt ba mươi phút lái xe ra phi trường. Nhưng lần này thì lại có một chuyện lạ. Kim Tuyền không có vẻ gì của một người đàn bà nhút nhát ban đầu, nói chuyện huyên thuyên cho tôi nghe từ đầu đến cuối , và lại còn cố gắng cạy miệng tôi nói nữa! Chẳng mấy chốc thì xe đã đến phi trường. Tôi đậu xe, mở cốp, lấy valise đưa cho Kim Tuyền, và như một nhà ngoại giao đại tài ở Hội Đồng Liên Hiệp Quốc, tôi vui vẻ cám ơn Kim Tuyền đã đến nhà chúng tôi ở, và hy vọng là sẽ gặp lại nhau vào lần tới. Kim Tuyền nói cám ơn. Tôi đóng cốp, đi về hướng cửa xe bên người lái, nhưng để ý Kim Tuyền vẫn đứng đó chưa chịu đi . Ánh mắt của cô nàng vẫn chằm chằm nhìn tôi. Tôi có linh cảm là cô ta muốn nói một vài lời. Đã mở cửa xe, tôi khựng lại một vài giây và quả thật tôi nghĩ không lầm

khi ánh mắt tôi chạm phải ánh mắt của cô ta. Kim Tuyền
thều thào cất tiếng:

-Anh Ngọc! You are so nice!

                                                    nguyễn tài ngọc

Viết Cho Một Người
Vừa Nằm Xuống

Email của vợ anh gửi đến cho tôi hôm qua, tuy rằng đã trông đợi, vẫn làm tôi thẫn thờ và kinh ngạc: tin anh đã qua đời. Chúng mình gặp nhau chỉ mới có bốn tháng trước đây, lần đầu tiên và là lần duy nhất ở đám cưới của con một người bạn vợ tôi tại Montréal. Tôi vẫn không quên buổi chiều hôm ấy tại nhà chú rể, gia đình hội họp ăn uống ăn mừng trước ngày đám cưới hôm sau. Bước chân vào nhà, tôi cảm thấy bỡ ngỡ và lẻ loi vì số người trong nhà tuy rất đông, nhưng tất cả đều là liên hệ ruột thịt trong gia đình. Số còn lại đều là bạn thân của mẹ chú rể từ bên Pháp sang, mọi người ai cũng biết nhau, ngoại trừ tôi.

Bạn của vợ tôi, mẹ chú rể, bận rộn không thể nào bỏ thì giờ nói chuyện riêng rẽ nên sau vài phút xã giao , để tôi ngồi sau vườn với mọi người, và dặn tôi một lời khó có thể thực hành cho một người lạ trong một đám đông mà ai cũng biết nhau: *"Ngọc cứ tự nhiên nhe."* Vợ tôi có quen một số người bên Pháp sang. Sau gần hai mươi năm không liên lạc, gặp lại nhau là cả một sự thích thú nên nàng rất bận rộn chuyện ngắn tình dài. Tôi hơi chột dạ, tuy rằng cũng nói một vài câu xã giao với người này kẻ nọ, nhưng lòng thì nghĩ đến một buổi chiều dài đăng đẳng.

Nhìn không chủ định lối kiến trúc của những căn nhà kế bên cho qua thì giờ, tôi không để ý đến một người ngồi xuống cạnh tôi bên tay phải, đến khi anh ta cất tiếng, trong tay cầm lon bia đưa ra trước mặt tôi:

- Anh uống bia đi anh. Anh tên gì? Tôi quay người, chìa tay bắt tay anh ta:

- Tôi tên Ngọc. Cám ơn anh, tôi không uống bia. Còn anh tên gì?

- Không uống bia sao? Để tôi lấy anh lon Coke. Tôi tên Quân. Anh ở đâu vậy?

- Tôi ở Simi Valley, giáp ranh giới Los Angeles, California. Còn anh?

- Tôi ở Pháp. Ba anh em tôi với hết thảy vợ con qua đây ăn đám cưới. Anh tới Montréal lâu chưa? Ăn mấy miếng này cho vui đi anh.

- Cám ơn anh. Tôi đến hôm qua.

Tôi biết anh và tôi không ai mà không nhớ đó là lần đầu tiên hai đứa mình gặp nhau, phải không anh Quân? Tôi có ngay thiện cảm với anh, không những anh cứu nguy cho tôi khỏi cảm thấy lẻ loi, mà nhờ sự ân cần niềm nở, gương mặt anh lúc nào cũng có nụ cười làm tôi không còn để ý đến thì giờ trôi qua quá chậm. Tôi biết là anh đang bị bệnh gì có vẻ trầm trọng vì nước da anh trắng nhợt, người ốm yếu với cái nón trắng đội để che đậy đầu không còn tóc, ảnh hưởng của *chemotherapy*. Không để cho người đối diện suy nghĩ mông lung về tình trạng của anh mà không có câu trả lời, anh tiếp:

- Tôi bị ung thư ruột đã hơn sáu tháng. Bây giờ bị luôn ung thư gan. Bác sĩ nói chỉ còn mấy tháng nữa nên tôi qua Mỹ đi chơi cho rồi, vì biết rằng lần này là lần chót trước khi chết.

Giọng anh nói thật điềm tĩnh xen lẫn với sự cười cợt làm chính tôi cảm thấy kinh ngạc làm thế nào anh có trạng thái quá ôn hòa khi nhắc đến cái chết của mình.

Tối hôm sau là đám cưới. Không hẹn mà gặp, nhà trai lại xếp chỗ bàn anh ngồi chung với tôi. Mình lại có dịp đả thông tư tưởng, chia sẻ chuyện thú vị trong đời sống cho nhau nghe. Anh nói cho tôi nghe là ngày mai anh sẽ lái xe đi xem thắng cảnh Boston và Washington D.C. cùng với gia đình. Anh vẫn là Quân tôi gặp hôm qua: vẫn vui vẻ, vẫn cười đùa, vẫn tham gia chung vui với mọi người, vẫn nhẩy đầm, vẫn uống champagne, vẫn uống rượu, vẫn sinh hoạt bình thường…có nghĩa là nếu không biết, không một ai có thể biết rằng anh sắp chết cả. Điều đáng khâm phục trong anh là theo lời vợ anh, anh không ăn uống gì được hết, ăn vào bụng ruột bị đau phải nôn mửa. Thế mà anh hoàn toàn không đề cập chuyện đó đến với tôi.

Tối hôm đó, tôi từ giã anh đi về sớm vì hôm sau phải đi Toronto lúc năm giờ sáng. Bắt tay và ôm nhau từ giã, anh ôm chặt lấy tôi nói: *"Anh Ngọc à, mong rằng tình bạn chúng mình lúc nào cũng vẫn tồn tại mãi mãi."* Lần đầu tiên trong hai hôm nay, tôi thấy anh buồn. Cái buồn của một người nhận thức rằng có lẽ đây là lần cuối cùng gặp bạn. Hai giòng nước mắt chẩy trên má anh từ khoé mắt. Nước mắt tôi cũng bắt đầu lóng lánh. Câu anh vừa nói: *"Anh Ngọc à, mong rằng tình bạn chúng mình lúc nào cũng vẫn tồn tại mãi mãi"* mình chỉ thường nghe con nít nói hay nghe từ những đôi uyên ương trẻ, chứ không bao giờ nghe từ ông già tuổi năm mươi, nhưng nó lại làm cho chính tôi cũng giọt lệ vắn dài rơi trên má không tự chủ. Tôi thều thào: *"Mai anh đi Boston chơi vui. Có gì rồi mình sẽ email nhau nhe."*

Anh trở về Pháp rồi sau dăm bận email, tôi không biết bệnh trạng anh thuyên chuyển ra sao. Hôm qua thì được tin anh mất. Cái tin tuy không phải là sét đánh ngang tai vì tôi đã trông đợi nhưng nó làm lòng tôi chết lặng và buồn bã hai ngày nay. Nó làm tôi không thể không so sánh nếu tôi ở vào địa vị anh, biết mình sắp chết, thì tôi sẽ xử sự như thế nào? Càng suy nghĩ bao nhiêu, nó làm cho tôi càng tủi hổ khi so sánh với anh bấy nhiêu. Tôi biết tôi sẽ buồn khổ, không thèm gặp ai, không muốn làm gì, không màng đi đây đi đó, tự nhốt mình vào cái chuồng nhà và cầu mong ngày tháng trôi qua cho nhanh nhẹn để tôi không còn thì giờ ngán ngẫm cái chết. Anh thì ngược lại, cách sinh hoạt của anh hai ngày trước khi từ giã nhắc tôi đến gương mặt bình thản vô tư lự của Thượng Toạ Thích Quảng Đức khi ông tự thiêu năm 1963: không tỏ đến một chút gì đau đớn, dù răng lửa đốt cháy khắp người từ đầu đến chân.

Chết là một viễn ảnh ghê rợn vì không ai biết được những chuyện gì sẽ chờ đợi chúng ta sau cuộc sống, và vì chúng ta sẽ từ giã vĩnh viễn những sự vật, người thân mà mình quyến luyến.   Đối diện với sự chết mà anh còn có tấm lòng hân hoan niềm nở trước người xa lạ. Nó dậy tôi một bài học đáng giá là không bao giờ nên lo buồn thất vọng trước những sự thất bại và khổ đau khác mà đời sống tạo ra cho chúng ta.

Anh Quân, số phận đưa đẩy chúng ta gặp nhau dù chỉ có một lần và dù quá muộn màng trong đời sống, anh đã làm tôi nhớ đến anh như một người bạn tri kỷ quen nhau đã bao lâu năm. Anh đã nói một câu không thấy mắc cỡ khi mình đã lớn tuổi. Giờ thì đến lượt tôi cũng không thấy mắc cỡ, muốn nhắc lại câu đó cho anh nghe, cho dù răng không biết lúc nào và không biết nơi nào mình sẽ gặp lại nhau lần tới: *"Mong rằng tình bạn chúng mình lúc nào cũng vẫn tồn tại mãi mãi."*

                                     nguyễn tài ngọc

Tìm Đường Độn Thổ

Nhắc đến những việc đã làm trong đời sống mà khi nhớ lại mình chỉ muốn độn thổ, những việc tôi đã làm bảo đảm nhiều còn hơn số giầy dép hay ví da phụ nữ mua mang. Cái xấu hổ về đạo đức khiến lương tâm mình dày vò như người bị dính hắc-ín không cách nào rửa cho sạch tuy rằng cũng nhiều, thí dụ như lúc lên mười một tuổi tôi đã hăm dọa cô láng giềng nếu cô ấy không cho mình mười đồng đi ciné thì mình nghỉ chơi cô ấy ra (tôi đã dược cô ta chính thức tha tội khi trở về Việt Nam lần đầu tiên năm 1995, sau khi tỏ ý định ăn năn sám hối muốn quy y cõi Phật vì cái mười đồng hắc ám đó), thế nhưng những xấu hổ ấy không nhiều bằng những xấu hổ vì bê bối trong cách ăn mặc của tôi.

Câu nói *Cha mẹ sinh con trời sinh tính* áp dụng thật đúng cho gia đình tôi. Anh cả của tôi ăn mặc lúc nào cũng chỉnh tề, quần áo tươm tất, tóc tai bóng mượt với *briantine*, trong khi tôi thì lúc nào cũng xuề xòa, không bao giờ chải đầu, không bao giờ để ý đến quần áo như thế nào trước khi đi làm hay đi chơi. Những lúc còn độc thân trước khi lấy vợ, quần áo tôi chỉ là áo thun và quần jean vì tôi lười ủi quần áo. Quần áo loại này giặt, sấy xong là đem ra mặc, khỏi cần phải ủi mất thì giờ. Cách đây vài tháng có việc bận phải đi làm trễ, tôi ở nhà chiên trứng điểm tâm cho cậu con út ăn trước khi đi học. Nó đã sẵn sàng cặp sách, tắm rửa với bộ quần áo mới, ngồi vào bàn ăn một cách ngon lành. Tôi nhìn nó, thấy một bên cổ áo của nó quay vào bên trong nên nói với nó bẻ cổ áo ra ngoài, và nói nó mỗi buổi sáng phải nhìn vào gương để kiểm soát xem cổ áo có bẻ ra ngoài hay không trước khi đi học. Quay sang vợ tôi, tôi than phiền là gia tài chỉ có một thằng con trai mà sao nó ăn mặc bê bối thế. Vợ tôi cười, nói đừng đổ lỗi cho nó, hỏi tôi nghĩ kỹ xem nó giống ai. Câu nói của vợ tôi làm tôi phá ra cười vì nó giống tôi như đúc. Ngay cả bây giờ mặc quần áo trước khi đi làm, tôi cũng không kiểm soát cổ áo. Đã mấy lần cô thư ký nhắc cho tôi bẻ cổ áo ra ngoài khi sáng sớm tôi đến sở.

Đôi vớ cũng để lại cho tôi vài kỷ niệm xấu hổ. Tôi đi làm sớm vào khoảng năm giờ sáng nên trời hầu hết lúc nào cũng tối mò ban đêm. Không muốn bật đèn vì sợ đánh thức vợ dậy nên khi mở tủ đựng vớ ra, thấy cái nào là tôi lấy mang cái đó. Một hôm đúng vào ngày họp mỗi ngày trong tuần chỉ có một lần vào khoảng tháng Ba hay Tư gì đó, tôi ung dung ngồi trên chiếc ghế xoay 360 độ quay qua quay lại, đôi chân duỗi ra tứ phía. Người bạn đồng sự ngồi kế bên hỏi tôi đã mua quà Giáng Sinh chưa? Tôi thắc mắc chưa kịp hỏi tại sao thì anh ta chỉ xuống đôi vớ của tôi đang mang: quà tặng Giáng Sinh ai đã cho tôi, đôi vớ có hình Santa Clause được mấy con nai kéo trên xe đủ loại hộp quà!

Những năm đầu tiên mới đến Mỹ, tôi làm nghề xếp báo cho hãng Los Angeles Times. Ngày xưa khi còn ở chợ Bàn Cờ, một nhà láng giềng của tôi làm nghề xếp báo. Tôi thỉnh thoảng sang phụ xếp với họ cho vui. Sang Mỹ khám phá ra có nghề xếp báo làm tôi hơi thất vọng không ngờ nước Mỹ văn minh tân tiến mà cũng phải xếp báo bằng tay. Tuy nhiên, ở bên này những phần nhỏ như tin tức chính yếu, thể thao, quảng cáo…thì máy đã xếp sẵn, người xếp chỉ bỏ những phần đã xếp sẵn và quảng cáo chung với nhau. Ngày thường thì không khổ mấy vì chỉ có hai, ba phần gập một, thế nhưng Thứ Tư có quảng cáo thức ăn và Chủ Nhật là khổ nhất: Báo Chủ Nhật trung bình có đến bảy, tám phần hợp lại. Các bạn ở Việt Nam, ngoại quốc, hay ngay cả các bạn trên nước Mỹ không ở thành phố Los Angeles sẽ

                                    nguyễn tài ngọc

không thể tưởng tượng được báo Chủ Nhật dầy đến chừng nào: trung bình vào khoảng nửa tấc, hay bằng chiều dầy của một cái bánh chưng lớn. Mỗi Chủ Nhật đi bỏ báo nhiều lúc tôi chỉ muốn khóc vì báo quá nặng và quá dầy. Phải lái xe đi hai lượt mới giao hết báo mà lần nào báo cũng đầy ắp ở trong xe.

Xếp báo họ trả lương theo số lượng báo xếp, thành ra anh nào nhanh nhất lãnh tiền nhiều nhất. Chỗ tôi làm có khoảng mười hai người. Thường thì vào khoảng một giờ đêm xe chở báo đến. Cả đám tụm lại dành giật nhau xếp, vì xếp nhiều được nhiều tiền, đến khoảng bốn giờ sáng thì xong. Tôi lúc đó vẫn còn ốm yếu, tướng người mảnh khảnh so với những anh xếp báo khác, đa số là người Mễ hay người Mỹ, thế nhưng tôi lại xếp báo với tốc độ sao xẹt không ai có thể sánh kịp. Mức lương tối thiểu lúc bấy giờ là $2.30 một giờ. Người xếp báo chậm nhất tính ra lãnh khoảng $3.00 một giờ. Thế nhưng với "tay xếp thần tốc" của tôi, tôi lãnh tiền nhiều nhất, vào khoảng chín đô-la. Vì xếp báo quá nhanh, tuy ốm yếu, tôi vang tiếng lẫy lừng trong bọn xếp báo như anh chàng Nhật Bản Takeru Kobayashi, tuy nặng chỉ có 110 lbs nhưng là vô địch trong sáu năm liên tiếp của giải Nathan, New York Ăn Hot Dogs nhiều nhất: anh ta ăn hơn 53 chiếc hot dogs trong vòng 12 phút, đánh bại nhiều đối thủ nặng hơn anh ta cả 200 lbs! Cũng như anh chàng Nathan, những anh chàng xếp báo khác nghĩ tôi có một bí quyết gì để xếp báo cho nhanh. Một hôm, một anh đến hỏi tôi:

- David, tôi thấy anh xếp báo quá nhanh. Tôi để ý là vớ anh mang nhiều lúc không cùng mầu, chiếc này khác chiếc kia. Có phải vì đó là một điểm huyền bí gì đó trong văn hoá nước anh hay là vì nó mang đến cho anh điều may mắn khi mang vớ không cùng đôi?

Nghe anh ta hỏi mà tôi phải phá lên cười. Lúc ấy còn độc thân, sấy quần áo xong tôi chả buồn sánh vớ vào nhau cho cùng cặp, cứ để hết vào trong tủ. Khi đi làm vào ban đêm, không để ý nên lấy được hai chiếc nào là mang hai chiếc đó, cho dù là nó không cùng đôi. Mình không để ý nhưng chắc nó làm cho bao nhiêu anh chàng xếp báo khác thắc mắc ghê gớm lý do mà không dám hỏi tại sao!

Bao nhiêu những chuyện mắc cỡ đó không đáng làm cho tôi độn thổ bằng câu chuyện sau đây: Trở lại thời độc thân mà tôi mặc quần áo không bao giờ ủi, *drap* giường một năm tôi chỉ giặt năm sáu lần là cao lắm. Tôi chỉ ngủ trong cái túi ngủ *sleeping bag* để sáng dậy khỏi phải xếp chăn xếp chiếu. Tóc không bao giờ chải, quần áo không bao giờ ủi, ai gặp tôi có lẽ sẽ hãi hùng lo sợ gặp phải một người vô gia cư, sẵn sàng gọi lính báo nếu bị tôi cướp bóc. Một người tướng tá không thanh nhã như thế mà tôi lại rất mâu thuẫn, đi đâu cũng muốn vào những nơi sạch sẽ, không muốn đến chỗ nào có nhiều người Mễ hoặc người nghèo đến vì đối với tôi họ tạo ra một môi trường bẩn thỉu, không sang trọng.

Một ngày đẹp trời, tôi lấy hẹn với một nhân viên ở nhà băng gần nhà để mở một trương mục mới. Tôi đến sớm độ mười phút, và được một nhân viên khác nói cho tôi biết là người có hẹn với tôi vẫn còn đi ăn trưa chưa về, và xin tôi vui lòng ngồi đợi. Tôi nói cám ơn, và thay vì ngồi đợi, tôi đi qua đi lại dọc theo hết chiều rộng của nhà băng -có lẽ khoảng hai mươi thước- từ bức tường bên này đến bức tường bên kia cho giết thì giờ. Vừa bước từng bước một, tôi vừa tưởng tượng mình là Steeve McQueen trong *The Great Escape* vừa mới bị bắt lại, giam trong tù về tội vượt ngục, đi qua lại trong tù để tìm đường tẩu thoát mới. Tôi nhìn chung quanh. Máy quay phim gắn khắp mọi nơi, ít nhất cũng phải chục cái: Máy ở góc tường, máy đằng sau quầy nhân viên tiếp khách, máy ngay những cửa ra vào, máy trên trần nhà hướng xuống đất. Không cần đoán tôi cũng biết là ở một phòng nào đâu đó trong nhà băng, nhân viên an ninh đang theo dõi từng động tác của tôi qua bao nhiêu màn ảnh truyền hình. Hơn thế nữa, ngay cửa là một người lính tư nhân đứng gác, thỉnh thoảng đảo mắt nhìn người này đến người kia. Cướp nhà băng bây giờ là một chuyện rất là khó làm. Số người đến nhà băng hôm nay tương đối cũng không đông. Tôi đi bộ qua lại mấy lần mà hàng đợi chỉ có một hai người. Nhà băng do đó thấy trống trơn, vắng vẻ. Bước vài bước qua lại độ vài phút như thế, tiếp tục khi đụng đến bức tường này, quay ngược để đi trở lại bức tường bên kia, thì tôi thấy một vật gì nhỏ cỡ bằng một khăn tay nhỏ mầu trắng nằm chình ình giữa nhà băng. Tiến thêm vài bước, mắt vẫn dính liền không rời vào vật ấy, tôi thấy rõ hơn vật đó là một miếng vải trắng. Lúc nãy bước vào nhà băng lần đầu tiên, không để ý nên tôi không nhớ là có miếng vải này hay không. Tiến thêm vài bước nữa, vừa đi ngang miếng vải, tôi nhận ra ngay đó là một cái quần xì-líp trắng của đàn ông. Thật là hết chỗ nói! Nếu chỉ là một miếng rác thì không nói gì, đằng này lại là một cái quần xì-líp nằm ngay giữa đường mà không ai để ý đến! Nhà băng này có bao nhiêu thân chủ như tôi, thiếu gì tiền mà lại không mướn người thu dọn? Tôi thầm suy nghĩ là nhà băng này quá hạ cấp, tôi không muốn trở lại đây thêm một lần nào nữa! Đụng bức tường bên kia, đi bộ quay trở lại, trong lòng còn bao nỗi tức giận, tôi để ý đến cái khổ quần xì-líp nằm giữa nhà băng: số ba mươi. Ba mươi? Số quần xì-líp của tôi cũng là ba mươi! Óc tôi phân vân chỉ một vài giây là đã nghĩ ngay ra sự thể: Cái quần xì-líp đó có thể là của tôi! Mỗi lần đi làm về nhà thay quần khác thì tôi thường lười biếng: thay vì cởi quần jean rồi đến quần lót, tôi tuột cả hai cái cùng một lúc. Hôm sau đi làm mặc quần lót mới, vào sở nhiều lúc thấy ống quần cồm cộm mới khám phá ra là xì-líp cũ còn dính trong ống quần. Có một lần tôi thấy rõ ràng cái quần lót cũ bên trong ống quần vừa lú đầu ra ngay chiếc giầy, tôi phải kéo nó ra cất đi liền, sợ người khác biết họ sẽ cười mình ngay vào mũi.

Cái quần xì-líp nằm chình ình giữa nhà băng là của chính tôi, đã dính sẵn trong ống quần từ lúc nào và vì tôi đi bộ qua lại, nó rớt ra ngoài ngay giữa đường. Tôi cảm thấy xấu hổ vô cùng, chỉ ước ao mình là con ốc ngay lúc này để rút mình vào trong vỏ không ai thấy. Tôi nhìn một vòng chung quanh nhà băng. Tôi nhủ thầm là các cô nhân viên nãy giờ vắng khách nên theo dõi từng bước của tôi và biết tôi là chủ của chiếc quần xì-líp nên đang cười khúc khích nhưng ráng giữ vẻ mặt tự nhiên tiếp khách? Tôi nhìn người cảnh sát. Chỉ có tôi đi bộ qua lại, gây sự chú ý nên ông ta theo dõi, biết cái quần xì-líp rớt ra từ ống quần tôi? Tôi nhìn lên những chiếc máy quay phim. Trời ơi! Có bao nhiêu cái máy quay giữ phim lại làm tang chứng tôi là người xả rác. Nếu cần họ có thể cho máy phát chậm lại từng động tác cho thấy cái xì-líp là của tôi, từ từ theo từng bước chân tôi mà lòi dần, lòi dần từ quần jean và sau cùng rớt ra ngay giữa nhà băng!

Việc mở trương mục bây giờ không còn là quan trọng. Tẩu mới là thượng sách vì tôi phải giữ thể diện trước khi một nhân viên điểm chỉ tôi ra trong giữa đám đông tôi là khổ chủ của cái quần xì-líp ấy! Tôi đi bộ như bay ra cửa, nhanh còn hơn tìm toilette khi bị diarrhea, nhanh còn hơn tìm đường rút lui khi lén lút đến nhà bồ bị bố nàng bắt gặp, nhanh còn hơn Lệnh Hồ Xung phi thân trên mặt nước tung chiêu "Hữu phượng lai nghi" kềm hãm đối phương Nhạc Mất Quần trong Tiếu Ngạo Giang Hồ. Trong tích tắc, xe tôi đã rời nhà băng. Chiếc xe Ford Maverick cà-rịch cà-tang thường ngày chạy còn thua con tầu hỏa Thống Nhất trên đường xe lửa Xuyên Việt, hôm nay bỗng dưng có sức đẩy phi thường như phi thuyền con thoi *Discovery*, trong giây

                                    nguyễn tài ngọc

phút bỏ nhà băng lại với khói xăng ở một phương trời xa
vút…

Hôm nay đây sau khi câu chuyện đã xẩy ra hai mươi mấy
năm trước, khi thỉnh thoảng có dịp lái xe trở lại ngang qua
nhà băng cũ, tôi vẫn tủm tỉm cười nhớ lại câu chuyện xa
xưa. Những cô làm việc trong ngân hàng lúc bấy giờ bây
giờ nay chắc đã lập gia đình, có con hay cháu. Khi có dịp
kể lại những câu chuyện trong mảnh đời của mình cho con
cháu nghe, chắc có lẽ không một ai có thể đoán được lý do
huyền bí nào mà trong một ngày làm việc thì bỗng dưng xì-
líp của một người đàn ông nào lại xuất hiện giữa nhà băng
trong buổi trưa thanh thiên bạch nhật!

Một Buổi Họp Mặt Bạn Cũ

Tiếng chuông đồng hồ thong thả đánh mười một tiếng (nhà có toàn là đồng hồ điện, nhưng viết cho văn chương đọc nghe đồm độp một tí). Nhúng vội chiếc nùi giẻ vào thùng xà bông, tôi nhanh nhẩu dùng bắp thịt nổi cuồn cuộn như bánh phở vừa nhúng nước sôi lau đi lau lại cho thật bóng xe hơi của nàng. Hôm nay là sáng Thứ Bẩy, một ngày vui đặc biệt vì nàng có khách quý bạn Trung học cũ đến thăm viếng.

- Anh Ngọc ơi! Tiếng nàng réo gọi tôi từ trong nhà vang vọng ra ngoài.

- Bẩm thưa, có em đây. Tôi cất tiếng trả lời.

- Anh đã lau cầu tiêu như em dặn chưa?

- Dạ bẩm, em đã lau đêm hôm qua.

Tôi trả lời nàng với bao nhiêu niềm hãnh diện trong lòng. Trong gần hai mươi năm chung sống, nàng không phải lo ngại gì khi phải giao bất cứ việc gì cho tôi vì với một tấm gương trong sáng của một người chồng ngoan ngoãn biết phải trái không bao giờ dám cãi lời vợ, tất cả nhiệm vụ nàng giao phó đều được tôi thi hành nghiêm chỉnh không lời cãi cọ hành tỏi với cấp trên.

Đầu xe của ai vừa lái lên sân xi-măng trước cửa garage nhà. Ngước mắt lên nhìn, tôi nhận ngay ra chị Linh: *"Hello chị Linh, có bị lạc không?"* Vừa hỏi xong, tôi nhận thức ra ngay mình vừa mới hỏi một câu ngu xuẩn. Nếu lạc thì chị ấy bây giờ đã đâu có đứng ngay trước mặt mình? Ai gặp chị Linh lần đầu tiên chắc cũng sẽ phản ứng giống như tôi. Đứng trước một người đàn bà trẻ đẹp như chị Linh (viết lộn, xin bỏ chữ "trẻ"), người đàn ông nào cũng sẽ lúng túng, nghẹn họng trước một sắc đẹp nghiêng thùng. Nếu không biết được chị Linh cho biết chị ấy bao nhiêu tuổi, hình như chị ấy sinh vào năm một-nghìn-chín-trăm-lâu-lắm, người ta sẽ đoán chị ấy chỉ vào khoảng ba mươi. Một giai nhân tuyệt tác như chị Linh có lẽ không ít thì nhiều cũng phải vô tình phạm tội ngộ sát vì bao nhiêu chàng trai trẻ thời niên thiếu tự kết kiểu cuộc đời vì không được chị đoái hoài, đếm xỉa đến cái tăm xỉa răng.

Chiếc xe thứ hai cũng vừa mới đến. Trên xe là Thanh Vân, người-tình-muộn-màng, cùng với người-chồng-khổ-sai-chung-thân-côn-đảo-Papillon Lê Phước. Tôi gặp vợ chồng Thanh Vân lần đầu vào hai tuần trước đây. Thanh Vân nói năng liếng thoắng và hoạt bát, được diễm phúc lấy anh Phước, một người chồng hiếu thảo ngày hai bữa nấu ăn cho vợ. Cuộc âm mưu vượt ngục lần thứ hai trăm mười sáu của anh Phước hôm nay sẽ không thành công vì Thanh Vân nắm chặt tay chồng dắt vào nhà. Tôi cố ý tránh đôi mắt nhìn của anh Phước. Cái ánh mắt kinh hoàng như cầu khẩn van nài: *"Cứu tôi với, cứu tôi với. Xin gọi dùm cảnh sát."*

Người cuối cùng lái xe đến là chị Cẩm Vân và chồng là anh Cẩm. Hai người mang theo đĩa gỏi ngó sen (lưu ý, ngó sen chứ không phải ngó em). Khác với anh Phước, anh Cẩm hoàn toàn không có khiếu làm bếp. Gương mặt anh hốc hác vì đã thức trắng suốt đêm qua cắt ba củ cà rốt cho vợ sáng nay trộn gỏi. Anh Cẩm và tôi lập gia đình cách nhau chỉ có vài tháng. Lấy hai cô nàng Regina Pacis nên chúng tôi rất hiểu rõ tâm trạng của nhau. Có những đêm bên ánh đèn dầu mơ huyền mờ leo lắt, hai anh em ôm nhau khóc sướt mướt thương hại cho đời sống bạc-phận-xấu-số-xui-xẻo-bạc-bẽo-hẩm-hiu dưới ách đô-hộ-thống-trị-cai-quản-đè-nén-quản-lý-áp-bức của mấy nàng Regina. Giọt nước mắt đã khô cạn trong con tim chai đá, ánh mắt tiu nghỉu của hai anh em cột chèo chúng tôi gặp nhau trong giữa khoảng không gian, thay thế cho những câu nói xã giao thừa thãi như: *"Hello,*

Ngọc. Tối qua có bị vợ đánh không?", hoặc: *"Hên quá anh Cẩm à, cả ngày hôm nay không bị bà xã chửi mình đến một câu!"*

Gặp nhau, ngoài phần phụ trội nói chuyện ỏm tỏi là phần chính yếu ăn uống. Vợ tôi nấu phở và chả giò. Tôi lặn lội từ sáng sớm đón máy bay xuống thành phố Van Nuys mua bánh bèo của một bà Việt Nam mà một nhân viên trong hãng giới thiệu. Tráng miệng thì có soài, petit four, bánh, cookies của mọi người mang đến. Cookies làm bằng oatmeal là do chị Linh làm. Để ý lần trước chị Linh nấu mì xào mang đến mà chính mình không ăn, tôi rút kinh nghiệm lần này quan sát một cách kín đáo chờ cho chị ấy ăn rồi mình mới lấy một cái bỏ vào miệng. Đời tôi có lắm kẻ thù lúc nào cũng rình rập chỉ chờ một vài giây sơ hở để âm mưu ám hại, thận trọng trong việc ăn uống là một lẽ tất nhiên.

Buổi nói chuyện thân tình hôm nay thật vui nhộn. Anh Cẩm là người không cần thọt cù lét mà có thể cười từ đêm cho đến sáng. Anh Phước vì cuộc đời đau khổ nên phát biểu những câu nói thật tiếu lâm. Tôi ngạc nhiên vì chị Linh cũng là một tay khôi hài không kém. Không hổ danh xưng, Thanh Vân nói tràng giang đại hải. Khi nói đến đề tài giữ chồng, không ai có thể cãi luận được với nàng. Chính quyền Cộng sản ngày xưa có chính sách "ba khoan": khoan yêu, khoan cưới và khoan đẻ. Thanh Vân thì có chính sách bốn "c": Cấm, Canh, Cắt và Chém:

1. <u>Cấm</u>: Nhất định không cho chồng lai vãng với cô nào.
2. <u>Canh</u>: Cấm mà không biết chồng có tuân theo mệnh lệnh mình hay là không. Do đó phải canh giữ chồng, sợ chồng đi với mèo khác mà mình không biết.

nguyễn tài ngọc

3. <u>Cắt</u>: Nếu đã cấm, bị canh mà vẫn còn tằng tị với cô nào thì cái tội tày trời này chỉ có một giải quyết duy nhất là cắt. Khi nói đến phần này, Thanh Vân nhấn mạnh ý tưởng của mình bằng cách cầm dao cắt chặt chặt xuống bàn, nghe mà lạnh xương sống. Thanh Vân ngồi một đầu bàn gần chồng, tôi ngồi ở đầu bàn kia, xa nhau cả thước. Nàng chỉ cảnh cáo chồng, hoàn toàn không nói gì về tôi mà tôi vẫn toát mồ hôi hột, thỉnh thoảng xem lại của mình có còn hay không.

4. <u>Chém</u>: Nếu đã cấm, bị canh, phạm tội, bị cắt, mà vẫn có "em" theo thì nhất định phải đem đi chém. Chém đẹp. Fin. Un point final. Khỏi cần giải thích thêm gì nữa.

Ba đàn ông chúng tôi hôm nay ăn phở tái nên mặt mày ai cũng trở nên tái mét. Chị Linh, Cẩm Vân, và vợ tôi hí hoáy viết chính sách bốn "c" vào sổ vì không muốn bỏ lỡ dịp may họp huấn luyện về nghệ thuật giữ chồng miễn phí này. Muốn phá tan cái không khí nặng nề ấy, tôi cất tiếng hỏi anh Phước: *"Anh Phước, thôi nói chuyện khác đi. Chuyện của anh với cô Nguyễn Thị Mai anh biết trước khi gặp Vân đó, bây giờ cô ấy ra sao rồi?"* Anh Phước tái mặt, thoáng dơ bàn tay che-hai-còn-ba-ngón để ra mật hiệu cho tôi chữ thứ ba "cắt" trong chính sách bốn "c" của vợ để tôi im, đừng hỏi về Nguyễn Thị Mai nữa.

Tiếng chuông điện thoại réo vang ầm ĩ. Đầu dây bên kia là minh tinh Ngọc Lan gọi từ xứ Nã-Phá-Luân đại đế. Bật nút loa cho cả mọi người nghe và nói chuyện, không khí trong phòng vui nhộn cả lên khi có thêm một nàng Regina Pacis. Chuyền điện thoại để mọi người có dịp nói chuyện với Ngọc Lan, tôi cũng cảm thấy vui khi đến phiên tôi. Giọng của một người Bắc kỳ đồng minh mang tôi về thuở còn Trung học khi phần lớn bạn của mình là người Bắc. Tôi rất ngạc nhiên vì cứ tưởng Ngọc Lan là người Nam. Hóa ra giọng Bắc của nàng còn rất là sắc sảo, không bị Nam hóa nặng nề như tôi. Ở đây khi gặp bạn của Loan, tôi luôn luôn bị ăn hiếp vì ai cũng nói tiếng Nam kỳ khởi nghĩa tiêu văn hóa. Không có cái thú nào thích hơn là được nói chuyện cùng với một người Bắc, vì bất cứ cuộc đàm thoại nào cũng là một trò chơi đoán trí nho nhỏ, không biết rằng ai sạo hơn ai. Cho rằng sạo đến đâu đi nữa, có một điểm không thể phủ nhận được là người Bắc có tài ăn nói (bậy, bỏ chữ "ăn"). Ngọc Lan dĩ nhiên cũng không phải là trường hợp ngoại lệ, nói chuyện thao thao bất tuyệt. Hèn gì con trai không chết vì gái Bắc! Cả bọn rủ Ngọc Lan sang Mỹ chơi nhưng nàng sợ Mỹ và Pháp sắp sửa đánh nhau. Tôi phải trấn an là Mỹ sẽ không đánh Pháp nên Ngọc Lan sang Mỹ không có gì phải sợ.

Thấm thoát bữa tiệc cũng đến lúc tàn. Mọi người chia tay đi về sau khi đã chụp hình lưu niệm để gửi cho các bạn khác xem. Tôi in ngay cấp tốc mấy tấm ảnh cho vợ chồng Thanh Vân. Nàng khen lấy khen để nhưng đến khi tôi đòi tiền in mỗi tấm mười đồng –giá đắt đặc biệt dành cho người quen biết- thì nàng lại nhất định không trả. Định nhất quyết đòi nhưng nhớ đến phần "cắt" trong chính sách bốn "c' của Thanh Vân nên tôi lại thôi.

Sau khi cất dọn bát đĩa và lau chùi nhà bếp, trời đã ngã tối. Hai vợ chồng tôi lên lầu vào phòng ngủ. Chị Linh đã hăm dọa trên e-mail là sẽ mang cây bút có dấu máy ảnh 007 đến nhà, chụp hình vợ chồng chúng tôi đêm nay định giở trò gì nên sau khi khóa cửa phòng xong, cẩn thận phòng bệnh hơn chữa bệnh, tôi lục soát khắp nơi xem có tìm ra cây bút 007 ở đâu đó chăng? Chắc chắn rằng không thấy gì cả, tôi yên tâm tắt đèn phòng, leo lên giường ngủ. Tiếng chuông đồng hồ dưới nhà thong thả đánh mười hai tiếng.

Hối Hận Khôn Cùng

To my brother.

Ánh nến chập chờn bên nắp áo quan, Tuấn thừ người ngồi trên ghế nhìn chằm chặp vào người đàn ông trong bức ảnh trắng đen lồng trong khuôn kính đặt trước đầu quan tài. Thoạt nhìn khó ai có thể đoán ông là người Việt Nam: gương mặt thon dài, tóc hoa râm quăn, mũi cao, mắt to, chiếc trán cao vồ với đôi lông mày rậm rạp. Chiếc áo lính khaki mầu nâu nhạt với hai cầu vai làm tăng thêm vẻ nghiêm nghị và quyết chí. Trong cái tĩnh mịch của đêm khuya, hai con mắt trong bức ảnh bỗng dưng trở nên linh động và có hồn, nhìn lại thẳng vào hai ánh mắt của Tuấn như hai con dao sắc bén. Tuấn bật khóc. Đã hơn một năm rồi Tuấn không nhìn được cái ánh mắt quen thuộc ấy, không được nghe giọng nói khiêm tốn, không được nghe lời vỗ về, không được nghe tiếng cười bình dị của người trong hình: Ông ta là bố của Tuấn.

- Thầy ơi, sao Thầy bỏ con đi? Sao Thầy để U và anh em chúng con ở lại? Sao Thầy không đợi con về để con xin lỗi Thầy đã làm Thầy buồn? Thầy giận con hả Thầy?...

Càng kể lể bao nhiêu, Tuấn lại càng oà khóc lớn. Ánh mắt của bố Tuấn trong hình vẫn đăm đăm nhìn không ngừng vào đứa con mình không gặp trước khi chết. Tuấn gào thét trong bóng đêm, thỉnh thoảng gục đầu trong hai tay, nước mắt nước mũi tuôn trào ướt đẫm cả áo.

Tuấn là con trai lớn thứ hai trong gia đình sáu anh em. Bố Tuấn ngày xưa trong quân đội, sống đời kỷ luật nên khi có hai đứa con trai đầu, đứa thứ nhì là Tuấn, bèn gửi cả hai vào Thiếu Sinh Quân ở Vũng Tầu. Tuấn còn nhớ rõ năm mười một tuổi khi vừa học hết lớp năm thì bố giải thích cho biết là khi lên Đệ Thất, Tuấn phải nối gót anh đi học xa nhà ở trường quân đội, một năm chỉ được về nhà nhân dịp hè. Anh Tuấn đã đi học được hai năm nên có gì Tuấn sẽ có người nương tựa. Sáng hôm phải rời nhà đến một căn cứ quân sự ở Sàigòn để được xe nhà binh chở đi Vũng Tầu, bố Tuấn đánh thức Tuấn dậy sớm, mở cái rương thiếc cũ kỹ đem từ ngoài Bắc trong chuyến di tản vào Nam năm 1954, lấy ra một bộ áo tương đối mới nhưng nhăn nheo vì không ủi, mặc vào cho Tuấn rồi chở Tuấn rời nhà bằng xe đạp. Tối hôm trước cô em gái Tuấn đã khóc ngất khi biết sẽ xa rời anh mình một quãng thời gian dài đăng đẳng. Tuấn tội nghiệp cho em nhưng không biết làm gì được vì việc đi học xa nhà là do bố sắp đặt. Khi đến giờ leo lên chiếc xe nhà binh, bao nhiêu cậu bé con khóc thút thít giã từ bố mẹ, ngoại trừ Tuấn. Hai bố con ôm nhau từ giã trong ánh mắt long lanh, nhưng cả hai đều bình thản, cứng rắn, không bộc lộ một vẻ gì ủy mị: Bố Tuấn đã quen vì lần này giã từ đứa con thứ hai, Tuấn thì giống bố nhất nhà nên tình cảm không bộc lộ.

Đời sống kỷ luật không khác gì quân đội ở Thiếu Sinh Quân sau năm năm lại càng đào tạo Tuấn thành một người cứng rắn và cương quyết khi Tuấn trở về Sàigòn để học nốt lớp 12. Sau vài lần đi nhóm nhà thờ Tin Lành theo một người bạn mời, Tuấn quyết định tin Chúa. Bố mẹ Tuấn tuy không theo một tôn giáo nào nhưng tin vào sự thờ lạy tổ tiên, do đó nhà luôn có một bàn thờ để cúng giỗ. Trước khi tin Chúa, sau mỗi lần để thức ăn trên bàn thờ cúng vái, Tuấn cùng cả nhà ăn uống không có vấn đề. Nhưng sau khi tin Chúa, Tuấn trưng dẫn Kinh Thánh cấm con chiên không ăn đồ cúng nên không ăn cơm khi nhà có giỗ. Mẹ Tuấn không muốn cả nhà ăn lại thiếu mất một người nên để riêng một phần cơm không cúng vái ra cho Tuấn. Tuấn chỉ ăn có một, hai lần để chiều ý mẹ nhưng sau đó nhất định không ăn. Ngày đám giỗ ông ngoại cả nhà quây quần ngồi dưới đất trên chiếc vải ny-lông, sửa soạn buổi ăn trưa mà không ai có thể ngờ được cơn giông bão xẩy đến. Mẹ Tuấn sau khi sới cơm cho từng người, đưa một bát thịt nhỏ riêng cho Tuấn:

- Lúc nãy kho thịt xong để vào đĩa đem lên cúng, U đã lấy ra một phần để vào chiếc bát nhỏ này cho con. Con ăn đi.

- Con cảm ơn U, nhưng con không muốn ăn vì là thức ăn cúng.

- Nhưng bát của con không cúng. Lúc nãy U đã để riêng ra rồi.

- Không cúng nhưng nấu với ý tưởng cúng cũng là cúng rồi. Con không muốn ăn.

- Thức ăn cúng có gì mà con không ăn? Bố Tuấn chen vào.

- Kinh Thánh cấm không ăn đồ cúng vì lý do đó là sự thờ lậy người khác hoặc thần khác.

- Từ xưa đến nay nhà cúng giỗ con vẫn ăn, bây giờ ăn thì có chết chóc gì đâu?

- Ngày xưa không biết, bây giờ con biết mà vẫn làm có nghĩa là phạm tội với Chúa.

- Phạm tội với Chúa không được, nhưng không nghe lời bố mẹ, bất hiếu với bố mẹ thì được hả? Tôn giáo nào mà dậy mày những điều vô lý như vậy? Bố Tuấn đổi giọng, gương mặt giận dữ, mắt nhìn trừng trừng vào Tuấn.

- Thầy U sinh ra con nên dĩ nhiên Thầy U là bố mẹ con. Nhưng Đức Chúa Trời là người sáng tạo cả nhân loại nên con lậy xin Thầy U tha lỗi cho con nếu Thầy U nghĩ là con bất hiếu.

- Nếu mày nghĩ rằng Chúa của mày hơn tao, và không ăn bát cơm này thì cút ra khỏi nhà này.

Bố Tuấn quăng đôi đũa vào mâm cơm. Một buổi ăn gia đình ấm cúng chỉ trong phút chốc trở nên lạnh nhạt nặng nề. Mẹ Tuấn oà lên khóc:
- *Con ăn cơm đi. Lâu lâu nhà mới có giỗ một lần.*
- *Con không thể làm trái lời Chúa. Con xin lỗi U.*
- *Mày cút ra khỏi nhà tao! Bố Tuấn hét lớn.*

Tiếng mẹ Tuấn khóc sụt sùi càng ngày càng to dần. Nghe tiếng mẹ khóc, thằng em trai nhỏ hơn Tuấn tám tuổi cũng khóc. Nó giống như mẹ, nhiều tình cảm, dễ khóc, dễ cười. Nó không hiểu sao chuyện quá đơn giản mà anh nó cứng đầu không xin lỗi bố. Nó giận anh nó thật nhiều trong lòng, miệng mếu máo ôm vỗ về mẹ đừng khóc nữa. Tuấn đứng dậy, lên lầu sắp xếp sách vở quần áo và trưa hôm đó giã từ mẹ đi khỏi nhà. Cho dù Tuấn đến xin lỗi và từ giã bố, ông ta không nói một lời nào. Mặc cho lời van xin ở lại của mẹ, Tuấn nói mẹ cứ yên tâm, Tuấn sẽ đến ở nhà gia đình một người bạn mà bố anh ta là mục sư.

Tuấn bỏ nhà đi như thế khoảng vài tuần nhưng sau đó thỉnh thoảng về nhà thăm bố mẹ và các em. Bố Tuấn tuy nguôi giận nhưng không bao giờ nói với Tuấn về nhà ở vì ý ông vẫn không thay đổi: Tuấn phải ăn thức ăn cúng giỗ mới được về nhà. Mẹ Tuấn giờ vẫn thỉnh thoảng gặp con nên không buồn như trước vì bà đã quen cảnh mẹ con xa cách mấy năm hai anh em Tuấn học ở Thiếu Sinh Quân. Tuấn thi đỗ Tú Tài và sau một năm vào Đại học, quyết định đi hầu việc Chúa, học một năm ở Thánh Kinh Thần Học Viện Tin Lành tại Nha Trang trong chương trình huấn luyện để trở thành một mục sư. Khi các truyền đạo sinh tốt nghiệp, giai đoạn kế tiếp là đi truyền giảng lời Chúa tại một địa điểm Hội Thánh chỉ định. Được chọn lựa phục vụ người Việt hay người Thượng, Tuấn thích sự lựa chọn thứ hai. Hội Thánh cho biết là sẽ cử Tuấn đi giảng lời Chúa cho

                                        nguyễn tài ngọc

người Thượng Rha-đê ở Ban Mê Thuột trong một thời kỳ là hai năm.

Chiếc xe đò đầy ắp những người khởi hành buổi sáng từ Ninh Hoà sau nhiều chặng dừng lại dọc đường để tiếp khách, đến Ban Mê Thuột vào khoảng hai giờ trưa. Ban Mê Thuột là một thành phố cách Đà Lạt chín mươi cây số về hướng Tây Bắc, nhiều voi, ít dân cư, và có lẽ gần một nửa là người Thượng. Cầm theo vỏn vẹn chỉ có một ba-lô nhỏ trong tay, Tuấn vẫy một anh xe ôm để chở mình đến một bệnh viện cùi nằm xa thành phố khoảng ba mươi cây số, nơi sẽ có một mục sư đón tiếp Tuấn. Càng xa thành phố, dân cư càng thưa thớt. Anh lái xe ôm sau khi ngừng xe trước bệnh viện, bắt tay từ giã và khuyên Tuấn nên cẩn thận vì ở đây "mấy ổng" nhiều lắm.

Bệnh viện nằm trên cao của một ngọn đồi, toạ lạc trên một thửa đất khá rộng, khoảng hơn một mẫu đất. Nó gồm có hai dãy nhà một tầng nằm song song, cách nhau khoảng bốn mươi thước, khắp bốn chung quanh đầy những cửa sổ. Chiều dài của mỗi căn khoảng chừng bằng chiều rộng của năm, sáu căn nhà trong xóm. Khu đất giữa hai căn nhà được tráng xi-măng nhưng cũ kỹ không được tu bổ nên dấu nứt chằng chịt lấp bằng đất đỏ. Qua những khung cửa sổ, Tuấn thấy nhiều người, chứng tỏ bệnh viện khá nhộn nhịp. Ngay gian đầu tiên của bệnh viện là một người đàn ông, một người đàn bà Việt Nam và một bà người Mỹ, Tuấn cất tiếng:

- Chào ông, chào bà. Tôi là truyền đạo sinh Tuấn, được Hội Thánh cử lên...
- Anh Tuấn đấy hả? Tôi là mục sư Thế. Tôi đợi anh từ ban sáng. Đây là cô y tá Hoa, và đây là bà giáo sĩ Andrea người Mỹ.

Mục sư Thế dẫn Tuấn đi xem một vòng bệnh viện. Ông chỉ ở lại Ban Mê Thuột một tháng rồi thuyên chuyển về Sàigòn, sau khi huấn luyện truyền đạo sinh mới những trách nhiệm và đường đi nước bước. Cách bệnh viện chỉ khoảng 300 thước là một căn nhà hai gian với vách vôi. Gian nhỏ là nơi trú ngụ của Tuấn, và gian lớn khá to Tuấn dùng vừa là nhà giảng, vừa là nơi dậy học cho các em nhỏ người Thượng. Không có ai nấu cơm cho ăn nên một ngày hai buổi Tuấn lái xe Honda khoảng bốn cây số đến khu chợ búa, ăn cơm tháng của một tiệm bán cơm. Tiệm bán cơm chỉ là một căn mái tôn lụp xụp được chống giữ bằng mấy cột tre, mặt đất nện nên mỗi khi trời mưa giầy và ống quần của khách hàng dính toàn đất sét. Dân ăn cơm tháng ở đây đủ mọi loại người: tài xế xích lô, nhân viên công trường, thợ hớt tóc, lơ xe đò…Cơm nấu rất đạm bạc, đôi lúc chỉ là cơm với canh, hôm nào có được một con tôm là sang lắm. Ở ngay tỉnh ly, Tuấn thấy rất nhiều xe nhà binh Mỹ qua lại không ngừng nhưng khu này thì ít thấy, nếu có thì chỉ thấy quân đội Việt Nam Cộng Hoà. Có đến khu thị tứ này ăn cơm Tuấn mới hiểu tại sao anh tài xế xe ôm nói khu này nhiều "mấy ổng". Đôi lúc ngồi ăn cơm, Tuấn để ý đến "mấy ổng" đến thu thuế. Tuấn không muốn gây sự chú ý nên ánh mắt tập trung vào bát cơm, chỉ quan sát diễn tiến chung quanh bằng khoé mắt.

Khi màn đêm buông xuống, người không ở Ban Mê Thuột sẽ thấy nền an ninh ban ngày là một sự trá hình lớn: máy bay dội bom suốt đêm, hoả châu thi nhau rực sáng, tiếng đại bác bắn cách quãng "thùm thụp" liên hồi xen lẫn với tiếng súng đạn liên thanh bắn không ngừng. Những đêm "mấy ổng" di quân ngay trước nhà với tiếng giầy lộp bộp, tiếng kim khí của súng ống chạm vào nhau lẻng kẻng, tiếng nói chuyện với nhau nghe rõ mồn một, Tuấn ở trong nhà run cả người không ngủ được, lẩm bẩm cầu nguyện Chúa che chở cho mình, đọc đi đọc lại mãi Thi Thiện 23: *"Dù*

                                          nguyễn tài ngọc

khi tôi đi trong thung lũng bóng chết, tôi chẳng sợ tai họa nào, vì Chúa ở cùng tôi.''

Ban đêm vì an ninh mà tất cả mọi việc có vẻ như dừng lại một chỗ, nhưng ngược lại ban ngày thì sinh hoạt ở bệnh viện tấp nập bình thường. Dân số người Thượng Rha-đê ở Ban Mê Thuột khoảng 80000 người. Trong số này có lẽ đến hơn 3000 người bị cùi, và đó là nguyên nhân tại sao bệnh viện cùi và các giáo sĩ Mỹ hiện hữu ở đây. Bệnh cùi có hai loại: Cùi khô và cùi ướt. Bệnh nhân bị cùi khô ít đau đớn và không nguy hiểm lây bệnh cho người lành: Tuấn thường xuyên ôm vỗ về những người Thượng bị cùi khô, hoàn toàn không sợ hãi. Những người bị cùi ướt bệnh thường tác hoại nhanh hơn, và khi bị trầm trọng thì bị chính người nhà xa lánh. Người nhà vào trong tận rừng sâu, xây tạm một căn chòi và bắt người bị cùi ra ở trong ấy. Mỗi tuần một vài lần một người trong nhà sẽ mang thức ăn nấu sẵn đem đặt trước cái chòi rồi đi về. Người cùi trong chòi sẽ bò ra lấy và khi ăn xong, để lại cái gáo sắt vào chỗ cũ trước lều để người nhà hôm sau mang trở lại với thức ăn mới. Vì số người cùi quá đông, bệnh viện này được thành lập để chữa trị cho họ. Không một ngày nào mà Tuấn không thấy bác sĩ và y tá cắt bỏ những đốt tay cùi của người bệnh. Trong tận rừng sâu cũng có một làng người cùi, mà bệnh nhân chỉ sống chờ ngày chết. Khi cần chữa trị thì một tuần một lần có xe cam-nhông chở ra bệnh viện để cắt bỏ một phần thân thể, và cũng chính xe cam-nhông đó chở họ trở về. Xe cam-nhông ấy chỉ đi một chuyến vào ban sáng, không bao giờ đi giờ quá trưa hoặc xế chiều vì không được bảo đảm an ninh.

Làm việc ở Ban Mê Thuột Tuấn thân với hai người. Một là bà giáo sĩ Andrea ngày đầu Tuấn đến gặp. Hai vợ chồng đều là giáo sĩ Mỹ tình nguyện đến phục vụ Chúa ở Ban Mê Thuột. Cách đây ba năm, chồng bà bị mất tích, hoàn toàn không tin tức. Bà Andrea nói với Tuấn là sẽ tiếp tục ở đây phục vụ Chúa trong lúc chờ tin tức chồng. Con trai bà ta ở Mỹ bay đến Ban Mê Thuột thuyết phục bà trở về Mỹ trong vô vọng. Đây không phải là lần đầu giáo sĩ Mỹ bị mất tích. Tuấn được biết từ ngày các hội thánh Mỹ gửi giáo sĩ đến đây, sáu giáo sĩ Mỹ đã bị chết hay mất tích. Người thứ hai Tuấn thân là chú Bha-Na, tên một ông người Rha-đê phụ giúp Tuấn trong công việc Chúa. Người Rha-đê phần đông nói được tiếng Việt nên Tuấn không cần người thông dịch, nhưng nếu ai không nói được tiếng Việt thì chú Bha-Na giúp cho Tuấn qua khỏi trở ngại đó. Nhà chú là nhà tiêu biểu của người Thượng. Đúng nghĩa không phải nhà mà là chòi, với ngói và tường lợp bằng lá khô, chống trên bốn cột trụ bằng tre cao hổng khỏi mặt đất. Phải leo cầu thang làm bằng tre cao hai, ba thước mới vào được chòi. Sàn nhà cao như thế có nhiều lợi điểm: tránh khỏi rắn hay thú dữ, khi mưa không bị lụt lội, và gió mát hơn ở mặt đất.

Ở vùng xôi đậu trong cuộc chiến dai dẳng như thế này, Tuấn đều bị cả hai bên nghi ngờ làm việc cho phe đối phương. Vì không biết ai bạn ai thù, Tuấn rất cẩn thận trong lời nói hay giao dịch. Một trong những công việc của Tuấn ở đây là phải tiếp xúc với phường khóm hay toà hành chánh để lo giấy tờ lặt vặt. Ông Phường trưởng mời đến nhà ăn cơm mấy lần, nhưng Tuấn không biết là để nói chuyện giao dịch xã hội thật sự hay ông ấy muốn tìm hiểu xem Tuấn có phải là người bên kia. Vì vậy mà Tuấn luôn từ chối khéo, không dám đến nhà. Lần cuối cùng vài tuần sau khi Tuấn từ chối, ông ta bị "mấy ổng" bắn chết.

Vài tháng sau khi Tuấn đến Ban Mê Thuột, một người đàn ông mặc quân phục hay đến nhà thờ tìm Tuấn, hỏi đủ thứ chuyện. Trong mấy ngày liên tiếp, cho dù anh ta hỏi Tuấn bất cứ vần đề gì, Tuấn luôn đổi đề tài nói về Chúa, giảng cho anh ta những câu chuyện trong Kinh Thánh. Một tháng

    nguyễn tài ngọc

sau, chú Bha-Na đến nói cho Tuấn biết là anh này nằm vùng, điệp viên hàng đôi. Anh ta khi khả nghi người nào thì yêu cầu người đó đưa căn cước rồi đưa những chi tiết trên căn cước cho phe "mấy ổng" để họ thủ tiêu. Lần này thì đến phiên anh ta bị quân đội VNCH bắn chết.

Một năm sau khi làm việc ở Ban Mê Thuột, Tuấn có việc phải trở lại Thánh Kinh Thần Học Viện Nha Trang. Sẵn dịp có xe từ Đà Lạt đến cũng sẽ đi Nha Trang, Tuấn quá giang xe. Chiếc xe Land Rovers cũ kỹ mang bảng số bắt đầu bằng chữ "X", viết tắt của chữ Xã hội. Xe có bốn hàng ghế: Hàng ghế đầu anh tài xế ngồi với ông mục sư. Tuấn ngồi ở hàng ghế thứ hai, sau anh tài xế với hai anh truyền đạo khác. Hai hàng ghế sau vị trí chín mươi độ với hàng ghế trước như hình chữ U ngược. Băng ghế sau lưng Tuấn là một người đàn bà trên tay ôm một đứa bé, đối diện bên kia là một người đàn ông khác. Xe lái đi độ một tiếng, qua khỏi nhiều rừng cây trồng cao su, trà và bây giờ là rừng cà phê vì Tuấn có thể ngửi thấy mùi thơm phảng phất trong gió. Nhìn về đám rừng trong tay phải đặc những cây, Tuấn đang tưởng tượng không biết họ lấy hột cà phê như thế nào thì thấp thoáng Tuấn thấy bóng nhiều người đàn ông mặc áo bà ba đen. Chiếc xe cũ kỹ mà lại gặp con dốc nên uể oải trèo làm Tuấn bây giờ thấy rõ những người mặc áo bà ba đen ấy tay và vai mang súng. Một người quỳ gối, trên vai mang một khẩu súng phóng lựu đạn, nòng súng hướng về phía chiếc xe Land Rovers. Tuấn thét lên:
- *Nhìn bên tay phải kìa. Mấy người đó sắp bắn mình . Mình phải chạy.....*

Chưa nói dứt câu, Tuấn nghe một tiếng nổ đinh tai nhức óc. Chiếc xe chao một bên rồi dừng hẳn. Nhiều tiếng la hãi hùng của mấy người hét lên cùng một lúc. Rồi tiếng khóc thất thanh của một người đàn bà và một đứa bé.... Trong một khoảnh khắc, bỗng dưng tất cả tiếng hét, tiếng khóc, tiếng nổ trở nên thật là nhỏ trong tai Tuấn. Tuấn không còn nghe gì nữa mà chỉ ngửi mùi khét của lửa cháy, của mùi xăng. Đầu Tuấn chắc đang phải tựa vào một cái gì nhìn về phía lên trời vì Tuấn chỉ thấy trần mui xe đầy những máu và mầu sơn của xe bị cháy đen. Rồi sao lại có hình của bố mẹ và anh em Tuấn trên trần xe. Bố Tuấn đang vẫy tay để gây sự chú ý, miệng nói gì mà Tuấn không nghe rõ. Mùi xăng và mùi khét càng ngày càng nồng nặc. Chung quanh bây giờ Tuấn không thấy gì hết ngoài một mầu đen ngòm của khói đen. Tuấn lâm râm cầu nguyện với Chúa trong tư tưởng, cầu mong Chúa ở cùng với Tuấn trong giây phút này.

Tiếng khóc thét của thằng bé và của một người đàn bà làm Tuấn bừng tỉnh. Mở mắt nhìn, Tuấn bây giờ mới diện kiến thực tại: Những người đàn ông mặc áo bà ba đen lúc nãy đã dùng súng phóng lựu đạn bắn vào xe của Tuấn. Tuấn ngồi bên phía trái, quả lựu đạn xuyên vào xe từ bên phải ở băng ghế sau, nổ tung ngay chỗ người đàn ông ngồi băng ghế phía sau làm anh ta bay mất cái chân bên trái, lòi ra thịt máu đỏ bầy nhầy đang hấp hối dẫy chết. Chiếc xe phần đằng sau loang lổ nhiều lỗ hổng cháy đen, những cụm lửa nhỏ cháy âm ỉ khắp nơi. Cả xe bao phủ mùi xăng và mùi khét lẹt. Nhìn xuống áo mình, Tuấn thấy quần áo cũng đẫm máu nhưng không biết mình có bị thương hay không. Thằng bé và người thiếu phụ vẫn khóc thét. Tuấn lo sợ chiếc xe sẽ nổ tung bất cứ lúc nào vì mùi xăng đổ nên hớt hãi với tay ra sau lấy thằng bé từ người đàn bà, cởi *cravate* quấn vào bên vai trái của nó vì Tuấn thấy máu ở vai đó của nó ướt đẫm. Mở cửa xe bước ra ngoài với thằng bé ôm trong tay, Tuấn thấy anh tài xế, ông mục sư và hai anh truyền đạo đang bỏ chạy đi xa. Tuấn hét lớn:

- Mấy người trở lại đây giúp tôi. Còn người đàn bà đầy máu trong xe kìa...

                                        nguyễn tài ngọc

Tuấn hét gọi trong vô vọng. Họ sợ những người áo bà ba
đen tiến lên giết nốt hay bắt cóc những người còn lại nên
bỏ chạy. Tìm được một chỗ phẳng lặng bên đường, Tuấn
đặt thằng bé xuống, nó vẫn không ngừng khóc, rồi trở lại
xe để kéo người đàn bà ra. Tuấn để ý con đường đi trở lại
xe ngắn như vậy mà sao lại đi quá lâu mới đến. Sau cùng
Tuấn cũng nắm được tay cầm của cửa xe. Vừa định mở cửa
thì Tuấn thấy tất cả chung quanh quay vòng vòng. Trước
mặt Tuấn chỉ là trời và mây xanh cũng càng ngày càng
quay nhanh như chong chóng. Tuấn ngã xuống bất tỉnh,
không còn biết gì hết.

"Uuống!". Cùng với tiếng nói, miệng khô cằn của Tuấn
bỗng dưng có ai cho uống một miếng nước. Mở mắt dậy,
Tuấn thấy mình đang nằm trong tay một người lính Đại
Hàn nón lính chữ Thập đỏ. Anh ta đặt một bi-đông nước
vào miệng Tuấn để giúp Tuấn uống nước. Một người lính
khác đang cầm chai nước biển mà đầu kia có kim chích vào
tay trái của Tuấn. Tuấn nghe tiếng đạn M16 bắn vang vang
không xa lắm. Chung quanh Tuấn là một hay hai tiểu đội
lính Đại Hàn. Một chiếc xe lô chạy trờ đến. Một người lính
Đại Hàn cầm súng chĩa vào màng tang anh tài xế, ra dấu
cho anh mở cửa. Chiếc xe lô loại Traction với bốn hàng
ghế chở khoảng mười lăm người đầy không còn một chỗ
trống. Những người lính Đại Hàn bế đứa bé đưa cho người
ngồi ở băng ghế chót, ra hiệu cho họ để đứa bé nằm xuống
trên lòng, rồi họ bế người đàn bà lên băng ghế kế tiếp, cho
bà ta nằm lên lòng cả bốn người ngồi, và sau cùng thì đến
phiên Tuấn. Khi tất cả đã ở trong xe, họ đóng cửa và nói
với anh tài xế với giọng Việt Nam lơ lớ:
- Đii đii!

Anh tài xế với ba bệnh nhân bất đắc dĩ không biết chở họ đi
đâu nên khi đến bệnh viện đầu tiên gần nhất trên đường,
một bệnh viện Tin Lành ở Ninh Hoà, anh ngừng xe cho ba

bệnh nhân xuống. Một bác sĩ Mỹ ra xem tình trạng của ba người, nói với anh tài xế là Tuấn bị nhẹ nhất, ông ta có thể chữa được ở đây, còn hai người kia bị nặng hơn thì ông nhờ anh ta chở đến quân y viện Ninh Hoà vì ở đấy mới có đủ dụng cụ chữa trị.

Tuấn ngủ thiếp đi không biết được bao lâu. Khi mở mắt, Tuấn thấy mình nằm trên giường bệnh viện. Trước mặt là một ông bác sĩ Mỹ miệng nhoẻn một nụ cười, tay cầm một đĩa bằng i-nốc-xi-đáp, đưa ra trước mặt Tuấn:

- Anh có biết anh bị thương như thế nào không?
- Tôi không rõ, tôi chỉ nhớ bên mông phải có mảnh đạn vì tôi không nằm được bên phải khi ở trên xe lô.
- Anh đoán xem anh bị bao nhiêu mảnh đạn?
- Có lẽ là hai?
- Anh đoán sai rồi. Tôi gỡ ra ba mươi hai mảnh đạn trong người anh. Tất cả nằm trên cái đĩa này.

Vừa nói ông ta vừa đưa cho Tuấn cái đĩa. Không ngờ là bị ghim mảnh đạn nhiều như thế, Tuấn hỏi:
- Còn đứa bé và người đàn bà ? Họ bị thương nặng nhiều hơn tôi? Họ có sống sót không?
- Họ sẽ bình phục. Anh đừng lo.

Tuấn không muốn gia đình biết mình đang nằm bệnh viện, sợ mọi người lo lắng cho việc làm của mình nên giữ kín không báo cho gia đình. Tuy nhiên, tin xe Tuấn bị phục kích và Tuấn bị thương đang nằm bệnh viện chẳng mấy chốc loan về Ban Mê Thuột. Hai tuần sau đó, vẫn còn ngồi trên xe lăn, Tuấn có một người khách bất ngờ đến thăm viếng: chú Bha-Na.

- *Cám ơn chú đến thăm tôi. Sao chú nhọc lòng đến thăm tôi làm gì, hai tuần nữa khi lành lặn tôi sẽ về, thế nào mình cũng gặp nhau mà.*

- *Bây giờ là lúc Thầy đang cô đơn nhất, nằm lủi thủi một mình nên đến thăm mới là quan trọng. Mai mốt Thầy trở lại nhà thờ bận rộn đủ thứ, đâu còn cô đơn nữa.*

- *Nhưng chú tốn tiền mua vé xe, để tôi đưa lại tiền xe cho chú.*

- *Thầy còn nghèo hơn tui làm sao tui lấy được. Với lại tiền bạc không có bao nhiêu đâu Thầy ơi. Thầy có nói cho tui nghe là Chúa dậy không coi trọng của cải trên đời này, Thầy nhớ không?*

- *Cám ơn chú nhiều.*

- *Hồi sáng tui định đi chuyến xe sớm rồi chừng hai giờ về, nhưng tui có việc nên phải đi trễ. Tối nay tui xin bệnh viện ngủ lại một đêm với Thầy rồi sáng sớm tui về. Thầy cứ ở đây tịnh dưỡng, việc nhà thờ đã có tui lo. Chừng nào Thầy bình phục hẳn hãy về.*

Sáng hôm sau, chú Bha-Na giã từ Tuấn để về sớm như dự định. Không ai có thể đoán được chuyện tương lai: Trên đường về, chiếc xe lô bị cán mìn. Ngoài nhiều hành khách bị thương nặng, ba người bị chết. Một trong ba người ấy là chú Bha-Na.

Ngồi trên chiếc lăn trong gian phòng lớn dùng để làm nơi dậy học trong tuần và nhà thờ vào Chủ Nhật, Tuấn vẫn không ngờ được sự ra đi quá đột ngột của người giúp việc với mình. Hai hôm trước tuy rằng vẫn chưa hẳn bình phục, Tuấn xin phép được xuất viện sớm để về dự đám tang của chú Bha-Na. Tuấn giận cho chính mình vì đi thăm Tuấn mà chú mới bị chết. Một năm nơi rừng thiêng nước độc không có gia đình, Tuấn xem Bha-Na như bố ruột vì chú luôn luôn chăm sóc và giúp đỡ những điều cần thiết cho Tuấn. Đời sống chú khá chật vật nhưng chú không bao giờ quản ngại giúp đỡ Tuấn hoặc dâng cho Chúa. Tuấn chưa có thì giờ đền đáp lòng tốt bụng của chú thì chú đã ra đi. Lòng cô đơn vô tả, Tuấn chực nghĩ đến bố mẹ của mình. Hai người cũng một lòng nuôi nấng lũ con vô điều kiện cho đến lúc trưởng thành. Ấy thế mà Tuấn chưa đền trả cái công lao nuôi nấng ấy mà đã tìm cách lo lắng việc đời. Tuấn bật khóc. Lần đầu tiên Tuấn thấy mình lỗi lầm khi đã cứng đầu làm bố giận năm xưa, nhớ cả chú Bha-Na và bố mẹ. Không biết bố mẹ bây giờ có nhớ Tuấn không....

-Thầy có điện tín.

Đang suy nghĩ mông lung, Tuấn không để ý đến người đưa thơ ở trước cửa đến giao cho Tuấn tờ điện tín.
- Cám ơn anh.
Điện tín? Tuấn hơi chột dạ vì chưa bao giờ Tuấn nhận điện tín báo tin khẩn cấp. Xé vội cái phong thư, nhìn vỏn vẹn bốn chữ in, Tuấn gào khóc lớn trong niềm đau khổ tận cùng: THẦY MẤT. VỀ GẤP.

೮೦೦೮

Sáng nay Tuấn đã dậy sớm đón chuyến xe đò đầu tiên về Sàigòn với hy vọng nhìn được mặt bố trước khi tẩm liệm, thế nhưng về đến nhà thì đã quá trễ, bố Tuấn đã nằm trong quan tài đóng kín. Nhà không có địa chỉ Tuấn nên chị Tuấn mất một ngày mới tìm được địa chỉ Thần học viện. Mất thêm một ngày nữa chị ấy mới đánh điện tín. Người nhận ở Thần học viện lại mất thêm một ngày báo cho Tuấn. Hôm sau Tuấn mới về được Sàigòn. Mẹ Tuấn không bao giờ đi chùa lễ Phật thế nhưng khi bố Tuấn mất, mời ông Bảy Thầy Chùa ở xóm kế bên đến lo chuyện tang lễ. Khi định ngày an táng, ông ta khăng khăng nói với mẹ Tuấn là

                                                    nguyễn tài ngọc

phải chôn bố Tuấn liền trong hai ngày vì tất cả những ngày khác đều là ngày xấu. Trong quan tài có những bông gòn giấy rộng bằng cổ tay, dài bằng bàn tay, thay vì để lớp bông gòn ấy ở dưới rồi để xác chết lên, nhân viên nhà hòm lại để xác bố Tuấn xuống dưới đáy rồi mới bỏ những miếng bông gòn giấy ấy lên trên cho đầy quan tài. Vì Tuấn không về kịp, ngày an táng phải dời lại. Bố Tuấn chết đã bốn ngày trong cái nóng hầm hực tháng Tư của Sàigòn nên xác bắt đầu vữa. Quan tài chỉ là hòm gỗ đóng sơ sài nên chất vữa biến thành chất nước đặc sệt hôi thối rỉ thấm qua đáy, dọc theo chu vi của chiếc hòm. Anh Tuấn và Tuấn đã định mở quan tài ra vì Tuấn không gặp được bố trước khi chết, và vì cần di chuyển xác bố Tuấn lên trên, bỏ những miếng bông gòn giấy xuống dưới đáy để nó thấm nước vữa ra của xác chết, thế nhưng mẹ Tuấn khóc không cho nên đành phải dẹp bỏ ý định. Thay vào đó, để át mùi hôi thối của xác chết trong nhà, chị Tuấn ra chợ mua mấy thỏi xà bông Việt Nam khoảng năm phân vuông, dài khoảng ba tấc, rồi anh em thay nhau giã ra thành sáp, trét vào chung quanh đáy. Phương pháp chữa trị này tuy đơn giản nhưng hữu hiệu: nhà Tuấn bớt hôi mùi xác chết, sau khi bật quạt qua đêm để đẩy mùi hôi thối cũ ra ngoài.

Mùi nén hương đốt thơm phảng phất bay vào mũi làm Tuấn nhìn vào mấy cây nhang âm ỉ cháy trong cái bát cắm hương trên bàn trước quan tài. Cũng ở trên bàn là một đĩa nhỏ với ba chiếc trứng luộc, thức ăn cúng mà mẹ Tuấn cúng cho hương hồn bố Tuấn. Cái đĩa trứng đó làm Tuấn liên tưởng đến bát thịt cúng năm nào hai bố con gây gỗ không ai nhường ai. Tuấn nhìn vào bức ảnh của bố Tuấn. Cũng cặp mắt đó thế nhưng bây giờ nó không nhìn Tuấn trừng trừng như trước đây. Thay vào cái nhìn sắc bén như con dao, bây giờ ánh mắt đó là một cái nhìn trìu mến nhân từ của một người cha đối với con. Cái nhìn không làm Tuấn giận dữ, cái nhìn không muốn tranh luận với Tuấn về lý tưởng tôn giáo, cái nhìn chỉ ước ao gặp lại con mình. Bụng dạ Tuấn quặn đau từng khúc ruột, Tuấn nhào đến quan tài, ôm lấy người cha đang nằm bên trong mà khóc ngất, miệng lẩm bẩm: *"Thầy tha lỗi cho con".*

Ánh mắt của người đàn ông trong hình qua bóng đêm đăm đăm nhìn vào một phương trời vô tận. Quá trễ. Tất cả đã quá trễ.

Hơi Thở Cuối Cùng

Làm gấp rút đống giấy tờ dở dang cho xong việc, tôi hối hả dặn cô thư ký trong hãng sẽ trở lại trong vòng ba tiếng, ra xe rồ máy lái xe đi nghĩa trang Forest Lawn để dự lễ an táng của một người bạn trong nhà thờ Tin Lành. Anh ta năm nay chỉ mới có 46 tuổi, vĩnh viễn ra đi sau mười bốn tháng chiến đấu với cơn bệnh hiểm nghèo ung thư bao tử, để lại một vợ và ba con. Anh ta chỉ trẻ hơn tôi vài tuổi, lấy vợ trễ nên con vẫn còn tương đối nhỏ. Hai năm trước anh đã phát hiện được bụng đau nhiều hơn thường lệ, nhưng cứ nghĩ là vì căng thẳng trí óc của việc làm gây ra tình trạng loét bao tử nên khi vào bệnh viện cũng khai với bác sĩ như vậy. Bác sĩ chắc tốt nghiệp ở Bệnh Viện Bách Khoa Gò Công nên cũng nghe theo anh ấy mà chỉ cho thuốc trị bệnh loét bao tử. Ròng rã mấy tháng trời đến khi đau không chịu được phải vào nhà thương mổ thì mới phát giác ra là ung thư. Bác sĩ nói với người nhà anh chỉ có thể sống được ba, bốn tuần sau khi mổ, thế mà anh kéo dài sự sống được gần mười bốn tháng. Tuy rằng sức khoẻ trong giai đoạn sau khi mổ không được như người bình thường, anh không bị đau đớn nhiều trừ những khi phải vào nhà thương chữa trị bằng phương pháp *chemotherapy*. Tháng cuối cùng trước khi anh mất, sức khỏe anh đã hoàn toàn không còn nữa vì ung thư đã lan tràn khắp mọi nơi.

Nhà thờ đã đầy những người đến sớm hơn chương trình chín giờ làm lễ. Ghế ngồi hầu như không còn một chỗ trống. Giữa buổi hành lễ tôi phải đi toilette, lúc trở lại thì mất chỗ, phải đứng với bao nhiêu người đến muộn ở đằng sau. Ánh mắt của những người đi dự đám tang gặp nhau giữa không gian trong sư yên lặng, xác nhận sự có mặt của nhau để thay cho lời xã giao chào hỏi. Tiếng sụt sịt khóc của vợ và con anh vẫn nghe rõ tuy rằng họ đã cố gắng im lặng trong sự yên tĩnh của thánh đường. Quan tài anh nằm ở giữa với nước gỗ bóng lịm, kế bên là ảnh của anh phóng đại thật lớn với ánh mắt như đang nhìn xuống những người đi dự lễ. Hai bên và đàng sau quan tài là những giá cây mang vòng hoa cùng với những lời thành kính phân ưu. Cũng những cái hoa thơm tho đầy màu sắc mà tùy theo lối trưng bày, một cái biểu hiệu cho sự vui mừng trong đám cưới, một cái lại tượng trưng cho sự buồn rầu thểu não của đám ma như bây giờ.

Ông Mục sư lên cầu nguyện khai lễ và từ đó bắt đầu chương trình lễ an táng: cử tọa hát thánh ca, một người thân lên đọc tiểu sử, người trong nhà thờ lên phát biểu cảm tưởng được có cơ hội biết anh, Mục sư giảng Kinh Thánh, cô con gái đầu lòng của anh lên hát tặng cho bố một lần cuối cùng bản Thánh ca mà anh hằng ưa thích khi sống: *"Dù khi tôi đi trong thung lũng bóng chết, tôi chẳng sợ tai họa nào, vì Chúa ở cùng tôi..."*

Trong suốt thời gian một tiếng làm lễ, ngay cả những giây phút thật yên lặng khi ông Mục sư cầu nguyện, điện thoại cầm tay của hết người này đến người khác thỉnh thoảng lại reo vang. Anh chàng ngồi trước mặt tôi điện thoại reo đến hai lần chỉ trong vòng một phút. Ở ngay giây phút này tôi chỉ ao ước được thấy tận mắt phép lạ nhiệm mầu hồn người chết trở về để tôi sẽ ra tình nguyện làm điểm chỉ viên chỉ cho hồn ma đến bóp cổ từng người đã có điện thoại reo. Nếu nghe điện thoại là điều quan trọng không thể thiếu xót được thì đến dự làm gì, chỉ làm phiền lòng người chết đang cần sự yên lặng nghỉ ngơi. Thà rằng ở nhà gọi điện thoại đến tang gia để chia buồn thì có phải là hay không? Không ai nghĩ mình là bất lịch sự, mà mình lại có thì giờ lo chuyện khác, không mất thì giờ đi đưa đám. Trong tất cả các câu Kinh Thánh in ra trong chương trình lễ, câu này bắt mắt tôi: *"Cầu xin Chúa dạy cho chúng tôi biết đếm các ngày chúng tôi hầu cho chúng tôi được lòng khôn ngoan"* (Thi Thiên 90:12) . Có lẽ lần tới nhà thờ nên in thêm một hàng chữ bên cạnh: *Người có điện thoại cầm tay nên đọc câu này.*

Đến gần linh cữu đặt cành hoa trước khi hạ huyệt, tôi để ý là quan tài này làm bằng thứ gỗ đắt tiền. Mẹ tôi chết ở Mỹ nên tôi đã trải qua kinh nghiệm khi đến nhà quàn mới khám phá ra là không phải chỉ có một loại quan tài mà có cả chục kiểu, từ thứ rẻ tiền như xe Yugo cho đến loại đắt tiền như Ferrari. Ai cũng thấy lương tâm cắn rứt khi nghĩ đến cuối cùng của một đời người mà mình không mua được thứ sang trọng nên đành bấm bụng ngậm miệng chọn thứ đắt tiền. Kinh Thánh dậy đời sống vật chất là vô nghĩa, thế mà trước khi gặp Chúa mình lại còn bám víu vào cái tốt đẹp của thế giới này thì hóa ra là mình chưa "đắc đạo", dùng từ Phật Giáo? Ở phong tục chôn cất này thì tôi rất hoan nghênh Hồi Giáo về sự đơn giản: người chết sau khi rửa sạch thì được quấn trong một mảnh vải, đem chôn không quan tài, xác tiếp xúc với lòng đất nằm nghiêng trên vai phải để mặt hướng nhìn về Makkah (Mê-ca, thành phố thánh ở Saudi Arabia nơi giáo chủ Muhammad sinh đẻ). Trên mặt mộ chỉ đánh dấu bằng một cục đá, còn không thì không được xây thêm những kiến trúc cầu kỳ gì hết. Vì vậy mà người giầu cũng như người nghèo, quý phái hay thấp hèn đều được chôn như nhau, không phân biệt giai cấp, không gây ra cảm tưởng còn níu vá đến đời sống vật chất.

Tại sao người ta tin vào tôn giáo? Bốn tôn giáo chính trên thế giới (tỷ lệ phần trăm dân số thế giới: Thiên Chúa giáo (Công giáo + Tin Lành) - 33%, Hồi giáo - 20%, Ấn Độ giáo *–Hinduism–* 13%, Phật giáo - 6%) đều hứa hẹn cho người theo đạo một tương lai huy hoàng sau cái chết: tin

Thiên Chúa giáo thì sẽ được lên thiên đàng với sự sống đời đời; tin Hồi giáo thì được lên Thiên Đàng tám tầng (mô tả tường tận trong Kinh Coran), và với những chiến sĩ tử đạo - *martyr* – thì lại được phát thưởng bằng 72 trinh nữ đem về làm vợ; tin Ấn Độ giáo, Phật giáo thì sẽ thoát khỏi trong vòng luẩn quẩn luân hồi trần tục và tùy theo trình độ tu hành sẽ đạt đến chốn hư không Niết bàn. Ở đây cần giải thích thêm cho rõ Ấn Độ giáo là một trong những tôn giáo lâu đời nhất thế giới, không giáo chủ, bắt đầu từ 3000 năm trước Tây Lịch, và là tôn giáo phát xuất thuyết luân hồi. Gần 2500 năm sau, Đức Thích Ca Mâu Ni Phật Gautama Sidhartha ra đời (khoảng năm 563 trước tây Lịch), sáng lập Phật giáo, tin vào thuyết luân hồi của Ấn Độ giáo và đưa ra giả thuyết đạt đến chốn hư không Niết bàn.

Nếu mọi người có một niềm tin là tôn giáo sẽ đưa mình đến sự sống vĩnh cửu bên kia thế giới, tại sao chúng ta lại khóc lóc buồn bã khi phải chia tay vĩnh viễn với người thân? Có phải là vì viễn ảnh thực tế đối diện trước mắt là sẽ mãi mãi mất đi một người không bao giờ mình có thể gặp lại được? Mang theo với ý nghĩ trong đầu chết không thể nào là hết vì chúng ta còn bao nhiêu liên hệ ruột thịt với người ở lại, và mang theo nỗi lo sợ đối diện hình phạt địa ngục bên kia cõi chết, chúng ta tin vào một tôn giáo để giữ cho mình sự bình an ở cuộc sống hiện tại trong khi chờ đợi ngày trở về với cát bụi.

Gác sự lo sợ ấy qua một bên để tìm hiểu sự hứa hẹn sau cái chết của tôn giáo có lý hay không trước đã: Kinh Coran của Muslim giải thích trên thiên đàng có sáu thứ chính yếu chờ đợi sẵn cho tín đồ Hồi giáo khi chết: những trinh nữ đẹp tuyệt trần, những chàng trai trẻ, nước, rượu, trái cây và ngọc ngà châu báu. Muhammad biết người đời thích gái đẹp, trai trẻ (đồng tình luyến ái đã thịnh hành trong xã hội Ả rập ở thế kỷ bấy giờ), nước, rượu (món phải có để sống

　　　　　　　　　　　　　　　　nguyễn tài ngọc

sót trong sa mạc thời bấy giờ), ngọc ngà châu báu (chứng tỏ sự giàu có) nên dùng những thứ này để khuyến dụ người vào đạo. Đặc biệt là đàn ông được đến 72 trinh nữ! Vợ mình ở kiếp trước cho đi tầu bay giấy, vắt chanh bỏ vỏ để được bao nhiêu cô gái phục vụ tình dục như đầy tớ. Thiên đàng của Muhammad trở lại thời tiền sử xem đàn bà là nô lệ, nhân phẩm không đáng gì. Chưa nói đến điểm vô lý lấy đâu ra bao nhiêu là trinh nữ cho mỗi người đàn ông. Một người không công bằng trong một lãnh vực thì làm sao trở thành một lãnh tụ để phải sử xự công bằng trong bao nhiêu vấn đề khác của xã hội, của thiên đàng? Kinh Coran cũng nói rõ con người sau khi chết linh hồn sẽ ở quây quần ở một nơi nào để chờ đến ngày Đấng Allah trở lại xét đoán thì sẽ nhập lại với xác cũ. Chúng ta ít có người nào được bảnh giai đẹp gái như Alain Delon hay Brigitte Bardot, người Á Đông chúng ta không đẹp như người Tây Phương da trắng, mũi cao, tóc vàng: linh hồn nhập lại vào xác nhăn nheo lúc tuổi già lụm cụm, cái xác thịt mình không thích ở cõi đời này thì lên thiên đàng làm gì?

Ấn Độ giáo và Phật giáo cho rằng con người phải liên tiếp đầu thai đến khi tu không còn vương vấn, diệt hết những cái khổ: sinh khổ, lão khổ, bệnh khổ, tử khổ, ái biệt ly (xa người yêu) khổ, cầu xin gì không được khổ, gần người mình ghét khổ, buồn rầu, đau đớn, thất vọng, ưu tư.. khổ, thì sẽ dược đến chỗ hư không Niết bàn. Nhà lãnh đạo tha hương của nước Tibet hiện đang trú đóng ở phía Bắc Ấn Độ, Đức Dalai Lama thứ 14 khi mới lên hai tuổi đã được các hòa thượng Phật giáo bấy giờ nghĩ rằng ông ta là người được Đức Dalai Lama thứ 13 đầu thai vào, nên được tuyên phong lên ngôi nối giõi. Đầu thai bao nhiêu lần thì lên Niết Bàn? Kinh Phật không giải thích.

Con người phải nhận thức được những cái khổ để trị khổ, thế còn những người lạc quan sinh ra lúc nào cũng cười, cũng yêu đời, trong trường hợp nào cũng không thấy khổ thì sao? Khi đầu thai thì một người vào lại một người, như vậy thì làm sao giải thích dân số thế giới cứ tăng mãi? Em bé nào là người khác đầu thai? Em bé nào không có ai đầu thai? Nếu kiếp trước mình đã là một người nào thì tại sao kiếp này mình không nhớ gì về kiếp trước đó? Bao nhiêu câu hỏi không ai trả lời được vì chính Đức Phật cũng chết đi trong khi đi tìm cái Niết Bàn ở chốn hư không mà không trở lại cõi sống để báo cho biết Niết Bàn ấy có thật sự hay không.

Nói về sau sự chết trong kinh thánh của Thiên Chúa giáo (Công giáo & Tin Lành) thì ngoài việc mọi người sẽ bị xử xét ở ngày phán đoán khi Chúa tái lâm: kẻ phạm tội theo sự chết xuống âm phủ, người tin Chúa sẽ lên Thiên Đàng để hưởng sự sống đời đời, tôi nhớ lại một câu chuyện trong Tân Ước Luca 20:27-40 lần đầu tiên khi đọc tôi vẫn còn hoang mang đến bây giờ: "Khi Chúa Jesus đi giảng đạo thì có những người tỉnh Sadducees không tin có sự sống lại, đến hỏi: *"Môi-se dậy nếu người đàn ông nào qua đời không có con, em trai người ấy phải cưới người vợ góa để sinh con nối dõi cho anh. Bây giờ có một trường hợp bảy người anh em như thế này: Người anh cả cưới vợ, chết không con. Người em trai kế lấy vợ góa của anh, rồi chết cũng không con. Người thứ ba cũng vậy. Cứ như thế cả bảy người đều chết không con. Cuối cùng người đàn bà cũng chết. Đến ngày sống lại, người đàn bà đó sẽ làm vợ ai, vì cả bảy người đều cưới nàng?"* Chúa đáp: *"Cưới vợ gả chồng là việc của người trần, còn người sống lại trong nước Trời không ai còn cưới gả nữa. Họ sẽ không chết vì họ đã trở thành thiên sứ. Họ là con Thượng Đế vì Ngài cho họ sống lại"*. Như thế thì sau khi chết trên thiên đàng không còn liên hệ vợ chồng, con cái, mẹ con nữa? Ban chiều đi làm về không còn mối liên hệ vợ chồng con cái

                                    nguyễn tài ngọc

quây quần nói chuyện với nhau bên bữa ăn tối để chia sẻ tình cảm cho nhau thì lên Thiên đàng làm gì?

Cái gì xẩy ra sau sự chết? Câu hỏi này cho đến nay vẫn không có câu giải đáp vì chưa có ai từ cái chết trở về để làm một bài tường trình. Chính Khổng Tử, người tin trên đời này có ma quỷ và thần thánh cũng không biết. Khi môn đệ Tử Cống hỏi Khổng Tử rằng: *"Người chết rồi có biết gì nữa không?"* Khổng Tử trả lời: *"Nếu ta nói người chết rồi sẽ biết thì sợ những con cháu hiếu thảo sẽ liều chết để theo ông cha, còn nếu ta nói người chết rồi mà không biết gì thì sợ con cháu bất hiếu, cha mẹ chết bỏ không chôn. Người muốn biết người chết rồi có biết hay không biết, chuyện đó không phải là chuyện cần kíp ngay bây giờ, rồi sau chết sẽ biết."* Thay vì trả lời thẳng là không biết, Khổng Tử đáp lại với ý tưởng mờ mờ ảo ảo như Clinton phủ nhận liên hệ với cô Monica Lewinsky!

Sau khi mẹ của nhà ảo thuật gia Mỹ nổi tiếng nhất thế giới Harry Houdini chết năm 1913, Houdini chán nản ngã lòng vì không có thể nào được nói chuyện với mẹ ông nữa. Quyết tâm khi đến lượt mình ra đi vĩnh viễn sẽ liên lạc với người ở lại, ông và vợ ông đồng ý trên một số mật mã ông đặt ra mà chỉ có hai vợ chồng biết để khi bà vợ nhận được sẽ biết ngay là ông liên lạc từ bên kia thế giới. Mật mã này là những *puzzles* nho nhỏ mà khi ráp lại sẽ tạo ra chữ "BELIEVE". Liên tiếp trong mấy năm từ ngày ông chết, bà vợ tổ chức bao nhiêu buổi cầu cơ trong vô vọng nhận tin mật mã từ chồng. Cuối cùng, năm 1939, bà bỏ hết ý định tìm cách liên lạc với Houdini. Khi người ta hỏi tại sao, bà trả lời: *"Đợi một người đàn ông trong thời gian mười năm là quá đủ."*

Tôi có sợ chết không? Có chứ sao không. Bỗng dưng vĩnh viễn bỏ lại những ràng buộc vật chất và những gắn bó tình cảm với người thân để đi vào một chốn huyền bí thì ai mà chẳng lo ngại? Thế nhưng không phải vì mối quan tâm ấy mà tôi tin vào thiên đàng của Muhammad: rõ ràng thiên đàng của ông ta diễn tả chỉ chứa đựng những vật dụng của trần gian của thời ông ta sống (khoảng năm 600 sau Tây Lịch). Nếu ông ta sống ở thế kỷ này thì có lẽ ông ta sẽ diễn tả trên thiên đàng có xe hơi, máy bay, plasma TV... . Tôi cũng không tin vào Niết bàn của Đức Phật vì ông ta cũng chỉ là một người trần thế đi tìm một giả thuyết sau cái chết: ông ta chưa bao giờ trở lại từ cõi chết để nói là ông ta đã đạt đến Niết bàn. Tôi cũng không tin vào sự sống đời đời Thiên Chúa giáo mời mọc vì thứ nhất nó kèm theo một điều kiện phải tin Chúa Jesus trong lúc mình còn sống, đợi đến lúc chết đến ngày phán đoán mới tin thì quá trễ: nếu Chúa thật sự là Đấng Bác ái và Công bằng thì tin vào giai đoạn nào cũng sẽ được tha thứ, và thứ hai là Thiên Chúa Giáo phát xuất từ nước Do Thái: chính người Do Thái bây giờ không tin Jesus là Đấng Cứu rỗi thì làm sao những người ngoại quốc có thể nói hiểu biết lịch sử và tôn giáo của họ hơn họ? (Phật giáo cũng thế, số người Ấn Độ tin vào ông Phật chỉ có 1.6%, còn ít hơn số người tin Chúa, 2.3%).

Lịch sử Hồi giáo tính đến nay là khoảng 1400 năm, của Phật giáo 2500 năm, của Thiên Chúa giáo tính từ thời Adam và Eve là 6000 năm: Chưa một ai, từ bất cứ một tôn giáo nào, trở lại thế giới người sống trong thời đại cận kim để nói sau cái chết có gì. Năm 1967, dựa vào những xương người đào lên bên dòng sông Omo của nước Ethopia, Phi Châu, những nhà khảo cổ học đoán những xương này thuộc vào tổ tiên con người người sống vào khoảng 195,000 năm về trước. 195,000 năm nay cũng chưa có ai trở lại thế giới người sống để nói có gì sau cái chết.

                                              nguyễn tài ngọc

Tôi tin chết là hết, tạo hóa đã cho tôi một thời gian sống trên trái đất này để tôi tạo ra được một mối liên hệ tình cảm ngắn hạn với những người tôi thương yêu, thì khi tạo hóa cất tôi đi, chấm dứt tất cả mối liên hệ đó, tôi cũng sẽ chẳng than phiền. Nhưng vì là con người nên tâm lý của tôi cũng giống như bao người khác: tôi hy vọng sau sự chết có một Đấng Thiêng Liêng nào đó phán đoán sự sai quấy con người làm khi còn sống. Chẳng hạn như cần phải có sự trừng phạt những người để chuông điện thoại reo khi ngồi trong nhà thờ dự lễ an táng, và nhất là phải xử lý người nào đã chiếm ghế ngồi của tôi khi tôi đi toilette.

Rau Muống Xào Dầu

Tiếng chuông điện thoại nhà reo một, hai, rồi ba lần mà tất cả mọi người trong nhà tôi –vợ tôi, bốn đứa con tôi, và tôi - không một ai chịu bắt điện thoại. Bây giờ đã là tám giờ tối. Nhà tôi lúc nào cũng ăn cơm sớm nên giờ này mỗi người ai nấy đang chui vào thế giới của mình sau khi ăn: Vợ tôi xem Paris By Night số mới nhất #1036, hai cô con gái trên Internet, một cô trong phòng tắm ngắm gương làm điệu, cậu con trai út cũng đang trên Internet chơi *game*, còn tôi thì đang đọc báo. Ở những giây phút thiêng liêng như thế này thì mọi người trở nên lãng tai và đều thi gan xem ai là người cuối cùng chịu không nổi tiếng chuông đứng tim thì phải bắt điện thoại lên nghe. Vợ tôi thì cho dù có đạn pháo kích ngang tai cũng chỉ nghe tiếng nhạc mà không nghe tiếng chuông; ba cô con gái đứa nào cũng có điện thoại cầm tay nên biết rằng bạn bè tụi nó không bao giờ gọi tìm qua điện thoại nhà; cậu con trai út không bao giờ có bạn gọi điện thoại nên không có lý do gì bắt lên; và tôi thì hầu như không bao giờ gọi ai mà cũng chẳng ai gọi mình nên nghĩ chuông reng chỉ là quảng cáo.

*- Reng... Reng....*Đến lần chuông reng thứ năm thì cậu con trai út của tôi nhắc điện thoại và rồi tôi nghe nó gọi réo từ trên lầu xuống:
- Bố ơi, phone.
- Ai vậy?
- Coong khôn piết. Thằng con tôi đẻ ở Mỹ nên nói tiếng Việt không khác gì một cậu Mỹ con.
- Bác Trúc hay chú Diệp? Ai mà gọi điện thoại tôi ở nhà thì chỉ có anh hay em trai tôi.
- Khôn fải đâu.

Có hỏi nó thêm đi nữa thì cũng chẳng tìm ra được gì hơn. Không phải vì nó kín miệng như phi công Mỹ bị bắn rơi ở Bắc Việt khi bị bắt không tiết lộ điều gì khi bị tra tấn, nhưng tại vì nó không hiểu tiếng Việt nhiều. Có một lần tôi ngồi ở bàn ăn, thấy nó đứng gần tủ lạnh nên nói nó lấy hộ bát chè. Không thấy nó mở cửa tủ lạnh mà lại trở về bàn ăn làm tôi bực mình vì thằng con ..mất dậy không làm theo lời bố bảo. Chưa kịp chửi thì nó xách cái ghế ở bàn ăn khiêng lại cho tôi. Chỉ cần có vài giây thắc mắc tại sao nó mang cái ghế mà không mang bát chè là tôi khám phá ngay ra lý do rồi bật cười không nhịn được. Nó không hiểu chữ "chè", và thay vì lấy chè thì nó lấy cho tôi "chair", cái ghế.

- Hello?
- Anh Ngọc đó hả?
- Tôi là Ngọc đây. Xin lỗi ai đấy?
- Em Ngân nè anh.
- Ngân nào? Tôi hỏi lại cho kỹ vì vẫn không nhận ra giọng ở bên kia đầu dây.
- Ngân ở nhà thờ.
- À, Ngân khỏe không? Mấy lúc này đi làm ra sao. Có chuyện gì không Ngân?
- Hồi nãy em nấu cơm, xào chảo rau muống với kho mấy miếng thịt. Em, anh Thiện với bạn ảnh là anh Tâm ở trên San Jose xuống chơi, ăn xong rồi không biết tại sao ba người ai nấy đều bị đau bụng hết. Em có gọi ông Mục sư nhưng không thấy ai ở nhà nên em gọi cho anh.
- Em chắc là ăn xong rồi mới bị đau bụng hay đau bụng trước khi ăn?
- Chắc mà. Ăn xong ngồi nghỉ chút xíu thì anh Tâm than đau bụng trước, rồi đến anh Thiện, rồi đến em.
- Được rồi, để anh chạy qua.

Lên trên lầu thay quần áo, tôi nói với vợ tôi người gọi điện thoại là Ngân ở nhà thờ cần giúp đỡ, bị đau bụng mà không hiểu tại sao nên tôi phải đi đến nhà, không biết lúc nào sẽ về. Vợ tôi thì bây giờ Thế Chiến Thứ Ba có bùng nổ cũng chẳng biết vì đang mải mê xem Paris By Night, dặn tôi lái xe cẩn thận vì trời đã tối.

Nhà tôi cách nhà Ngân ba mươi phút lái xe. Trên xa lộ tối đen, tôi nhớ lại những ngày còn độc thân và những năm đầu tiên khi mới lập gia đình. Thì giờ của tôi phần đông là sinh hoạt với Hội Thánh. Ngoài việc đi nhà thờ thường xuyên vào sáng Chủ nhật, những ngày khác tôi bận rộn hướng dẫn và chia sẻ Kinh Thánh với thiếu nhi, thiếu niên, thanh niên, hay phụ giúp những gia đình Việt Nam mới sang Mỹ cần giúp đỡ. Đó là lý do mà Ngân sau khi gọi Mục sư không thấy ai trả lời thì gọi cho tôi. Ngân là người Rạch Giá, ở Việt Nam không đi học làm nghề tay chân, sang Mỹ hai, ba năm nay theo diện đoàn tụ gia đình. Ở chung apartment hai phòng ngủ với Ngân là anh Thiện, sang đây cũng đã vài năm theo diện H.O. Cả hai rất vất vả trong việc hoà hợp vào đời sống Mỹ, lý do chính yếu là vì ngôn ngữ bất đồng. Ngân ở Rạch Giá phát âm tiếng Việt với giọng địa phương khá nặng, *"bắt cá gô bỏ gổ"*, không phát âm được âm "r" mà ở Việt Nam lại không đi học nên ở Mỹ nhìn tiếng Anh như rồng bay phượng múa, chỉ ngắm mà không bắt chước phát âm cho giống được. Anh Thiện thì ở Việt Nam khi đi đánh nhau ở chiến trường chắc nghe nhạc Chế Linh nhiều quá nên học bao nhiêu tiếng Anh cũng không thể nào hấp thụ. Mỗi lần ở nhà chuông điện thoại bắt lên mà đầu dây bên kia là người Mỹ bán quảng cáo, anh ấy sợ còn hơn là chỉ có một mình canh gác đồn đang bị bao nhiêu sư đoàn địch vây hãm.

Thấm thoát tôi đã đến apartment Ngân ở. Bước vào nhà việc đầu tiên tôi để ý là căn nhà hơi tăm tối, anh Thiện và bạn đang ngồi thừ người ở ghế sa-lông ngoài phòng khách.

- Hello Ngân. Anh Thiện khỏe không. Chào anh, tôi là Ngọc. Chìa tay bắt tay bạn anh Thiện, tôi nói tiếp:
- Anh tên gì ạ?
- Tôi là Tâm, bạn Thiện. Ở San Jose xuống chơi. Ngày xưa tụi tui đi lính cùng chung đơn vị.
- Hổng biết thằng Ngân nó nấu món gì mà ăn xong tui thấy đau bụng anh Ngọc ơi.
- Anh đau nặng không?
- Không nặng đâu anh. Bây giờ thì thấy nó lâm râm thôi.
Quay qua Ngân, tôi hỏi:
- Rau muống Ngân mua lúc nào, có tươi không?
- Em mới mua hôm Chủ Nhật. Từ hôm đó đến giờ em bỏ trong tủ lạnh mà, đâu có hư đâu.
- Em xào bằng dầu gì? Cho anh xem được không?
- Dầu này em mua ở chợ 99, xài hoài mà đâu có sao. Vừa nói, Ngân vừa cúi xuống tủ dưới bồn rửa bát trong nhà bếp, lấy ra cho tôi xem bình dầu plastic hình chữ nhật mầu vàng. Nhìn cái bình Ngân đưa, tôi giật nẩy người vì đó là bình nước giải nhiệt chống đông lạnh *antifreeze coolant* cho xe hơi:
- Em dùng dầu này hả? Bình này là nước giải nhiệt cho radiator xe hơi mà.
- Chết cha rồi, thiệt không anh Ngọc. Vừa nói Ngân vừa ngồi xuống, lấy cũng ở tủ dưới bồn rửa bát một bình plastic chữ nhật mầu vàng khác, không khác gì bình *antifreeze coolant*, nhưng lại là dầu nấu ăn với chữ Tầu và tiếng Anh.
- Ai để bình này ở đây đây? Anh Thiện hả?
Anh Thiện gật đầu tiu nghỉu:
- Xe tao hôm qua bị thiếu nước, hồi sáng tao đi mua nước đổ vô bình, còn dư nên tao đem để trong đó.

Hai bình giống nhau hoàn toàn, từ mầu vàng đến kích thước, chỉ khác chữ in trên bình. Ngân trong lúc sơ xuất không để ý lấy bình nước giải nhiệt xào với rau muống mà tưởng là dầu ăn. Tôi đọc vội qua hàng chữ tiếng Anh in trên bình nước giải nhiệt: *Sẽ bị thương hoặc chết nếu uống hay hít hơi vào (Harmful or Fatal if swallowed or inhaled).*

- *Mình phải đi nhà thương ngay bây giờ. Mấy anh ăn rau muống với nước giải nhiệt xe hơi thay vì dầu ăn. Nước này độc lắm.*
- *Trời ơi, sao mày ngu quá vậy Ngân.* Anh Tâm nói. *Dầu ăn không xài lại lấy nước giải nhiệt xài.*
- *Ngu gì cha nội. Ai ngu bỏ cái bình nước này vô tủ nhà bếp chỗ nấu ăn. Anh coi nè, hai cái bình không khác nhau một tí nào, cái mầu nó cũng giống: vàng vàng xanh xanh như dầu ăn, buổi tối đổ vô chảo tui đâu có để ý....*

Tôi đọc lại phần cảnh cáo in trên bình: *Nếu uống phải liên lạc với bác sĩ hay đưa đi nhà thương ngay.* Tuy lo lắng trong bụng, tôi không khỏi cười thầm trong bụng khi nghĩ đến vì bất đồng ngôn ngữ, chỉ vì không hiểu Anh Văn mà gây bao nhiêu tai hại cho người ngoại quốc khi mới đến sinh sống trên nước Mỹ. Ngân ngại đọc tiếng Anh nên chắc có lẽ không nhìn chữ ngoài bình, cứ tưởng là dầu ăn mà đổ vào chảo rau muống xào. Khi mới định cư ở Mỹ vào mùa Halloween lần đầu tiên trên xứ người, chúng tôi hoàn toàn không biết gì về Ngân tục đi xin kẹo vào ngày cuối cùng của tháng 10. Anh của tôi có một con trai tên là Trí, lúc bấy giờ nó được năm tuổi. Khi chiều đến, một nhóm con nít đầu tiên đến nhà gõ cửa xin kẹo, miệng hét lớn: *"Trick or Treat?"* Không hiểu tục lệ Halloween, và cũng không hiểu mấy đứa bé nói gì, anh tôi lại tưởng mấy đứa bé là bạn con mình đến hỏi thăm nó nên ở trong nhà anh tôi hét lên trả lời: *"Trí is not here!"* Mấy đứa bé tối hôm ấy bị một phen khủng hoảng không biết gã ngoại quốc nói gì, năm sau tởn đến già không dám đến nhà của *Chinaman* này nữa!

Ba người leo lên xe. Tiếng đóng cửa làm tôi chợt tỉnh ra là không biết chở họ đến nhà thương nào vì cả ba người không ai có bảo hiểm y tế: Ngân làm bồi bàn cho một nhà hàng Việt Nam lãnh tiền mặt, còn anh Thiện thì nghỉ mấy tháng đang xin tiền trợ cấp tàn tật *disability*. Dân chúng Mỹ có đời sống phong phú hàng đầu thế giới, ấy thế mà khi nói về vấn đề y tế, nước này có lẽ là quốc gia duy nhất không có bảo hiểm đồng nhất và không có bảo hiểm y tế cho tất cả mọi người. Phần lớn các quốc gia trên thế giới dân chúng ai cũng có bảo hiểm y tế, bệnh thì đến nhà thương của chính phủ chữa trị. Hay như ở Canada, nhà thương là của tư nhân, dân đến nhà thương tư chữa trị, chính phủ trả tiền cho nhà thương, ai cũng có bảo hiểm. Ngược lại ở Mỹ hơn 47 triệu người không có bảo hiểm y tế vì tiền mua bảo hiểm quá đắt. Chỉ có người đi làm mới mua bảo hiểm tư vì chủ trả giúp một phần lớn, và một một số ít người nghèo, già cả…đi nhà thương công của chính phủ.

Tôi đi làm cả chục năm nay nên có bảo hiểm, vợ chồng con cái nếu bệnh thì đến nhà thương Kaiser gần nhà thành ra chỉ biết có mỗi một nhà thương đó mà không để ý đến nhà thương nào khác. Bây giờ đổ ra việc, phải đến một nhà thương khác làm tôi khựng lại không biết đi đâu. Suy nghĩ vài phút, cứu người hơn cứu hỏa, tôi chở ba người đến nhà thương gần nhất ở khu này, chỉ cách apartment có mười phút. Đậu xe ngay trước cửa Khẩn Cấp Emergency, tôi bảo ba người ngồi xe chờ. Gặp một người ngay cửa, tôi hỏi:

- Chào ông. Tôi có ba bệnh nhân uống phải nước độc cần chữa gấp rút.
- Họ có bảo hiểm y tế không?
- Không....

- Tụi tôi không nhận vì đây là nhà thương tư.

- Cho dù là họ sắp chết? Tôi hỏi đùa.

- Ừ, vì nếu nhận họ vào không có bảo hiểm thì tụi tôi chết trước. Ông kia cũng đùa, và nói tiếp:

- Anh chở họ đến nhà thương công này, đây là địa chỉ....

Tôi trở ra xe. Ba gương mặt thểu não chăm chú theo dõi tôi từ trong xe, nhốn nháo hỏi:

- Sao rồi anh Ngọc?

- Mình không "dzô" được hả?

- Đây là nhà thương tư, họ không chịu chữa. Bây giờ mình phải đến nhà thương của chính phủ.

May cho chúng tôi, nhà thương công cũng gần đó. Nhìn dáng xập xệ ở bên ngoài, tôi biết ngay đây chỉ là một *clinic* nhỏ, không phải là nhà thương lớn nên đoán chắc họ sẽ không chữa trị mà lại gửi chúng tôi đến một nhà thương khác.

Bốn chúng tôi bước vào và gặp ngay một cô y tá. Tôi lập lại câu chuyện:

- Tôi có ba bệnh nhân uống phải nước độc antifreeze coolant cần chữa gấp rút. Họ không có bảo hiểm y tế.

- Oh my God! Nước này độc lắm. Để tôi gọi bác sĩ trực. Anh chờ một chút.

Vài phút sau cô ta trở lại với ông bác sĩ:

- Mấy người này uống antifreeze coolant? Uống nhiều không? Bao lâu rồi?

- Dạ chỉ mới đây thôi. Tôi không biết "nhiều" là bao nhiêu? Họ tưởng lầm là dầu ăn nên xào với rau....

- Antifreeze coolant là chất rất độc, có thể giết người. Nhà thương chúng tôi ở đây không trang bị đủ dụng cụ máy móc và nhân viên để chữa cho họ được. Phải bơm bao tử ra không thì trễ. Anh phải chở họ đến nhà thương USC, đây là địa chỉ....Anh đi nhanh đi, tôi sẽ gọi cho USC báo cho họ

                    nguyễn tài ngọc

biết anh đang trên đường đến để họ chuẩn bị khi anh đến là chữa ngay...

Tôi cám ơn ông bác sĩ, quay gót trở ra xe với ba cái đuôi lẻo đẻo theo sau.

- Bây giờ sao anh Ngọc?

- Đúng như tôi dự đoán, nhà thương này không đủ máy móc chữa nên họ gửi mình xuống nhà thương lớn gần downtown Los Angeles .

- Ông bác sĩ nói có sao không anh Ngọc?

- Ổng nói số mấy anh chết trước tôi. Trong giây phút thập tử nhất sinh, tôi vẫn không nén lòng nói lên một câu giễu cợt.

- Nói giỡn chứ ông bác sĩ nói rất nguy hiểm, bây giờ mình đến nhà thương này cho họ bơm ruột ra.

- Trời ơi, cái gì đến bơm ruột lận. Ghê dữ vậy.

- Một là để người ta bơm ruột, hai là để tự nhiên chết vì nước độc, không làm gì hết, mấy ngày sau xác nó tự nhiên bơm phình lên một mình, mấy anh muốn cái nào?

Con đường từ nhà thương này đến nhà thương USC cũng khá xa, khoảng 30 phút lái xe. Tôi lái xe bạt mạng 80 miles một giờ , hy vọng cắt được phút nào hay phút đó. Bây giờ cũng đã gần 10 giờ đêm, lái xe khẩn cấp đến nhà thương trong đêm tối làm tôi nhớ lại kinh nghiệm đầu tiên chở vợ tôi đi sanh cô con gái đầu lòng. Trời cũng tối khuya như thế này. Vợ tôi nhăn nhó vì đau bụng, ba bệnh nhân của tôi bây giờ cũng đang đau bụng. Tôi trong tình trạng khẩn trương không biết làm gì cho vợ bớt đau, bây giờ cũng thế. Vợ tôi thúc tôi lái xe nhanh lên, ba bệnh nhân này cũng muốn tôi đến càng sớm càng tốt. Tôi lo lắng không biết trong lúc sanh vợ tôi có bị nguy hiểm gì không, bây giờ tôi cũng lo ngại cho ba người này khi bơm ruột thì mệnh hệ ra sao. Vợ tôi là con gái nên nước da trắng, khuôn mặt cũng dễ nhìn nên càng nhìn nàng thống khổ tôi càng thấy thương hại, ba

anh này nước da....Ấy chết, sự so sánh giống nhau đến đây
là chấm dứt. Ba người đàn ông trong xe tôi nước da ngâm
đen, da nhăn nheo vì nếp sống khắc khổ ở Việt Nam, mỗi
người ngồi một chỗ trong xe tay ôm bụng vì cơn đau hoành
hành, yên lặng không nói một lời nào.

Chẳng mấy chốc tôi đến nhà thương USC. Vừa bước chân
vào khu Khẩn cấp Emergency, còn đang ngớ ngẩn không
biết đến chỗ nào thì một bà y tá đến hỏi tôi:

*- Anh có phải mang ba người uống nước độc antifreeze
coolant ở nhà thương trên Van Nuys gửi xuống không?*
- Chính là tôi.
- Các anh theo tôi.

Theo bà ta qua vài hành lang, chỉ trong chốc lát là tôi đến
một khu vực mà cảnh vật trước mắt làm tôi ngạc nhiên vô
cùng: Một đống y tá bẩy tám người, và có lẽ có vài bác sĩ
nữa, tất cả đã đứng chờ sẵn chúng tôi với ba cái giường lăn
có bánh xe . Cảm giác đầu tiên của tôi khi thấy cảnh tượng
này như là thành phố Hiroshima vừa bị dội bom nguyên tử,
các bác sĩ và y tá tập trung vào một nơi để chờ hàng nghìn
bệnh nhân cháy nám thập tử nhất sinh sẽ lũ lượt được đưa
vào. Chỉ khác một tí là thay vì cả nghìn bệnh nhân, ở đây
chỉ có ba người, và thay vì bị dội bom nguyên tử, họ mới
ăn rau muống xào nước độc.

Một ông bác sĩ đến hỏi tôi đầu đuôi câu chuyện. Tôi lại
phải lập lại từ đầu cho ông ấy nghe. Ông ấy cũng hỏi tôi ba
người này uống bao nhiêu và tôi có đem theo cái bình
antifreeze coolant ấy theo không để ông ấy xem. Tôi xin lỗi
ông ta là không mang bình ấy đi theo vì ngày mai họ còn
phải nấu ăn nữa. Lúc này thì những người y tá tẻ ba người
ra, bắt họ cởi quần áo, mặc áo choàng nhà thương vào rồi
cho mỗi người lên một giường. Tôi lính quýnh vừa phải

thông dịch cho cả ba, vừa phải điền giấy tờ tên họ mỗi người mà tôi dùng thẻ lái xe trong ví họ để điền vào cho nhanh. Vì không ai có bảo hiểm y tế, nhà thương này là nhà thương công chữa cho họ miễn phí. Ba người bây giờ nằm trên ba giường song song với nhau, chung quanh dây ống chằng chịt và họ bắt đầu kéo màn ngăn kín mỗi người để không ai nhìn vào. Mỗi một giường là mỗi một trạm mà y tá bây giờ thi đua nhau nhét ống ny-lông vào hai bên mũi của từng người rồi đẩy vào tận trong lồng ngực. Ba người ai nấy mặt mày tái mét, nỗi kinh hoàng hiện rõ trên nét mặt. Tôi tội nghiệp cho hai anh lính sang đây diện H.O. Bao nhiêu năm đánh nhau, bao nhiêu năm bị bỏ tù không bị tử thương nơi chiến trường, không bị xả thân nơi rừng thiêng nước độc, vậy mà bây giờ qua Mỹ ở cái xứ an lành này lại có thể bỏ mạng sa tràng chỉ vì món rau muống xào. Ít ra tử trận nơi chiến trường còn được anh dũng bội tinh với nhành dương liễu, còn chết vì món rau muống?

Tiếng ọ oẹ rống lên liên tiếp vì nước bơm/hút qua mấy ống nhựa làm cả ba khó chịu vì ống thông sang đường mũi. Bước ra ngoài ngồi đợi mà chính tôi cũng rùng mình khi nghĩ đến nếu tôi đang bị bơm ruột như họ. Lúc nãy tôi để ý mấy cô y tá làm mạnh tay lắm. Hay là mười mấy năm nước Mỹ đánh nhau ở Việt Nam, thua trận phải rút lui nên bây giờ thấy có mấy anh chàng Việt Nam nên mấy cô y tá nhân cơ hội trả thù? Ngày xưa máy bay thả bom *napalm* cháy rừng để khai quang thì bây giờ họ cho nước ...lụt phèo phổi cho sạch? Ngày xưa mấy anh cho nước Mỹ chúng tôi thua trận thì bây giờ chúng tôi cho mấy anh chết....

Tôi ngước nhìn đồng hồ. Đã gần 12 giờ đêm. Tôi đã gọi và báo cho vợ tôi biết là sẽ ngủ lại đêm trong xe vì tôi có chiếc xe van có thể ngả băng ghế xuống sàn thành mặt phẳng để nằm. Buổi tối lái xe tôi hay buồn ngủ nên không muốn lái xe 45 phút về nhà, rồi sáng mai phải lái trở lại. Ngồi đợi thêm một tiếng nữa khi họ bơm ruột xong và đẩy cả ba vào phòng để phục hồi qua đêm, tôi ra xe đặt lưng ngủ một giấc cho đến sáng.

Sáng hôm sau thức dậy, tôi trở lại vào nhà thương. Mọi sự khả quan, ruột của cả ba đã được bơm sạch tinh sương da gương nên nhà thương cho cả ba về. Cả ba mặt mày xanh xao tái mét như vừa bị con ma tóc dài rượt suốt đêm ở nghĩa trang Mạc Đĩnh Chi. Nhà thương này gần Chinatown của Los Angeles nên tôi rủ cả ba đi ăn phở cho lại sức. Ai cũng đồng ý.

Bốn bát phở nóng tỏa mùi thơm ngây ngất sau khi anh bồi bàn đặt trên bàn. Ngân rụt rè nói:
- *Anh Ngọc cầu nguyện trước khi mình ăn.*
- *Cầu nguyện?* Tôi hỏi lại.
- *Thì trước khi ăn mình phải cầu nguyện.*
- *Tối hôm qua trước khi ăn món rau muống xào mấy anh có cầu nguyện không?*
- *Có chứ. Tụi em lúc nào cũng cầu nguyện trước khi ăn.*
- *Ngân cầu nguyện gì?*
- *Thì cầu nguyện cám ơn Chúa cho mình thức ăn hàng ngày.*
- *Vậy thì tối qua trước khi ăn Ngân cầu nguyện cám ơn Chúa cho Ngân ăn món rau muống xào để rồi Ngân bị…. ngộ độc phải không?*.
Ngân vẫn chưa hiểu ý tôi nói gì nên tôi nói tiếp:
- *Bây giờ nếu mình cám ơn Chúa nữa rồi lại bị giống tối hôm qua…*
Ngân bây giờ nhận ra chân lý, phá lên cười:
- *Anh Ngọc lúc nào cũng giỡn.*
- *Vậy thì bây giờ mình ăn khỏi cầu nguyện vậy.*

Cả bốn người gắp bánh phở lên ăn một cách ngon lành.

Cuộc Tái Đấu – The Rematch

Cơn gió hiu hiu của buổi tối mùa Thu thổi nhè nhẹ qua làn da thịt làm tôi lạnh rùng mình. Tôi và cậu con trai cởi trần trong bộ quần tắm, người ướt đẫm vì đã bơi khoảng mười lăm phút, đang đứng trên bờ hồ ngoài trời của hồ bơi Gold's Gym, nơi chúng tôi đến tập thể dục hàng tuần. Bây giờ là tám giờ rưỡi tối. Ngoài hồ không có đến một người nào khác, ngoại trừ hai bố con tôi. Mặc dù hồ bơi có sưởi ấm nhưng buổi tối bước ra khỏi hồ vào mùa này thì một là người điên không biết lạnh, hai là người mập muốn xuống cân cho được ốm vì tất cả bộ phận trên thân thể sẽ teo hết vì cái lạnh. Tối hôm nay là buổi tối trọng đại. Cả đời chơi thể thao trong bất cứ môn gì, tôi chưa hề đánh cá phần thưởng hơn thua cho người chiến thắng. Cái lập trường không đánh cuộc ấy cuối cùng rồi sụp đổ tối hôm nay: Tôi và cậu con trai sẽ thi đua bơi lội năm mươi thước, một hồ bơi ếch, một hồ bơi sải. Nếu tôi thắng, thay vì trong tuần khi đi học chỉ đi gym một lần thì nó phải đi ba lần, nhưng nếu nó thắng, nó không phải đi tập thể dục với tôi trong hai tuần liên tiếp sắp tới.

Chúng tôi đi bơi đến nay cũng đã được sáu tháng. Thỉnh thoảng hai bố con vẫn thường bơi đua. Lúc nào nó cũng thắng tôi vì năm ngoái nó thường xuyên đi bơi lội hàng ngày cho đội bơi lội thiếu niên YMCA. Bây giờ tuy rằng mới có mười bốn tuổi mà nó đã cao ngang ngửa với tôi, nặng hơn tôi mười sáu pounds, thể lực quá sức mạnh nên tôi không thể nào bơi nhanh bằng nó. Mỗi lần bơi đua 100 thước *medley*, nó đến trước tôi hơn nửa hồ. Nó có tính háo thắng, khi đến đích trước thường đứng cười nham nhở đợi tôi đến rồi hỏi muốn bơi đua nữa không. Trong khi đó thì tôi lại yếu sức, một khi tay đã chạm thành hồ sau lần bơi đua thì chỉ muốn té xỉu, tim đập thình thịch như mỗi lần tháp tùng vợ vào tiệm Louis Vuitton, đầu óc quay cuồng như vừa uống lầm một ly nước mắm, miệng ú ớ không thốt ra lời như những lúc ăn nhằm món gì vợ mới tập nấu không ngon mà mình không dám chê. Có những lúc mệt quá tim muốn ngừng đập tôi chỉ muốn bảo nó gọi cứu thương khẩn cấp 911. Trong giây phút đó, nhìn đứa con trai duy nhất biết rằng mình kiệt sức có thể ra đi vĩnh viễn khiến tình cha con có thể chấm dứt đột ngột, tôi chỉ muốn kéo nó sát vào tôi, thì thầm vài lời trăn trối riêng tư với nó là một khi tôi lìa đời, của cải tôi gây dựng trong bốn mươi chín năm nay tôi sẽ để lại tất cả cho nó, đặc biệt là mấy cái quần xi-líp rẻ tiền mua ở Costco của tôi vì nó và tôi mặc cùng một khổ.

Tuy rằng nó bơi thắng tôi xa trong ba kiểu bơi sải, bướm, và ngửa, thế nhưng môn bơi ếch lúc nào nó cũng bơi thua tôi. So với bơi bướm, ngửa và sải thì bơi ếch quá chậm. Kỷ lục thế giới một trăm thước bơi ếch là một phút, trong khi một trăm thước bơi sải chỉ mất bốn mươi tám giây. Nó thua vì bơi ếch không cần dùng đến sức, một lợi điểm cho người không còn trẻ như tôi (nó thường chế giễu tôi là chỉ có đàn bà và mấy người già cả mới bơi ếch), và vì lý do chính yếu này: người nó mập phục phịch, đôi mông nặng nề kéo thân hình nó chìm xuống khiến hai tay không thể nào cứu vớt kéo lôi người nó đi trong nước với một tốc độ thần sầu như trong những môn bơi khác.

Bơi phối hợp bốn kiểu hay thậm chí hai kiểu ếch/ngửa hoặc ếch/bướm tôi đều thua xa nó không lần nào thắng, chỉ còn có mỗi một kiểu bơi phối hợp ngắn nhất năm mươi thước (hai chiều dài hồ) ếch/sải thì tôi còn có cơ hội: năm lần thì hoạ may thắng nó một lần. Tôi luôn luôn chạm tường trước ở vòng đầu khi bơi ếch, thế nhưng khi quay trở lại vòng thứ nhì bơi sải, nó thường bắt kịp tôi khoảng hai phần năm hồ

                              nguyễn tài ngọc

rồi đến trước tôi khoảng một phần rưỡi chiều dài của một người. Vì môn này là môn duy nhất tôi có thể thắng, hai hồ ếch/sải là môn tôi bơi đua với nó hôm nay. Tuy rằng tỷ lệ thắng của tôi chỉ có 20% nhưng hai tháng nay từ khi đi học lại, nó chỉ đi gym một tuần hai lần, thậm chí đôi lúc chỉ có một lần, trong khi tôi vẫn đi đều đặn một tuần ba lần, cộng với cuối tuần chơi tennis hai tiếng nữa. Tập thể dục đều đặn làm sức dẻo dai của tôi khi đánh tennis tiến triển thấy rõ: tôi trở lại đánh ngang ngửa không thua như xưa với anh chàng đối thủ trẻ hơn tôi tám tuổi. Hơn ba mươi hai năm trước tôi từng là lực sĩ bơi lội mầm non quốc gia của nước Việt Nam, bây giờ càng già càng dẻo càng dai như mấy cụ ngày xưa nói, thành ra bơi đua với một đứa bé mười bốn tuổi không bơi lội thường xuyên trong hai tháng thì tôi rất có cơ hội nắm phần thắng. Tôi đã âm thầm cố tâm luyện tập bơi lội một mình với mỗi một mục đích duy nhất để thắng mà không cho nó biết; trong khi nó cũng có động cơ thúc đẩy cho cuộc bơi đua hôm nay: nó không hăng hái đi gym một tí nào nên mới thách thức tôi bơi đua để nếu thắng, nó không phải tập thể dục trong hai tuần sắp tới.

- *Are you ready Daddy, are you ready?* Thằng con háo thắng thiếu kiên nhẫn mở miệng hối thúc tôi.
- *Give me a few minutes.*
- *Do you think a few minutes will make a difference? You are going to lose anyway. HeeHee.*
- *We'll see. Don't be over confident young man. Don't say anything premature that you will regret later on. You don't think you will lose?*
- *Oh no, not with you Daddy. You are an old man. I know I can beat you. The only time you can beat me is when I have to run in P.E. (in school). After running, I don't have full energy to swim. Today is Saturday, I didn't have to run. So you will lose for sure.*

Thằng con tôi sinh đẻ ở Mỹ, không có máu Bắc Kỳ quê quán ở huyện Bách Ốc, tỉnh Nam Định mà không hiểu tại sao nó lại có tính nết kiêu căng ngạo mạn đến thế. Khi nó đến đích trước, thắng cuộc thì tôi không thể nào không biết vì nó đã đứng chờ sẵn, đợi tôi tay chạm tường đứng lên thì nói bao nhiêu câu móc họng như là:

- *What took you so long, Daddy?...*
- *I've been waiting for you since this morning...*
- *Today I was swimming slowly to save my energy but guess what, I still beat you...*
- *I thought you told me even though you are old, you still can beat your younger opponents in tennis. What happened in swimming, Daddy?....*

Vừa ngạo mạn, nó lại còn có cái tính gian lận, không bao giờ công nhận là mình thua. Nếu tôi đến đích sau nó quá xa dĩ nhiên thua là phải, nhưng nếu hai bố con chạm tường cùng một lúc, đứng lên tháo kính bơi ra mà tôi không nghe nó nói móc họng thắng trận mà lại hỏi dồn dập: -*Who won, Daddy? Who won?* Rồi nó tự trả lời nó một mình: - *Wow, that was close. I touched the wall before you did. I win. Did you see that?* là tôi biết ngay tôi có thể thắng trận bơi đua đó nhưng cứ để mặc cho nó hát khúc khải hoàn. Có hôm chắc chắn là tôi không thể nào biết ai thắng vì tôi bơi phía bên lằn không thấy được nó nhưng nó thấy được tôi vì bơi sải chỉ ngóc đầu thở một bên, do đó nó là người duy nhất biết ai đã thắng mà nó lại còn hỏi tôi! Nhưng thôi, mình là người rộng lượng, phê phán nó làm gì vì nó là con tôi, nhỡ cái máu gian lận đó đến từ bố nó thì sao?

Đứng ở mép hồ lắc hai tay, rung hai bắp vế đùi cho bắp thịt co giãn và để cho thân thể ấm dần chống cái lạnh nổi da gà, tôi nhìn sang đối thủ của tôi bên tay phải. Người tôi ốm yếu không có mỡ che bộ phổi nên lạnh run trong khi nó nặng cân, phổi được bao lọc kỹ lưỡng bằng mấy cân mỡ nên không lạnh một tí nào. Tuy nhiên, so sánh với thân hình rắn chắc không có một đến một gờ-ram mỡ của tôi thì đối thủ của tôi quá mập, nhìn từ đầu đến chân chỗ nào cũng thấy mỡ, nếu đi bác sĩ giải phẫu thẩm mỹ lấy mỡ bụng thì chắc chắn phải đi ít nhất hai lần. Trong tích tắc nữa đây, tôi sẽ cho đối thủ tôi thấy cả nước Việt Nam sẽ hãnh diện trong tôi, một lực sĩ mầm non đào tạo của Việt Nam Cộng Hòa, một quốc gia tuy nghèo đói vì tình trạng chiến tranh thế nhưng không vì thế mà để cho lực sĩ thiếu dinh dưỡng hoặc không có kỹ thuật đào tạo lực sĩ bơi lội có tầm vóc quốc tế như Mark Spitz, Ian Thorpe, hay Michael Phelps. Tôi sẽ bơi nhanh chưa từng thấy tối hôm nay, đánh bại đối thủ của tôi để cho đối thủ tôi thấy phong tục Á Đông khiêm nhường, từ tốn, ít nói lúc nào cũng hay hơn văn hóa Âu Mỹ bộc lộ, kiêu căng, tự phụ. Tôi sẽ âm thầm bơi thắng con tôi để dậy cho nó bài học phải noi gương theo ông Theodore Roosevelt: *Speak softly and carry a big stick - Nói năng nhẹ nhàng nhưng mang theo một cây gậy to.* Tôi sẽ cho con tôi thấy bố nó tuy già, mặc dù không còn là mười lăm bẻ gẫy cây tăm thế nhưng chưa già lắm đến nỗi đi xem ciné cô bán vé tự động bớt cho hai mươi phần trăm tiền *discount senior citizen*, vẫn dư sức bơi đứt nó như mới ngày nào dậy nó bơi khi nó lên ba tuổi.

- *I'm ready. Are you ready?* Tôi hỏi nó.
- *Cheese, daddy, I've been ready since forever.*
- *OK. We are both ready then. You count or I count?*
- *It doesn't matter. I count then.*

Bước đến thành hồ để chuẩn bị, tôi không thể nào không liên tưởng lại tình trạng của tôi với con hổ về chiều hết một thời oanh liệt đã bị nhốt vào chuồng *"Ngậm một khối căm hờn trong cũi sắt"* của Thế Lữ: Ngày xưa khi mới lên mười bẩy tuổi bơi lội trong đội bơi ở hồ tắm Đô Thành trong chợ

An Đông, tôi rất háo hức chờ đợi vào những buổi tối sáng hôm sau có thi đua bơi lội. Bây giờ gần năm mươi, tôi ngao ngán nghĩ đến sẽ chuốc lấy đại bại khi bơi đua. Ngày xưa sức tôi như tôm, bây giờ thì sức tôi như tép. Ngày xưa bắp thịt tay tôi cứng rắn như dưa chuột, bây giờ thì bắp thịt tay tôi teo lại như chuối đã phơi khô. Ngày xưa tôi nghĩ ít khi nào mình thua, bây giờ tôi nghĩ khó thể nào thắng.

Đeo vào cặp kính bơi, kéo dây cao su cho ôm chặt vào mắt, đứng ở tư thế chuẩn bị phóng xuống hồ, mười ngón chân bám lấy mép thành nhô lên của hồ bơi, lưng cuối xuống hơn chín mươi độ, hai tay duỗi thẳng xuống đất, mắt nhìn xuống chân, tôi đã sẵn sàng cho cuộc bơi đua vô tiền khoáng hậu tối hôm nay, chăm chú lắng nghe tiếng cậu con trai đếm:

- At the count of three. ...One...Two....Three!

Cuộc bơi đua bắt đầu! Hai cánh tay tôi kéo ngược hết về phía sau rồi tung trở lại ra phía trước. Dồn hết sức lực xuống hai bàn chân, mười ngón chân tôi thu hết tất cả sức nặng của thân thể, bấu chặt xuống thành hồ rồi trong tích tắc bật lò xo đẩy người tôi bay như con chim đại bàng - được rồi, tôi nói hơi quá- bay như con vịt tiềm xuống nước. Tuy rằng không thể liếc mắt nhìn sang bên cạnh, tôi cũng tưởng tượng được kế bên tôi là con cá *killer whale* Shamu của SeaWorld cũng tung người xuống hồ bơi. Chỉ khác một tí là tôi lao đầu xuống nước với một tốc độ sao xẹt, rẽ nước như tên bắn, trong khi *killer whale* Shamu bên cạnh rớt xuống hồ với trọng tải hai nghìn tấn làm nước hồ bắn văng tung toé. Khi cảm thấy người hết lướt được nữa trong nước, tôi đập chân kiểu bơi bướm, hai chân chụm lại như người cá -*dolphin kick*- đẩy người đi xa nữa trước khi bắt đầu bơi ếch. Ở Thế Vận Hội năm 2004, trong cuộc bơi đua một trăm thước ếch tại Athens, Hy Lạp, lực sĩ Kosuke Kitajima

                                        nguyễn tài ngọc

của Nhật Bản bơi thắng huy chương vàng, dùng *dolphin kick* ở lúc bắt đầu và lúc quay trở lại khi chạm tường, đánh bại lực sĩ giữ kỷ lục thế giới Brendan Hansen của Hoa Kỳ. Đoàn lực sĩ Hoa Kỳ chống đối Kitajima đập chân bơi bướm trong môn bơi ếch nhưng giám khảo sau khi xem lại phim, quyết định vì Kosuke Kitajima dùng *dolphin kick* dưới nước, không thấy trên mặt nước nên vẫn trao huy chương vàng cho Nhật Bản*. Tôi đã bảo con tôi bao nhiêu lần là vì tôi lớn tuổi nên tôi có nhiều kiến thức hơn nó. Trường hợp này là thí dụ điển hình. Nó làm sao biết được đập thêm một *dolphin kick* trước khi bơi ếch thì đi nhanh hơn nữa. Nhưng nói nó biết làm gì, trong một cuộc đua sống chết như thế này tôi là người cần nhiều lợi điểm hơn là nó vì tôi là người già cả cần giúp đỡ, còn nó thì không.

Tôi đã tính sẵn trước khi bơi: Vòng đầu bơi ếch chắc chắn tôi bơi nhanh hơn nó, và vì tôi có thể thấy nó ở bên cạnh, tôi không muốn bơi quá nhanh để tiết kiệm sức lực cho vòng bơi sải vì nó bơi sải nhanh hơn tôi khá nhiều. Nếu tôi bơi đến trước nó một chiều dài người ở vòng đầu thì tôi còn có hy vọng thắng khi quay lại bơi sải ở vòng thứ hai. Tự phụ cho sức lực mình có thể luôn luôn bơi trước nó khi bơi ếch, tôi giật mình khi thấy nó đã bơi ngang với tôi chỗ nửa hồ. Thế là nó cũng có chiến lược: biết rằng sẽ thua khi bơi ếch, nó cố không để tôi bỏ xa, theo sát nút đợi cho đến lúc vòng trở lại bơi sải. Không thể nào tiết kiệm sức lực được nữa, tôi bơi hết sức và khi chạm tường quay trở lại, qua ánh mắt tôi thấy đối thủ chỉ sau tôi có ba phần tư chiều dài người.

Tonight or never! Sức lực tôi hoàn hảo tối hôm nay, nếu không ráng hết sức bơi 100% để thắng thì không còn dịp nào nữa. Bắt đầu môn bơi sải đập chân và kéo tay như điên cuồng, tôi lấy hết sức bình sinh bơi về đến đích. Bơi sải chỉ ngóc đầu thở một bên, mà tôi lại bơi bên lặn không thấy nó nên không biết đối thủ tôi đã bơi đến đâu. Mỗi một sải tay kéo là tôi lại cố vươn vai ra thêm về phía trước một tí, một kỹ thuật để kéo người xa hơn nữa trong môn bơi sải. Tôi biết là nó ở sát ngay bên tôi vì tôi có thể nghe được tiếng nước rào rào ngay kế bên. Mỗi một lần tay phải tôi kéo nước ngóc đầu lên thở là tôi lại nghe tiếng kéo nước ở bên cạnh nên vấn đề không phải là nó có ở sát bên tôi hay không nhưng vấn đề là nó đã bơi hơn hay kém tôi bao xa.

Cái ống sắt cầu thang để vịn khi bước chân xuống hồ ở cuối hồ bơi đã nằm trong tầm mắt khi tôi ngóc đầu lên thở. Tôi biết chỉ kéo thêm ba sải tay nữa là chạm tường. Bao nhiêu sức lực vợ nấu ăn dinh dưỡng cho tôi trong hơn hai mươi năm nay: cháo thiu, cơm khét, chè khê… dồn hết vào ba sải tay cuối cùng này. Vừa lúc tay tôi chạm tường, tôi đã nghe tiếng ngạo mạn của thằng con trai:
- *What took you so long, Daddy?*

Tôi thất vọng não nề khi nghe lại tiếng nhạo báng quen thuộc. Nó lại đến trước! Tôi hỏi bực tức vì …thua:
- *How far ahead did you beat me?*
- *Oh, about two body lengths.*
- *You are lying!*
- *HahHah. OK. One body length. Does it make you feel better? I don't have to go to the gym in the next two weeks! I don't have to go to the gym in the next two weeks! You promised! You promised!*

Choàng hai tay lên thành hồ và hớp hơi dồn dập để lấy lại sức, tôi cảm thấy thật thất vọng. Tối nay tôi đã nghĩ là có cơ hội bơi thắng cậu con trai sau hai tháng trời tập luyện đều đặn. Tôi đã bơi hết sức mình, không thể nào bơi nhanh hơn được nữa, vậy mà vẫn thua. Nó không đi gym thường lệ mà vẫn thắng. Thể lực Á Đông rõ ràng không thể nào kình lại sức mạnh Âu Mỹ được. Vua Quang Trung Nguyễn

                                    nguyễn tài ngọc

Huệ của Việt Nam có ra đấu đô vật với tướng Ulysses S. Grant của Mỹ thì cũng bảo đảm thua. Nhưng tại sao tôi lại có thể thua khi lần này tôi rất tự tin là có hy vọng thắng? Mọi việc trên đời đều có lý do, chỉ cần bỏ thì giờ phân tích mình sẽ biết tại sao. Tôi nhìn qua thằng con trai. Cái quần bơi của nó ngắn ngang đùi, trong khi quần tôi dài đến gần đầu gối. Lúc bơi phần vải dư thừa của quần tôi dĩ nhiên cản trở thân thể không thể lướt nước nhanh như nó được. Đó là tại sao tôi thua. Mặt nó còn non choẹt nên không có râu riếc gì cả. Trái lại tôi có râu ria lởm chởm hai ngày chưa cạo. Mà đâu phải chỉ có thế, lông nách tôi rậm rạp như rừng U Minh trong khi nách nó chả có gì. Râu với lông, mặc dù chỉ là lông trên cánh tay cũng cản nước làm người bơi chậm lại. Vì thế nhiều nam lực sĩ khi bơi đua cạo hết lông trên người và không những mặc áo một mảnh dài tay cho da mình láng mướt như da hải cẩu mà còn đội mũ để tóc khỏi cản nước. Đây là thêm một lý do nữa tại sao tôi thua!

Nói gì thì nói, làm gì thì làm, suy nghĩ lại cho kỹ, tôi thấy con trai tôi nói đúng. Tôi sẽ không thể nào bơi thắng nó được vì thời gian là kẻ thù số một của tôi bây giờ: Tôi sắp sửa lên năm mươi. Chuyện một ông già năm mươi thắng một đứa trẻ mười bốn tuổi trong bơi lội chỉ là một ảo tưởng càng ngày càng xa dần thực tại đối với tôi. Bây giờ thì chỉ còn có mỗi một cách gia nhập Hội Lão Niên An Nam Mít ở Santa Ana thì may ra tôi có thể tìm say men chiến thắng trong cuộc bơi đua nước rút một trăm thước giữa mấy ông bà già với tuổi trẻ đã vĩnh viễn ra đi muôn đời không trở lại.

---

* *Tháng 7 năm 2005, FINA (Fédération Internationale de Natation - International Swimming Federation - Hiệp Hội Bơi Lội Quốc Tế) đổi luật cho phép trong môn bơi ếch lực sĩ được đạp dolphin kick một lần khi bắt đầu và khi đạp tường quay lại.*

Chết Đi Sống Lại

"Anh Ngọc, Thứ Bảy tới vợ chồng Lan Phương đến Los Angeles, tất cả bạn LP ở đây sẽ đi gặp LP nhưng còn đang bàn tính là không biết nên dẫn vợ chồng LP đi ăn ở nhà hàng nào". Vợ tôi gọi nói chuyện với tôi trong sở. LP là bạn Đại học chung với vợ tôi sau 1975, vẫn còn ở SàiGòn. Vì thời cuộc, số bạn ấy một nửa di cư ra hải ngoại, một nửa sinh sống ở Việt Nam. Trong tất cả mấy cô học chung Đại Học Tổng Hợp năm 1978 đó, không một ai nổi tiếng như Lan Phương bây giờ.

Tôi gặp vợ chồng LP lần đầu tiên năm 2000 khi chúng tôi dẫn cả bốn đứa con về Việt Nam cho chúng nó mục kích tận mắt quê hương nguyên thủy của chúng tôi. Mặc dù Tổng Thống Clinton vào tháng 2 năm 1994 ký sắc lệnh bãi bỏ cấm vận với Việt Nam, mãi đến tháng 3 năm 1998 các công ty Mỹ mới được phép đầu tư vào Việt Nam, và đến tháng 7 năm 2000, chính phủ Mỹ mới cho phép Việt Nam tự do buôn bán thị trường ở Hoa Kỳ. Vì thế cho nên năm 2000 Việt Nam vẫn còn là một quốc gia nghèo. Số người giàu có và số lượng xe hơi không tăng gấp mấy mươi lần như tôi nhận thấy vào tháng 2 năm 2008 ở SàiGòn (Số lượng hàng hoá xuất cảng từ Việt Nam sang Mỹ nhẩy vọt 900% từ 2001 so với năm ngoái.)

Tôi không biết gì về LP lúc bấy giờ mà chỉ nghe vợ tôi nói có một cô bạn tên là LP rủ đi ăn cơm tối. Vì gia đình tôi khá đông, sáu người, và vì chúng tôi không biết nhà LP ở đâu, LP cho một chiếc xe của hãng đến đón chúng tôi ở khách sạn. Chiếc xe van khá to, khoảng bốn băng ghế, chở chúng tôi đến một vi-la sát ngay ranh giới SàiGòn gần cầu xa lộ. Ở bên ngoài cổng gắn hệ thống camera chống cướp, mở cổng ra khách thấy ngay một vườn hoa kiểng bên trái. Vợ chồng tôi đã dẫn con chúng tôi đi thăm vài gia đình ở SàiGòn nên chúng nó thấy đời sống dân tình như thế nào. Bước chân vào nhà LP, cô con gái út nói với tôi: *"Bố ơi, nhà này không khác gì nhà bên Mỹ"*. Cô con gái tôi nói đúng. Ngoại trừ một điểm là không có thảm, nhà LP thiết kế tất cả như bên Mỹ với bàn ghế và đồ trang trí đắt tiền. Mình có câu được cái này, mất cái khác. LP là trường hợp ngoại lệ: vừa giầu mà lại vừa xinh đẹp: dáng người thon, da trắng, mặt có nét người Âu Châu, thoáng nhìn sẽ không nghĩ LP sinh sống ở Việt Nam. Thật sự ra trong một buổi đi ăn tối khác có một anh ở SàiGòn ngày xưa cũng học chung lớp mà không bao giờ gặp LP đến khi chúng tôi về VN, khi gặp nhau anh ấy hỏi LP đang sống ở nước hải ngoại nào?

- LP bay đến San Francisco rồi nghe nói có ba má và em LP ở Arizona cũng qua California gặp LP, rồi cùng xuống Los Angeles. Mấy cô ở đây đang bàn không biết dẫn LP đi ăn ở đâu. Vợ tôi nói.

- LP chắc ăn món gì cũng được, Mỹ, Tây, Tầu?

- LP đi chơi ngoại quốc khắp nơi nên ăn món gì mà không được.

- Hay là mình rủ LP và gia đình đi ăn ở ToDai? ToDai là một nhà hàng đồ biển & sushi Nhật Bản với thức ăn tự chọn, mở đầu tiên vào năm 1985 ở miền Nam California, bây giờ có khoảng 25 chi nhánh, giá khoảng 26 dollar một người. *Vào đó đủ loại thức ăn, không thích món này thì ăn món khác. Nhớ là đừng để LP trả tiền, chỉ một người trả rồi mấy cô nào muốn trả phụ thì chia ra tính sau. Mình đến SG đi ăn lúc nào LP cũng trả tiền, bây giờ LP qua đây chơi*

mình rủ đi ăn, cả đám ở bên Mỹ này mà để LP trả tiền thì kỳ lắm. Tôi nhất quyết.

Vợ tôi nghe xong cũng đồng quan điểm với tôi, nói là sẽ bàn với các cô khác việc nhất trí không để cho LP trả tiền. Ngày Thứ Bảy hẹn với LP đã đến. Vợ tôi đưa cho tôi địa chỉ khách sạn để tôi lái xe. Nhìn tên khách sạn *Shutters On The Beach*, tôi hơi giật mình vì đây là khách sạn năm sao, giá mướn phòng $450 dollars một đêm, tọa lạc ngay bãi biển Santa Monica, cách nhà tôi 45 phút lái xe. Tôi chưa bao giờ có bạn sang trọng hay khách của công ty tôi đến ở khách sạn này nên chưa bao giờ có dịp vào. Santa Monica là thành phố thiết lập đã lâu đời, và vì ngay bãi biển nên nhà cửa rất đắt tiền và chật chội. Tìm chỗ đậu xe do đó cũng khó khăn, nhưng sau hai mươi phút loay hoay tôi cũng tìm được chỗ đậu xe cách khách sạn bằng khoảng cách từ Móng Cái đến Hà Tiên. Vào quầy tiếp tân của khách sạn, chúng tôi gặp vợ chồng Tuyết, và rồi bốn cặp vợ chồng khác. Phút chốc vợ chồng LP cũng xuất hiện. Ngồi vào ghế khu phòng tiếp tân nói chuyện, chúng tôi mới biết là hai vợ chồng mướn đến bốn phòng mỗi đêm trong chuyến đi du lịch bảy ngày từ San Francisco đến San Diego, toàn là ở khách sạn năm sao. Một phòng cho hai vợ chồng, ba phòng kia cho hai người con, ba má và vài người khác trong gia đình LP từ Arizona bay sang đi chơi chung. Sau vài mươi phút thăm hỏi, chúng tôi nói đến chuyện ăn tối. Chưa kịp đề nghị chỗ ăn thì LP đã nói là đã tìm ra nhà hàng cho tối nay. Chúng tôi ai nấy cũng ngạc nhiên vì LP mới đến Los Angeles nên hỏi làm sao LP biết nhà hàng nào? LP mới nói là hỏi quầy tiếp tân chỉ cho LP tiệm ăn nào sang nhất ở đây. LP cũng không biết chỗ ấy ở đâu, nhưng người tài xế biết. Đoàn tùy tùng của LP khoảng chừng 12 người. Chúng tôi tính năm cặp vợ chồng bạn của LP ở Los Angeles lái xe đến đây, mỗi xe chở thêm hai hay ba người từ gia đình LP thì đủ chỗ, nhưng chưa kịp phân chia ai lên xe ai thì LP đã bảo tất cả chúng tôi cứ để xe ở lại khách sạn vì LP có xe chở hết. Tôi còn thắc mắc xe nào chở hết hơn 20 người thì khi vừa bước chân ra khách sạn, thấy một chiếc xe bus với khoảng 50 chỗ ngồi và lời giải thích của LP, ai nấy cũng há mồm kinh ngạc: LP bao cả chiếc xe bus và người tài xế trong suốt thời gian một tuần từ San Francisco đến San Diego. Tôi chưa bao giờ biết một người nào ở Mỹ mướn xe với cả luôn tài xế một ngày, huống chi là một người từ Việt Nam sang Mỹ chơi mướn nguyên một tuần, và không phải xe hơi mà là xe bus!

Sau khi tất cả lên xe cho anh tài xế lái, tôi mới khám phá ra nhà hàng chúng tôi sẽ đến tên là Mr. Chow ở Beverly Hills, thành phố nơi tài tử Hollywood ở với nhà cửa đắt nhất nhì ở California. Beverly Hills có hai nhà hàng đắt nổi tiếng, khách đến ăn ở đó rất có dịp sẽ gặp tài tử đến ăn trưa hay ăn tối: Spago và Mr. Chow. Sau mỗi đêm tranh giải Oscar, tài tử thường đến đây dự tiệc.

Vì xe cộ đông đúc, 45 phút sau xe bus chúng tôi mới dừng ngay trước cửa nhà hàng. Thấy chiếc xe bus trờ đến đậu ngay trước cửa rồi bao nhiêu người tóc đen Á Đông bước ra, hai anh Mỹ trắng trẻ làm nghề đậu xe cho khách (*valet parking*) nói thầm với nhau: *"Mấy người Chinese này có nhiều tiền"*. Đã đặt bàn sẵn và vì số khách quá đông, chúng tôi được mời lên một phòng riêng trên lầu.

Nói chuyện cà kê dê ngỗng là đều chính yếu thứ nhất khi bạn bè gặp lại nhau ở nhà hàng. Điều chính yếu thứ hai là gọi món ăn. Khi anh bồi bàn đem menu ra cho mọi người đọc, đám bạn Mỹ của LP chúng tôi da mặt hồng hào bỗng trở nên tái xanh: trung bình một món khoảng 60 dollars. Thế nhưng phóng lao phải theo lao, ai nấy gọi phần ăn cho mình. LP đặt thêm mấy món khai vị và hai chai rượu. Tôi nhanh nhẹn đếm số người trong bàn ăn: 22. Cho là một phần $60 dollars, 22 x 60 = $1320. Cộng với hai chai rượu và vài món khai vị, cho là $400, cộng với 8% thuế, cộng với 20% tiền bồi dưỡng, số tiền sẽ là: $1320+$400+$140+$350 = khoảng $2200 dollars. Mồ hôi tôi bắt đầu chảy nhễ nhại khi tôi nhớ mấy ngày trước nói với vợ tôi là một người ở Mỹ trả tiền mà đừng để LP trả.

Từ giây phút ấy trở đi, chỉ lo nghĩ việc đại diện vợ và tất cả các bạn bên Mỹ rút cái thẻ tín dụng "cà" $2,200 tiền ăn tối, tôi trở nên nóng lạnh, không thấy tiệm này nấu ăn ngon một tí nào. Vậy mà tài tử đến ăn! Tôi gọi món mì xào. Ngồi đếm mấy cọng mì trên đĩa, tôi tự nhủ chưa bao giờ tôi có dịp ăn ở tiệm nào mà một sợi mì bán giá một dollar, đắt kinh khủng như vậy. Tình trạng của tôi có lẽ cũng giống như thâm tâm của bốn cặp vợ chồng bạn LP bên Mỹ, ai nấy ăn có vẻ trong chán chường đau khổ khi nghĩ đến cái bill sẽ trả trong khi LP thì ăn nói huyên thuyên không nghỉ vì có cả người nhà lẫn bạn thân.

Có những lúc mình đọc một quyển sách thật hay mà mình không muốn chấm dứt, đây là tình huống của tôi bây giờ. Tôi muốn bữa cơm tối hôm nay kéo dài vĩnh viễn để chúng tôi không phải đối diện với cái hoá đơn khổng lồ đó. Nhưng việc phải đến sẽ phải đến. Sau gần ba giờ ăn tối, người bồi bàn đem cái bill ra, và chắc có lẽ Phật Trời đã hiểu thấu lòng vợ chồng tôi cũng như đám bạn LP bên Mỹ, anh ta đưa cái bill cho chồng LP. Tôi như người vừa bị nhồi máu cơ tim chết đi nhưng có người hô hấp nhân tạo cứu sống lại kịp thời, bàng hoàng tỉnh giấc. LP lấy cái bill, mở ví tay với đầy tiền đô-la, gọi một anh trẻ trong đoàn tùy tùng của LP (ở Việt Nam LP dẫn đi theo để thông dịch), gọi anh bồi và trả tiền mặt trong khi anh chàng trai trẻ thông dịch những gì LP nói.

Đêm hôm ấy cả đám bạn bên Mỹ của LP ra về mà lòng hân hoan chưa từng thấy. Đây là một cảm giác chết đi sống lại mà lần đầu tiên tôi có kinh nghiệm trải qua. Chẳng những suýt tí nữa chúng tôi mất mạng sống mà còn mất cả tình bạn nữa: Nếu LP đã không hiên ngang đứng lên trả tiền thì tình bạn của LP và những bạn bè bên Mỹ có lẽ đã bị sứt mẻ vô cùng trầm trọng…..

Viết Cho Một Người Bạn
Đã Ra Đi

Anh Hưng,

Sáng Thứ Ba đi làm vào sở mở email của anh Nghĩa bên Paris gửi qua, tôi đọc mà lòng chết đứng: *"Loan, Ngọc thân, Anh báo cho hai em biết tin buồn: Hưng đã qua đời tối hôm Thứ Hai 12 giờ đêm"*. Căn phòng làm việc của tôi cho dù có đèn néon sáng chói bỗng trở nên một mầu tối om đen ngòm. Bao nhiêu tiếng động chung quanh biến mất để còn lại một không gian tĩnh mịch như ngoài vũ trụ xa tít mù khơi. Trong cái vũ trụ đó gương mặt tươi cười của anh hiện rất rõ trước mặt tôi và bỗng dưng như một hòn đá ném vào mặt nước phẳng lặng, những gợn sóng nước phá tan chân dung anh để tôi không còn thấy hình dáng anh nữa. Cái hòn đá ném vào mặt nước ấy như lưỡi dao vô hình đâm sâu tận vào lòng làm tim tôi đau nhói: Anh đã xa Lan, xa hai con , xa gia đình, xa bạn bè vĩnh viễn không bao giờ trở lại. Như đứa con nít lên năm, tôi không còn tự chủ, đứng dậy đóng cửa văn phòng rồi trở lại gục đầu xuống bàn khóc.

Lần đầu tiên mình gặp nhau ở Paris cũng lâu lắm rồi. Loan hiền thành ra bạn thân của Loan ai cũng hiền, mà nếu bạn hiền thì thế nào vợ hay chồng cũng phải hiền. Cái lý luận ba xu của tôi xem thế mà không sai trật khi tôi có hân hạnh gặp Ngọc Lan lần đầu, và dĩ nhiên gặp chồng của Ngọc Lan: anh. Tôi còn nhớ rất rõ cái buổi mình gặp nhau lần đầu tiên ấy: Anh và vợ chồng Diễm Trang lái xe đến đón chúng tôi ở phi trường về nhà anh ăn trưa trước khi đưa chúng tôi về lại khách sạn. Mặt anh lúc nào cũng tươi cười đầy thiện cảm, nói năng hết chuyện này đến chuyện khác như mình quen nhau đã lâu, giải thích cho tôi trên con đường từ Paris về Vauréal bao nhiêu cảnh trí khác lạ trên đường về nhà và cho tôi thấy sự khác biệt giữa đời sống hai quốc gia. Tôi nhớ rất khâm phục anh tuy ở Pháp nhưng có kiến thức sâu rộng về bên Mỹ. Sau này thì tôi biết lý do tại sao: Anh làm cho một công ty của Hoa Kỳ.

Cũng như những bạn khác của Loan bên Pháp: Trâm Anh & anh Nghĩa, Diễm Trang & anh Dũng, Phương Nga & anh Bảo, Ngọc Lan và anh rất hiếu khách. Tuy là ở xa Paris và bận rộn công việc, lần nào Cẩm Loan và tôi qua chơi là lần nào anh cũng tình nguyện chở đi đây đó. Bây giờ ngồi đây nhớ lại những ngày đẹp trời anh và Ngọc Lan chở chúng tôi đi xem Chateau Fontainebleau, cái công viên tuyệt đẹp tôi không nhớ tên cách Vauréal chỉ có 15 phút lái xe. Ở công viên đó, tôi còn nhớ rất rõ anh dặn tôi : *"Năm tới ông bà đến đây nhớ bỏ ra hai ngày mình đi Mont Saint-Michel."* Cái năm tới ấy nó chưa đến, cái cuộc vui tái ngộ chưa xẩy đến thì cái buồn thống khổ nó đã đến trước, cướp anh đi mất vào một cõi vô không vô tịnh. Lần cuối cùng mình gặp nhau, tháng Tư năm ngoái thì phải, biết là tôi chỉ thích ăn fromage *La Vache Qui Rit* mà không thích ăn fromage người Pháp ăn tráng miệng cơm tối, anh chỉ dẫn cho tôi thật tỏ tường phải cắn một miếng nho nhỏ như thế nào, rồi nhấp một loại rượu đặc biệt chỉ dùng với *fromage* như thế nào thì mới thấy nó ngon lâm ly bi đát ra làm sao…Nhìn thấy anh cắn miếng *fromage*, nhấp một hấp rượu rồi gương mặt sáng ngời như một người vừa lên đến mười tầng tiên cảnh, tôi nghĩ anh thật đúng là một người Pháp đích thực biết thưởng thức món ăn mà người Mỹ nghĩ là quái đản. Cái nhỏ nhoi vui mừng biết hưởng thụ đời sống ấy là kết quả của một người tự tin trong đời sống, đủ khả năng bản lãnh chỉ có một mình mua nhà và lo đủ gánh nặng gia đình. Cái tự tin ấy lúc nào cũng thể hiện trong anh, ở việc làm hay lần đầu tiên bạn bè Regina Pacis bên Mỹ chúng mình đi chơi chung với nhau ở Las Vegas: Gặp bất cứ chuyện gì anh lúc nào cũng *"Ca va. Ca va."*

Chỉ vài tháng sau khi trở về Mỹ, qua email chúng tôi được Ngọc Lan cho biết là anh bị ung thư. Anh đau vai tay nhưng cứ nghĩ là vì làm vườn, đến khi đau không dứt đi bác sĩ thì mới khám phá là ung thư. Cái tin sét đánh vì không ai có thể ngờ anh và tôi lành mạnh như nhau mà anh lại bị ung thư. Ở nhà chữa bệnh không thể đi làm, anh email cho group thường xuyên hơn. Lúc nào cũng tỉ mỉ trưng dẫn sách báo tham khảo khi nói về một đề tài gì, lúc nào cũng góp ý kiến với mọi người trong nhóm. Ở cách nửa vòng đại dương chúng tôi lơ đễnh không biết rằng trong thời gian này anh phải chịu đựng nhiều đau đớn trong khi chữa chemotherapy, ở cách xa nửa vòng đại dương chúng tôi lơ đễnh không biết anh sụt cân hốc hác vì ăn uống không còn thấy ngon miệng, ở cách xa nửa vòng đại dương chúng tôi lơ đễnh không biết có những lúc anh lâm vào cảnh thập tử nhất sinh, ở cách xa nửa vòng đại dương chúng tôi lơ đễnh không biết nỗi đau khổ Ngọc Lan trải qua lo lắng cho sinh mạng chồng chở anh đi về bệnh viện, ở cách xa nửa vòng đại dương chúng tôi lơ đễnh không biết phút tuyệt vọng gần kề khi Ngọc Lan cầu mong bất cứ người nào tin vào tôn giáo gì cầu nguyện cho chồng mau bình phục, ở cách xa nửa vòng đại dương chúng tôi không biết đêm Thứ Hai sau bao tháng tranh đấu chống chọi tử thần, anh kiệt sức xuôi tay chấp nhận số phận đã dành cho mình, nhắm mắt lìa đời.

Đôi mắt hoen đỏ của tôi long lanh đầy nước mắt khi cô thư ký bước vào phòng:
- Ỏ, xin lỗi anh nhe David. Chuyện gì xảy ra? Anh có sao không vậy?
- Tôi mới được tin bạn tôi vừa mới mất. Tôi không hiểu tại sao có người Thượng Đế gọi đi sớm. Tôi không hiểu tại sao

                                    nguyễn tài ngọc

người bị gọi đi đó là bạn của mình. Một người thân thuộc mình giao thiệp thường trực bỗng nhiên biến mất không bao giờ trở lại thì có sao chứ không sao được cô...

Làm sao mà không có sao được? Tim vẫn đau nhói, tôi nhìn qua cửa sổ vào một phương trời vô định. Tạo hóa cho mạng sống thì tạo hóa cũng lấy mất đi mạng sống. Thế nhưng mạng sống khi mất đi đầy phũ phàng hơn vì một người đã thiết lập bao nhiêu liên hệ thân tình với vợ chồng, với con cái, với bạn bè để rồi không những chính người đó mà tất cả những người liên hệ đều bị cướp đi niềm hạnh phúc. Ngọc Lan và các con đã bị cướp đi nền tảng rắn chắc anh đã cung ứng tình yêu thương, sự đùm bọc, nẻo đường đi, mái ấm gia đình mấy mươi năm nay. Tôi đã bị cướp mất một người bạn hiền hòa, hiếu khách. Bây giờ thì cái chuyện đi xem Mont Saint-Michel chẳng còn nghĩa lý gì nữa. Bây giờ tôi mới thấy quý cái thời gian ở Paris mình chỉ ngồi ở nhà ăn những món ăn thật ngon Ngọc Lan nấu, ra sau vườn dưới bóng cây ăn miếng *fromage* ngồi tán dóc. Những sự việc đơn giản bây giờ tôi thấy quý vì nó có anh, một người bạn chân tình từ giờ trở đi tôi vĩnh viễn sẽ không còn có cơ hội gặp lại được nữa.

Ác Mộng Không Nguôi

<u>Tin của báo Daily News, Chủ nhật 30-09-2007:</u>
Mưa, hầu như không ai còn nghĩ đến vì số lượng mưa năm ngoái quá ít, trở lại một vài giờ ngắn hạn Thứ sáu 21-09, mang theo những con đường lụt lội, núi lở và làm thiệt mạng hai người trong hai tại nạn xe cộ ở miền Nam California.

Văn phòng khám nghiệm tử thi tìm nguyên do người chết bất bình thường của Quận Los Angeles xác nhận cô Ánh Hồng (AH), cư ngụ tại thành phố Las Vegas, là nạn nhân của một tai nạn xe cộ gồm ba chiếc, xẩy ra tại Chatsworth.

Khoảng 10:45 tối, con đường xa lộ đầy vũng nước mưa làm xe của cô ta, tài xế là Mộng Lý (ML), cư ngụ tại Las Vegas, lạc tay lái đâm vào tường chắn giữa, đụng vào một chiếc xe Honda đời 1997 vừa mới đụng vào tường trước đó, văng ngược ra và nằm chết máy trên nhiều lằn đường xa lộ. Một chiếc xe Chevrolet đời 2004 do một người tài xế ở Eagle Rocks chạy trờ đến, đâm sầm vào xe AH. Sức va chạm quá nặng làm cô ta văng ra khỏi xe vì không mang dây thắt lưng an toàn. Theo lời Trung Úy Leonard Daren, cảnh sát khi đến nơi xẩy ra tai nạn kết luận AH đã chết ngay lập tức. Người chở cô AH, cô ML, và tài xế chiếc xe kia chỉ bị thương hại nhẹ.

Tôi đọc đi đọc lại mảnh tin tức tai nạn xe cộ này không biết bao nhiêu lần, và cứ mỗi lần đọc lại là một lần ước mơ tôi đang ở trong một ác mộng mà khi thức dậy cái tin tai nạn này sẽ biến mất: Chatsworth chỉ cách nhà tôi năm miles. AH và ML là hai cô bạn trung học Việt Nam cũ của vợ tôi.

Cả hai đều ở Las Vegas, tối Thứ Sáu lái xe đến nhà tôi để dự một buổi nhóm họp bạn nho nhỏ với những cô bạn thân khác vào cuối tuần này. Hai người đã lái hơn 300 miles, chỉ còn năm phút nữa là sẽ đến nhà tôi thì xe gặp tai nạn, AH không may bị tử thương.

৪৩৫৩

Tối hôm nay nhà tôi huyên náo hơn thường lệ. Bây giờ đã gần 11 giờ đêm mà đèn đuốc trong nhà phòng nào cũng bật sáng, tiếng cười nói, TV, vang dội khắp nơi. Bốn đứa con tôi tuần này tụ họp đông đủ ở nhà. Ở phòng chơi trên lầu bạn của cô con gái thứ nhì ba bốn đứa đang xem TV. Ở phòng gia đình dưới nhà một nhóm bạn khác của cô con gái thứ nhất tụ họp chơi *games* ồn ào tiếng la hét. Trong phòng bếp cậu con trai thèm ăn bánh *cookies* nên nó và cô con gái út đang làm bánh với cô cháu của tôi nhà ở Seattle nhưng đi công tác dưới Los Angeles nên ghé đến nhà tôi chiều nay ở cuối tuần. Lúc nãy cả nhà đi ăn tối ai nấy cũng hào hứng khi cô cháu loan báo tháng 7 năm tới sẽ làm đám cưới ở Seattle với cậu bạn trai Alex quen từ thời Trung học. Cả nhà nhân dịp đám cưới sẽ có cơ hội đi xem thắng cảnh ở Seattle và Vancouver, Canada. Tối nay sẽ có hai cô bạn của vợ tôi lái xe từ Las Vegas ngủ đêm ở nhà chúng tôi để tuần này cùng vợ tôi gặp lại mấy cô bạn cũ ở nhà tôi cũng như ở Santa Ana. Tuần tới sẽ có một cặp vợ chồng bạn Trung học của tôi hiện thời ở Úc ghé thăm chúng tôi ba ngày. Đời sống là vui sướng gặp lại bạn cũ. Đời sống là hạnh phúc vợ chồng con cái quay quần bên nhau. Đời sống là sự kích thích vui mừng đi thắng cảnh du lịch. Đời sống là những tiếng cười giòn tan nghe bạn bè kể chuyện cười. Đời sống là sự khoái lạc ăn uống được những món ăn mình ưa thích, làm được những điều mình mơ tưởng.

- Reng, reng, reng.

Tiếng chuông điện thoại reo vang. Tôi bắt điện thoại:

- Hello?

- Duke đó hả?

- Không, không phải Duke. Đây là bố Duke, tôi là Tài Ngọc. Xin lỗi ai ở đầu dây?

Tiếng một người con gái bên kia đầu dây:

- Anh Ngọc không nhận ra ai sao?

- Hmm. Để xem. Xin lỗi, không nhận ra thật. Tôi có lắm kẻ thù mà rất ít bạn. Đang suy nghĩ để nhận diện ra có phải là một trong người trong nhóm bạn hay không nhưng không nhận ra. Tôi trả lời đùa.

- Anh Ngọc, ML đây nè.

ML và AH là hai cô bạn vợ tôi ở Las Vegas, tối nay trên đường lái xe đến nhà chúng tôi.

- À, ML. Vậy thì không phải kẻ thù rồi. Tôi vẫn tiếp tục giỡn. Gọi ở đâu vậy? Lái xe đến đâu rồi?

- Anh Ngọc, ML bị xe đụng..

- Cái gì? ML có nói đùa không vậy?

- ML không nói giỡn. ML đang ở gần nhà anh Ngọc lắm, chỉ cách có 4, 5 miles. Xe đang chạy trên xa lộ nhưng vì trời mưa bánh xe qua một vũng nước như người bị trợt vỏ chuối, xe lướt trên mặt đường. ML không điều khiển được nên buông tay lái ra. Xe quay vài vòng, đâm sầm vào tường chắn giữa, dội trở ra, nằm hư máy trên xa lộ. Xe này là xe mướn đã bị thiệt hại hoàn toàn, không sửa được. Chưa kịp hoàn hồn thì AH cởi dây thắt lưng an toàn ra, la ML là tại sao lái xe như vậy rồi mở cửa đi ra ngoài. Bây giờ có một mình ML ngồi trong xe, không thấy AH đâu hết, chắc AH đi sang bên kia xa lộ ngồi đợi. Trong xe đồ đạc văng tứ tung, ML không tìm ra điện thoại của mình nhưng thấy điện thoại AH nên dùng nó để gọi anh Ngọc. Anh Ngọc đến liền được không?

- Được chứ. Nhưng ML đang ở đâu, có bị thương tích gì không?

- ML không sao hết, ở gần nhà anh Ngọc lắm, chỉ cách khoảng hơn 4 miles.

Tôi lên lầu báo cho vợ biết là ML và AH gặp tai nạn. Nàng kinh hoàng và cùng tôi mặc vội chiếc áo mưa lái xe đến đoạn đường xa lộ ML chỉ trên điện thoại.

Ngoài đường trời vẫn đổ mưa không dứt hột. Vợ chồng tôi đã biết ML không bị hề hấn gì nên lo lắng cho AH. Chúng tôi bàn tán không hiểu tại sao AH lại mở dây lưng an toàn rồi bước ra xa lộ. Ban ngày trời không mưa đã rất nguy hiểm, huống gì bây giờ trời tối om mà mưa đang rơi ào ào nữa. Bước ra ngoài vừa nguy hiểm xe cộ chạy tốc độ như vũ bão không thấy ai, cán chết mình như chơi mà bây giờ chỗ nào trời cũng mưa ướt lạnh, AH làm gì tìm được chỗ khô khan mà trú ẩn? Từ nhà tôi ra xa lộ không đầy hai miles, xe lên xa lộ lòng tôi không khỏi hồi hộp chú ý bên kia chiều xa lộ vì theo ML, tai nạn chỉ cách nhà tôi hơn bốn miles. Nhà tôi cao độ khoảng giữa lưng chừng núi. Đỉnh núi là ranh giới giữa thành phố tôi ở, Simi Valley và Los Angeles. Đi về phía Los Angeles nơi tai nạn xẩy ra phải lái qua đỉnh rồi xuống dốc về phía bên kia. Từ điểm lên xa lộ cho đến đỉnh khoảng chừng hai miles nên khi xe vừa lên đỉnh và đổ dốc, tôi chăm chú nhìn bên kia xa lộ vì biết rằng tôi đã lái bốn miles, cảnh tai nạn có thể thấy bất cứ lúc nào. Quả đúng như tôi nghĩ, xe đổ dốc độ 400 thước là tôi thấy bên kia đầy đèn đỏ của xe cứu thương, xe cảnh sát, xe chữa lửa, và cây nến loé sáng để dọc đường báo hiệu tai nạn nhấp nhánh sáng rực một đoạn đường. Tôi chạy đến lối ra đầu tiên và quành xe trở lại trên xa lộ. Phía trước tai nạn có lẽ mấy lằn đường bên trái đã bị chắn nên xe cộ ứ đọng kẹt khoảng 400 thước. Tôi chạy qua phía bên trái xa lộ. Xe bò chầm chậm đến chỗ tai nạn và rồi tôi ngừng lại sau một xe chữa lữa, trước một xe cảnh sát để khỏi sợ xe khác đụng xe mình. Bước ra xe, tuy là đã mặc áo mưa nhưng không đội nón hay mang dù nên mưa phút chốc ướt hết mặt tôi. Bước đến một người cảnh sát đang phỏng vấn một người đứng trên xa lộ cũng bị tai nạn, tôi hỏi:

- Xin lỗi ông, tôi là bạn của hai người bị tai nạn. Một cô gọi tôi, nói tôi ra đây đón cô ấy. Làm sao tôi có thể gặp hai bạn tôi?
- Anh không thể đậu xe ở đây. Người lính cảnh sát trả lời. Tai nạn vừa mới xẩy ra, chúng tôi còn đang điều tra, anh không gặp bạn anh được. Xe anh đậu ở đây rất nguy hiểm vì có thể bị xe khác đụng nên anh phải chạy lên phía trên rồi chạy ra exit đầu tiên, đứng ở đó đợi. Bạn anh hay chúng tôi sẽ gọi anh sau.

Không biết làm gì hơn là tuân theo lời người cảnh sát, tôi leo lại lên xe và bò từng inch một về lằn đường bên tay phải, lằn duy nhất còn mở vì ba lằn đường bên trái cảnh sát đã chận lại không đi được. Xe cộ bây giờ như nằm trong miệng phễu, tất cả tranh nhau đổ dồn xuống ống thoát ở đáy phễu nhỏ bằng tí. Khi tôi đến được ống thoát, lằn đường còn mở duy nhất ngoài cùng, tôi có thể thấy rõ cảnh tai nạn bên tay trái ngay trước mắt. Một chiếc xe nhỏ mầu đỏ bẹp dúm phần chiều dài xe, và trước đó khoảng cách độ hai chiếc xe là một cảnh tượng hãi hùng: một xác người nằm ở lằn đường thứ nhì của xa lộ, tuy đã được che phủ bởi một áo mưa mầu vàng nhưng vì áo mưa ngắn nên hai chân từ dưới đầu gối vẫn lòi ra. Đầu óc tôi quay cuồng khi nhớ lại lời ML nói là không biết AH mở cửa xe ra ngoài rồi đi đâu. Tôi nhìn lại cái xác một lần nữa. AH là người tương đối cao lớn, khổ xác người này cũng vậy. Bụng tôi trở nên quặn thót khi chính mình quả quyết cái xác ấy là của AH. Tất cả cảnh vật chung quanh trở nên mờ hẳn ngoại trừ xác AH nằm ở lằn đường thứ hai bên trái, song song với chiều xe chạy, đầu hướng về phía trước, nổi rõ bật trong bóng đêm dưới cái áo mưa mầu vàng của một người cảnh sát nào đó. Những giọt mưa nặng hột vô tri vô giác thay nhau đập lên chiếc áo mưa rồi theo xác AH, chảy xuống mặt đường. Vợ tôi sau khi nghe tôi nói đó là xác AH, bật òa lên khóc. Tôi cũng không còn được tự chủ, nước mắt lăn tròn hai dòng má, hai tay cầm tay lái xe hơi nhưng run lẩy bẩy. Xe chạy được không đầy một phút thì tôi chạy ra exit, tắt máy xe ngồi đợi. Trong bóng đêm, vợ tôi khóc đã hoe mắt. Lòng tôi vẫn đang muốn nói dối với mắt của tôi cái xác tôi thấy không phải là của AH. Tôi và AH vừa mới email cho nhau hôm qua. Tôi nói với AH đến nhà tôi thì hôm sau Thứ Bẩy tôi sẽ dẫn mọi người đi leo núi sau nhà rồi đi xem thắng cảnh Hollywood, Beverly Hills. AH rất vui mừng đi leo núi vì muốn trông thấy cảnh thiên nhiên. Mới nói chuyện với nhau đây mà làm sao chết vô lý như vậy được?

Không biết chúng tôi ngồi đợi bao nhiêu lâu nhưng tôi có cảm tưởng thời gian dài đăng đẳng. Exit này là đường cụt chỉ để dân chúng đậu xe đi leo núi hoặc quành ngược lại lên xa lộ nên giờ này rất ít xe chạy ra. Cứ mỗi lần có ánh đèn xe đến là tôi lại chăm chú nhìn xem có phải là xe cảnh sát hay xe cứu thương không nhưng hy vọng chỉ là hão huyền. Sau một lúc nữa, tôi quyết định lái xe trở lại chỗ tai nạn.

Quay trở lại xa lộ và khi đến chỗ tai nạn, lần này tôi không lái xe qua bên trái để ngừng lại ở chỗ cũ mà chạy ở lằn đường ngoài cùng bên tay phải. Lần trước đi tôi để ý cũng có xe cảnh sát đậu bên phải chỗ lằn khẩn cấp nên lần này tôi muốn hỏi một người lính khác. Tôi để ý cảnh vật chung quanh kỹ hơn lần trước. Có đến ba chiếc xe bị tai nạn, hai chiếc nằm giữa hai lằn đường một và hai, chiếc thứ ba nằm kẹt sát và song song với tường chia đôi xa lộ ở giữa. Lần này thì tôi không thấy xác AH nữa nhưng thấy mảnh kính vỡ và sắt vụn đầy trên đường. Tôi lái qua bên lằn khẩn cấp, đậu xe trước một xe cảnh sát, và hỏi anh ta:

- Xin lỗi ông, tôi là bạn của hai người bị xe đụng. Khoảng 45 phút trước tôi có đến đây nhưng một người cảnh sát bảo tôi exit xa lộ rồi ngồi đợi. Đợi mãi không thấy ai gọi...
- Ồ, bạn anh là một người đàn bà Á Đông phải không?
- Đúng rồi.
- Xe cứu thương mới chở cô ta ra exit phía trước đó. Anh đến đó gặp cô ta.

Tôi nói cám ơn, leo lên xe thì chuông điện thoại reo:
- Hello?
- Anh Ngọc ở đâu rồi? Người đầu dây bên kia là ML.
- Tài Ngọc đang ở chỗ tai nạn đây. Nãy giờ ngồi ở đây chờ mà không biết họ đưa ML đi đâu.
- ML bây giờ trong xe cứu thương. Người lính cứu thương nói với ML là nói với anh Ngọc nhớ chạy ra exit Rocky Peaks không thôi bị lạc.
- OK. ML sao rồi, có bị thương gì không? Còn AH đâu?
- ML không sao, AH thì...họ chở đi xe khác.

Có lẽ ML sợ tôi bị khủng hoảng tinh thần biết hung tin của AH nên không cho tôi biết AH như thế nào. Tôi lái xe ra Rocky Peaks. Một xe cứu thương đã đậu sẵn ở đó. Qua cửa kính trước của xe cứu thương, tôi có thể thấy ML đang nằm bên trong xe với một người lính cứu thương đang ngồi kế bên. Người tài xế trong chiếc áo mưa vàng bước ra gặp tôi:

- Chào ông.
- Chào ông. Tôi là bạn của cô nằm trong xe. Tình trạng cô ta như thế nào?
- Cô ta tình trạng khả quan, không bị thương tích bên ngoài gì hết. Chúng tôi đã khám nghiệm nội tạng bên trong và cũng không hề hấn gì. Cô ta không muốn đi nhà thương

nên chúng tôi bắt cô ta phải ký giấy waiver -không được đổ lỗi cho ai, tự ý quản lấy trách nhiệm- và bây giờ thì anh có thể chở cô ấy về nhà anh.

Ngừng một chút, anh ta tiếp:

- Còn cô bạn kia, chắc anh đã biết chuyện gì xẩy ra?

Muốn dối chính lòng mình, tôi trả lời:

- Không, tôi không biết. Cô ấy ở đâu?

- Cô ấy đã chết ngay lập tức khi văng ra khỏi xe

- Trời ơi. Cô ta đến thăm tôi nên mới bị tai nạn. Nếu không đến thăm tôi thì cô ta đâu có chết.....

Tôi không cầm lòng được, òa lên khóc. Như vậy là AH chết thật rồi. Ngay giây phút này tôi muốn kêu gào Trời, Phật, Chúa…ai đó có quyền hành ở trên cao vắng mặt ở đâu mà sao lại để cho bạn tôi chết oan uổng như vậy. Sao người chết đó không phải là ai khác mà lại là một người thật hiền hòa như AH?

Anh lính cứu thương thấy tôi mất bình tĩnh nên an ủi:

- Không phải lỗi tại anh, mọi người có số mạng hết.

Trong khi nói chuyện, ở phía bên kia xe tôi thấy ML bước ra, người choàng chiếc áo lạnh khẩn cấp nhẹ như giấy. Vợ tôi ôm lấy ML, nước mắt đầy tròng, mở cửa xe van cho ML leo vào và tôi lái xe đưa ML về nhà. Trên xe ML kể thêm nhiều chi tiết làm lòng tôi se thắt lại: ML muốn đi sớm nhưng vì AH hôm nay phải dọn sở nên không thể nào ra sớm, và như vậy đã định là 6 giờ mới rời Las Vegas. ML sẽ mướn xe rồi sau giờ tan sở ghé qua nhà đón AH. Thế nhưng trước giờ tan sở AH gọi ML sẽ ra được sớm, và vì đã tính sẵn hôm qua, sáng nay đi làm cô con gái chở AH đến sở, bây giờ thì ML chỉ cần tạt qua sở đón AH rồi đi luôn, khỏi cần về nhà tốn thì giờ. Vì như vậy mà thay vì theo chương trình sẽ đến nhà tôi lúc 12 giờ đêm, trước khi tai nạn độ 20 phút hai người rất hí hửng vì sẽ đến nơi sớm hơn dự định những một tiếng đồng hồ. Vui mừng vì sẽ đến sớm, khi chỉ còn cách nhà tôi 20 miles, AH đã gọi cho chồng để hỏi chồng ăn cơm chưa và báo cho anh ta biết là chỉ còn 20 phút nữa là sẽ đến nhà tôi. Trước đó, lúc 8 giờ tối, AH cũng gọi cho vợ chồng Lệ Hằng biết là xe chạy an toàn, sẽ gặp lại nhau ngày hôm sau. Anh Chiến chồng Lệ Hằng còn nhắn với AH là lái xe cẩn thận vì trời mưa buổi tối. AH ba năm trước sau khi gặp lại nhóm bạn trung học cũ lúc nào cũng tham gia những buổi bạn bè họp mặt nên lần này vì tháng 5 vừa rồi chúng tôi đã đi Vegas nên AH muốn đến miền Nam California thăm các bạn lại. AH rất nôn nóng đi leo núi ngày hôm sau với vợ chồng tôi và các bạn khác nên chuẩn bị thật kỹ lưỡng: Khi ML hỏi AH có nhớ mang theo giầy leo núi hay không, AH chỉ xuống chân mình cho ML thấy: AH đã mang sẵn giầy leo núi trong chuyến đi này.

Đồng hồ đã hơn một giờ đêm khi chúng tôi về nhà và xong việc tắm rửa. May là ML đã năn nỉ cảnh sát cho lấy lại túi quần áo của mình nên bây giờ có quần áo thay. Tất cả đồ đạc của AH họ giữ lại không cho lấy, thành ra ngoài điện thoại cầm tay của AH mà ML tìm được trên xe rồi lấy gọi cho tôi, chúng tôi không lấy được món vật nào của AH. Tôi biết tinh thần ai nấy cũng còn căng thẳng sau tai nạn, sẽ không thể nào ngủ được vì biết rằng AH đã chết nên đề nghị thay vì ML ở một mình trong phòng ngủ thì xuống dưới phòng khách nằm nói chuyện với vợ chồng tôi cho đến khi buồn ngủ hay cho đến khi trời sáng. ML loay hoay không biết có nên gọi cho chồng AH biết hay không vì ML ái ngại làm thế nào để báo cho chồng bạn mình biết là vợ ông ta vừa bị tử thương tai nạn xe cộ. ML đề cập là cảnh sát xa lộ CHP nói với ML là họ sẽ liên lạc với cảnh sát xa lộ ở thành phố Las Vegas là nơi AH cư ngụ. Từ đó, họ sẽ phái người đến nhà AH để báo cho chồng AH biết nên họ khuyên mình đừng gọi, để cho họ thông báo trước. Cảnh sát họ đưa cho ML một tờ giấy nhỏ ghi lại địa chỉ, số điện thoại và số tai nạn nên tôi gọi số này định hỏi xem họ đã liên lạc với chồng AH chưa. Không có người trả lời mà chỉ có máy trả lời nên chúng tôi quyết định đợi đến sáng sẽ gọi báo tin. Qua tiếng tí tách và ánh lửa lên xuống của lò sưởi, chúng tôi thức hầu như suốt đêm với tâm trạng dày vò bất ổn. Đáng nhẽ ra bây giờ là có đến bốn người, ML, AH, và vợ chồng tôi quây quần bên ánh lửa vui mừng nói chuyện phiếm rồi sáng mai đi chơi và gặp một nhóm mấy cô khác ở Irvine. Đằng này một người vừa mới ra đi, ba người ở lại với nỗi thống khổ bạn mất mà chồng con của người bạn mất không biết là người thân mình đã ra đi vĩnh viễn.

Tôi thiếp ngủ vào khoảng 5 giờ sáng, đến 6 giờ rưỡi đã mở mắt dậy. Ăn vội điểm tâm, chúng tôi lái xe ra ty cảnh sát mà địa chỉ trên tờ giấy họ đưa cho ML. ML nói tối hôm qua họ muốn dẫn ML về ty cảnh sát để làm nốt phần điều tra tai nạn nhưng thấy ML run lẩy bẩy nên họ cho về nhà, nói rằng nếu cần họ gọi lại sau. Bây giờ đến đây có hai việc, thứ nhất chúng tôi muốn hỏi họ có cần thẩm vấn ML nữa không, và thứ hai, họ đã gọi chồng AH chưa. Đến ty cảnh sát với bãi đậu xe vắng lặng, tôi nghĩ quả không sai: cuối tuần họ không mở cửa. Nhưng đứng lảng vảng ở đó một lúc, một người cảnh sát trực ra mở cửa và sau khi nghe tôi trình bày vấn đề, cho tôi địa chỉ của Văn phòng khám nghiệm tử thi tìm nguyên do người chết bất bình thường ở downtown Los Angeles, nơi họ đang giữ xác của AH. Người cảnh sát này không biết cảnh sát thành phố trên Las Vegas có báo tin buồn cho chồng AH chưa, nhưng anh ta đoán chắc chắn là phải báo rồi.

Tôi ra xe lái trở về nhà. Ngồi đợi tôi trong xe, ML mở điện thoại của AH lên. Trong điện thoại có một lời nhắn của chồng AH, ông Brett, gọi để lại lúc 3:52 sáng:
- *AH, anh nghe là có một tai nạn xẩy ra. Xin gọi lại cho anh.*

ML gọi điện thoại về nhà AH, định nói chuyện với chồng AH nhưng không có ai trả lời. Khi về đến nhà, ML nhờ tôi dùng điện thoại AH để tìm điện thoại cầm tay của Brett để báo cho Brett biết. Tôi bấm nút gọi, và ở đầu dây bên kia tiếng của Brett:

- *Hello?*

- *Hi Brett. Tôi tên là David. Anh chắc còn nhớ tôi? Tôi ở Simi Valley, thỉnh thoảng đi Las Vegas có gặp vợ chồng anh. Tối hôm qua AH lái xe xuống đây thăm tôi...*

- *Ừ, tôi biết anh...*

- *Đêm qua hai người lái xe xuống đây, đến gần nhà thì bị tai nạn, một người không sống sót.*

Im lặng một vài giây để lấy hết can đảm, tôi nói tiếp:

- *AH mất rồi.*

- *Tôi biết, tôi biết.* Bên kia đầu giây cũng lặng yên rồi tiếng khóc nhỏ:

- *Trời ơi! Kinh khủng quá!*

- *Anh biết lúc nào?* Tôi hỏi.

- *Khoảng hơn 3 giờ sáng thì họ cho tôi biết. Họ cho tôi biết cả địa chỉ nơi quàng xác AH nữa. Tôi và con gái tôi, Cúc, đang chuẩn bị để bay xuống đó đây.*

- *Đây là số điện thoại của tôi. Anh xuống đây làm ơn đến nhà tôi ở, và có cần bất cứ gì thì cho tôi biết.*

- *Tôi có một người em trai ở West L.A. thành ra cám ơn anh, chắc chúng tôi sẽ ở nhà em tôi. Nhưng khi xuống đó tôi sẽ gọi cho anh.*

Nói từ giã với Brett mà lòng tôi cảm thấy có một cái gì trống rỗng. Như vậy thì khoảng hơn 3 giờ sáng Brett đã biết hung tin vợ chết vì cảnh sát báo tin và cho biết địa chỉ nhà quàng xác, thế mà sau đó lúc 3:52 sáng Brett còn gọi cho vợ, để lại lời nhắn cho vợ gọi lại cho mình vì Brett vẫn còn một hy vọng dù có mỏng manh đến đâu là hung tin ấy

                        nguyễn tài ngọc

không phải của vợ mình. Ấy thế mà tôi vô ý lại dùng điện thoại của vợ Brett để gọi lại cho anh ấy. Cứ tưởng tượng Brett sẽ vui mừng đến chừng nào khi thấy số điện thoại của vợ gọi lại cho mình sau khi đã tưởng vợ chết làm tôi cảm thấy chóng mặt và xót ruột.

Chiều hôm đó Brett gọi cho tôi hẹn gặp ở nhà xác. Tôi còn phải đợi vợ chồng Lệ Hằng đến đi chung nên nói Brett đến nhà xác trước. Khi xe tôi còn cách nhà xác khoảng 20 phút thì Brett gọi tôi nói không nên đến nữa vì Brett đã đến và khi muốn xem xác AH, nhân viên nhà xác họ khuyên Brett không nên xem và chờ cho sau khi họ lau rửa xác vì tai nạn thảm khốc. Brett nói với ông ta lý do Brett muốn xem xác để biết chắc 100% xác đó là vợ mình vì có thể còn có sự nhầm lẫn, nhưng người nhân viên quả quyết là cơ hội của nhà xác lầm lẫn không phải vợ Brett là 0%. Lúc ấy cũng gần 4:30 chiều và khu nhà xác không an ninh nên Brett nói với tôi lái một đoạn nữa rồi ra khỏi xa lộ, tìm một chỗ nào đậu xe rồi điện thoại cho Brett, Brett sẽ đến. Tôi lái năm phút nữa, ngừng ở một nhà hàng, gọi và đợi Brett theo lời chỉ dẫn.

Trời mưa vẫn đổ như thác nước khi Brett, Cúc, con gái AH, và em trai Brett đến. Tôi không cầm được nước mắt khi thấy cả hai người. Vào trong nhà hàng, ML đưa lại điện thoại cầm tay của AH cho Cúc. Cúc cầm điện thoại mẹ khóc ngất, ngồi nói chuyện với chiếc điện thoại như là nói chuyện với mẹ mình: *"Mẹ ơi, sao mẹ bỏ con đi. Trên đời này từ đó đến giờ chỉ có con với mẹ, mẹ đã hy sinh bao nhiêu đời mẹ cho con. Bây giờ mẹ bỏ con đi thì có chuyện gì cần ai chỉ bảo cho con. Không có mẹ mai mốt ai chọn chồng cho con, ai chỉ bảo con nuôi nắng cho con của con.... "*

Tôi không còn can đảm nghe nữa, đầu óc quay cuồng chỉ nghĩ đến ước gì mình có phép thần thánh mang AH trả lại cho Cúc. Giã từ Brett và Cúc, tôi vào xe, đóng cửa ngồi khóc ngất.

છા૦જ

AH mất tính đến nay đã được năm ngày. Hai hôm nữa vợ chồng tôi sẽ đi Las Vegas dự đám táng của AH. Tất cả bạn bè thân trong nhóm, kể cả tôi, không ít thì nhiều ai nấy cũng mang mặc cảm tội lỗi -trực tiếp hay gián tiếp- đã gây ra cái chết của AH. Tôi đến giờ vẫn còn bị ảnh hưởng của cái chết của AH. Thứ Hai tôi vào sở chỉ có hai giờ rồi về nhà vì ở trong sở mà chỉ nghĩ mông lung, không tập trung tư tưởng được vào việc làm. Ngày nào trên đường đi làm về nhà tôi cũng phải lái xe qua đoạn xa lộ nơi xẩy ra tai nạn. Mỗi lần xe đến là mỗi lần tôi khóc âm thầm trong xe khi nhớ lại AH hiền hòa vui tính, luôn luôn sốt sắng với bạn bè và AH trong đêm tối Thứ Sáu oan nghiệt ấy.

Trước cái ngày Thứ Sáu đó, ngày nào không ít thì nhiều cũng có email sống động của cô này hay cô nọ trong nhóm bạn thân ngày xưa học chung với nhau ở trung học cũ. Bây giờ thì mọi sự yên lặng. Yên lặng vì số mạng ác nghiệt đã lấy mất đi một người bạn hồn nhiên chân thật đầy nhiệt tình, một người vợ hiền lành, một người mẹ đầy nghị lực khắc phục bao nhiêu nghịch cảnh một thân nuôi nấng đứa con duy nhất của mình cho đến thành tài. Tại sao AH lại mất mạng mà không phải là tôi, hay là những kẻ gian ác, những kẻ cướp của giết người, những cường hào ác bá, những quân khủng bố vô tâm? Đời sống không còn có nghĩa là vui sướng mà trái lại, đời sống là buồn khổ chồng mất vợ, con mất mẹ. Đời sống là không công bằng chuyện

dữ xảy đến kẻ hiền lành. Đời sống là sự yên lặng đau buồn
của bạn bè bị cướp mất bạn thân. Đời sống là sự khắc
nghiệt u sầu của kẻ trộm trong đêm đến cướp đi sự vui
mừng của kẻ khác. Ngày nào mà còn một AH hiền lành ra
đi bất thần không có lý do, ngày đó đời sống đối với tôi
không còn một nghĩa lý.

Tôi Đi Nghe Julio Iglesia Hát

Mải mê làm việc không nghĩ đến thì giờ, tôi đảo mắt nhìn đồng hồ: bây giờ đã là sáu giờ rưỡi chiều. Để lại bàn giấy bừa bộn giấy tờ không dọn dẹp, tôi tắt đèn phòng ra xe lái gấp rút về nhà. Tối nay vợ chồng tôi đi xem Julio Iglesias hát ở Universal Studios. Hôm qua trước khi đi ngủ vợ tôi đã nhắc tôi vài lần là tối nay nhớ đừng đi làm về trễ, ấy thế mà tuổi già chồng chất làm đầu óc tôi càng ngày càng mất trí nhớ suýt tí nữa làm vợ tôi phải gọi cảnh sát Los Angeles để báo cáo có chồng bị mất tích. Ai độc thân có những lập trường hay quan niệm sống trong đời thề sẽ không bao giờ thay đổi thì nên lấy vợ để khám phá ra những lập trường mình theo đuổi từ xưa đến nay sẽ trở nên phế thải. Chẳng hạn trước khi lập gia đình tôi rất kén ăn, nhưng khi lấy nhau về bị vợ bỏ đói mấy lần làm tôi thật kính trọng người nào đã phát minh ra món mì gói. Khi còn độc thân tôi thấy thế giới này có bao nhiêu là cô gái xinh đẹp, đến khi lấy vợ về chỉ cần vài cái quắc mắt của vợ là bây giờ tôi thấy cả trái đất chỉ có mỗi một mình vợ tôi là đẹp nhất trần gian. Tôi không để ý đến quần áo nhiều lắm nhưng lấy vợ về tôi mới cảm ơn vợ tôi đã chỉ dẫn cho đầu óc tăm tối của tôi khám phá ra sự khác biệt của quần áo hiệu Kmart và quần áo của Lacoste, Polo…Âm nhạc đối với tôi chỉ là những tiếng động đinh tai nhức óc, nhưng bây giờ vì cái gì nàng thích là tôi thích, mà nàng thích nghe nhạc Julio Iglesias nên đó là lý do chúng tôi đi nghe Julio Iglesias hát tối hôm nay.

Tôi không thích chốn đông người nhưng cũng không muốn xa thành phố lớn nên thành phố tôi ở Simi Valley với 118000 dân cư, 81% là người da trắng, tiêu biểu tương tự một thành phố nhỏ của thôn quê nước Mỹ. Ngoài cái lý tưởng của thôn quê, Simi Valley đặc biệt nằm sát ranh giới

                                        nguyễn tài ngọc

của thành phố lớn thứ nhì trên nước Mỹ: Los Angeles. Los Angeles có đường bay đi khắp nơi trên quả địa cầu, có đủ chợ búa hàng hóa của khắp mọi thứ dân trên thế giới, có bao nhiêu chỗ đi chơi, bao nhiêu là phương tiện giải trí. Đại nhạc hội hay trình diễn ca nhạc của các ca sĩ nổi tiếng là một trong những phương tiện giải trí đó, và hôm nay Julio Iglesias trình diễn ở Gibson Amphitheater tại Universal Studios, cách nhà tôi 35 phút lái xe.

Universal Studios Hollywood là một *theme park*, bao gồm những phim trường đóng phim hay show TV và những trò chơi giải trí. Số người đến Universal Studios Hollywood xem hàng năm là 4,700,000 người, nhiều thứ ba ở California sau Disneyland và Disney's California Adventure. Phía trước của Universal Studios, vào năm 1993 họ xây cất thêm Universal City Walk với ngân khoản một tỷ đô-la. Universal City Walk là một dẫy hàng quán với đèn đuốc thật đẹp mắt về ban đêm. Gibson Amphitheater nằm trong khu Universal City Walk với hơn 6000 chỗ ngồi, thường dùng trong những chương trình phát thưởng lớn và là nơi các ca sĩ nổi tiếng hay đến trình diễn. Dừng xe trước nhà đậu xe ngay kế bên City Walk, nhìn giá biểu đậu xe phân chia làm ba loại, người trả tiền đậu xe sẽ thấy ngay sự thông thái của một xã hội tư bản: có đến ba hạng giá đậu xe. Loại đắt tiền nhất là valet parking: lái ngay đến trước cổng, giao chìa khóa xe cho nhân viên họ đậu xe cho mình đến lúc mình xong lấy xe thì họ lái xe đến tận chỗ cho mình, khỏi phải tốn hơi sức lao động lái xe vòng vòng tìm chỗ đậu xe. Loại thứ hai đắt thứ nhì mình được đậu xe gần cổng vào , và loại thứ ba rẻ nhất đậu cách xa cổng mình phải đi bộ vào khoảng cách bằng từ Móng Cái đến Hải Phòng. Tôi thì tuy là triệu phú giầu hơn Bill Gates nhưng vì không muốn dùng tiền phung phí và vì lúc nào tôi cũng muốn tập thể thao nên đập con heo đất trả 10 dollars bằng

1000 đồng cắc bạc 1 xu tôi đã dành dụm bao nhiêu năm nay để trả tiền đậu xe loại rẻ tiền nhất.

Khung cảnh sống động của City Walk về đêm với bao nhiêu ánh đèn technicolor, bao nhiêu tiệm ăn, bao nhiêu hàng shopping, bao nhiêu người lũ lượt đi bộ ngắm cảnh làm người ta tạm quên cuộc sống bình thường hằng ngày. Một ban nhạc sống chơi nhạc ở trung tâm của City Walk, hình được thu vào ống kính và phát ra trên một màn ảnh TV khổng lồ ở ngoài trời thu hút phần lớn các cô cậu trẻ tuổi. Hai vợ chồng tôi ôm eo ếch tà tà thả bộ đến Gibson Amphitheater.

Julio sanh năm 1943 ở Tây-Ban-Nha, người ca sĩ có số albums bán trên 14 thứ tiếng khác nhau nhiều nhất thế giới, 250 triệu albums. So với lần đầu tiên Julio nổi tiếng ở Hoa Kỳ với nhạc phẩm *To All The Girls I've Loved Before* hát chung với Willie Nelson vào năm 1984, Julio năm nay 65 tuổi đã có dấu hiệu của một người già theo thời gian. Tuy thế, ông ta vẫn còn rất đẹp trai và đầy phong độ. Đàn ông Việt Nam tuổi 30 dung mạo được như Julio lúc 75 tuổi bảo đảm ở Mỹ sẽ không phải ế đào, khỏi cần về Việt Nam tìm vợ để sau này lo sợ phập phồng những đêm giờ Tí canh Ba là mấy năm sau cô vợ mới sẽ bỏ mình đi tìm chồng khác.

Vì đến nơi hơi sớm, vợ chồng tôi vào toilette. Toilette đầy những người, nhưng điều làm tôi ngạc nhiên vô cùng là mọi người đều nói tiếng Tây-Ban-Nha, không nghe đến một tiếng Anh. Tuy rằng khi độc thân ở Paris vợ tôi chỉ nghe Julio hát bằng tiếng Pháp, cũng như tôi chỉ biết Julio qua những bản nhạc ông ta hát bằng tiếng Anh, nhưng vì những bản nhạc làm ông nổi tiếng đầu tiên là bằng ngôn ngữ chính nên ông ta rất nổi tiếng ở những quốc gia dùng ngôn ngữ Tây-Ban-Nha. Rất nhiều quốc gia vùng

Trung/Nam Mỹ dùng Tây-Ban-Nha là quốc ngữ như Mexico, Argentina, Peru, Venezuela, Chile, Colombia….Dân những vùng xứ này ở Los Angeles rất là nhiều (nhiều nhất là dân Mễ-Tây-Cơ), nên vì thế mà sau này tôi để ý ở buổi trình diễn nhạc tối hôm nay ít người là người Mỹ, phần lớn là người Mễ.

Làm công việc vệ sinh, rửa tay mà chung quanh toàn là người Mễ, tôi có cảm tưởng mình là Davy Crockett với 190 cảm tử quân Texas đang bị tướng Santa Ana của Mễ-Tây-Cơ với 6500 lính Mễ bao vây tấn công vào năm 1836 tại trận chiến Alamo, San Antonio, Texas. Tuy rằng tướng Santa Ana sau 13 ngày kềm hãm, chiến thắng phá đồn Alamo giết tất cả 189 cảm tử quân cùng Davy Crockett, ông ta đã phải trả một giá rất đắt: chỉ có 190 người mà cảm tử quân Texas và Davy Crockett giết hơn 1600 lính Mễ của ông ta. Tôi chưa muốn chết, còn muốn nghe Julio hát mà lại đơn thân độc mã không có cảm tử quân sát vai như Davy Crockett nên rửa tay nhanh chóng rồi hối hả về lại ghế. Lúc này thì tôi mới để ý một ông da đen trong bộ đồ vest đứng gần cửa với một mâm đầy kẹo trên bàn, đưa cho tôi tờ giấy lau tay rồi mời tôi dùng kẹo. Dùng kẹo trong toilette nơi có vi trùng dơ bẩn, rồi có những người có thể không lau tay sau khi đi vệ sinh thọc tay vào trong đám kẹo đó? Tôi không ở sạch như Howard Hughes: vào trong toilette công cộng không dám dùng tay mình mở quả đấm cửa vì sợ có vi trùng nên đợi cho người khác mở rồi mới lẻn ra theo, nhưng tôi không dám ăn kẹo trong môi trường không sạch sẽ này gì mấy cho lắm. Sợ ông da đen sau này về nhà chửi bới rùm beng là hôm nay đi làm chỉ gặp có một tên Á Đông mà nó lại kiết ly không cho tiền *tip*, tôi móc túi cho ông ta tờ giấy 2000 đồng Việt Nam (1 dollar là 16000 đồng Việt Nam) mà tôi mang còn sót lại trong chuyến đi Việt Nam vào tháng Hai vừa rồi.

Hí viện chẳng mấy chốc mà người đến ngồi vào không còn
một chỗ trống. Vợ tôi thường đi cùng với chị em của nàng
nghe ca sĩ Việt Nam hay ngoại quốc hát nhiều hơn tôi.
Không kể những show ở Las Vegas và không kể đi nghe ca
sĩ Việt Nam hát, lần cuối cùng tôi đi nghe ca sĩ ngoại quốc
hát chắc cũng có lẽ mười lăm năm nay: ABBA, Fleetwood
Mac, và Chrystal Gale. Khác với những lần nghe hát đó
người đi xem phần đông trẻ tuổi, tôi chưa bao giờ thấy
nhiều người già có thể cần xe cứu thương chở đến nhà
thương bất cứ lúc nào như đi xem Julio tối hôm nay. Tội
nghiệp cho Julio (hay cho tôi?) mấy cô gái trẻ bây giờ đi dự
buổi trình diễn nhạc của con ông ta, Enrique, chứ không
thèm đi dự buổi hát nhạc của Julio bố.

Tuy rằng trễ hơn 20 phút, nhưng khi Julio vừa xuất hiện
trên khán đài thì khán giả vỗ tay hoan nghinh nhiệt liệt. Là
người nổi tiếng cũng sướng, có hẹn đến trễ không bị chửi
mà lại còn được người khác ái mộ mình la hát ầm ĩ. Không
để tốn phí thêm một giây nào nữa, Julio hát liên tiếp cả
chục bài, tất cả bằng tiếng Tây-Ban-Nha: Abrazame,
Manuela, Hey, La Gota Fria, Natalie, El Bacalao... Có nghe
tận tai Julio hát mới thấy tại sao nhạc ông ta bán đến 250
triệu albums, và mặc dù hát ở hơn 5000 buổi trình diễn ca
nhạc, có nơi là cả sân vận động, buổi trình diễn nào Julio
cũng thu hút người xem mua vé đầy cả hí viện: giọng ông
ta mạnh, ấm, truyền cảm, hơi giữ rất lâu, và một điểm ca sĩ
cần phải có nếu muốn được người khác mê chuộng: Julio
rất đẹp trai. Mỗi lần nghe Julio hát lại một bài nhạc cũ mà
mình hằng ưa thích, mọi người vỗ tay như điên cuồng. Bà
ngồi kế bên tôi cũng là người Mễ, tuy là đi với chồng
nhưng chắc khi chưa lập gia đình bà ta mê Julio lắm nên
bài nào Julio hát bà ta cũng biết nhép miệng hát theo, chả
để ý đến ông chồng ngồi kế bên. Julio tối nay hát xong mà
không có gạc-đờ-co hộ tống về nhà thì sẽ không còn hơi

thở thoi thóp đi trình diễn ở thành phố kế tiếp vì bảo đảm sẽ khó sống với ông chồng.

Trong bất cứ chương trình ca hát của các ca sĩ thượng thặng nào thì luôn luôn có các cô ca sĩ hát phụ âm. Ca sĩ phụ âm của Julio tối hôm nay là ba cô trẻ tuổi, cao ráo, mặc váy ngắn sát mông, phần trên hở ngực nửa chừng xuân, trông thật sexy. Cô giữa hát chung với Julio một bài tiếng Anh, *All Of You*, mà Julio đã phát hành CD với Diana Ross. Trong khi Julio hát thì thỉnh thoảng các cô thay nhau bước ra trước khán đài múa từ bên này sang bên kia với những động tác khêu gợi tình dục. Tôi không biết bao nhiêu người phải gọi cấp cứu 911 cho cứu thương đến chữa các ông già thi nhau ngã xỉu vì chận đứng cơ tim. Có những lúc Julio ôm mấy cô hôn lấy hôn để. Khán giả thay vì bất mãn cho ông già nham nhở đã 65 mà còn hôn con gái 25 thì lại huýt sáo vỗ tay tán thành. Người nổi tiếng có khác, làm gì cũng được ưu đãi.

Julio hát toàn bằng tiếng Tây-Ban-Nha, chỉ có ba hay bốn bài là bằng tiếng Anh, và cuối cùng để chấm dứt chương trình, với vợ tôi mừng rỡ rõ rệt, ông ta hát một bài bằng tiếng Pháp : *Ne me quitte pas* ("Đừng bỏ tôi", bản dịch tiếng Anh tựa đề là *If You Go Away*) . Vì Julio loan báo *Ne me quitte pas* là bài hát cuối cùng nên sau khi ông ta vừa chấm dứt bài hát, tất cả mọi người đứng lên vỗ tay vang như sấm. Tuy biết là ông ta sẽ nán lại khán đài hát thêm một bài cuối cùng để đáp lại thịnh tình của khán giả, và tuy rằng ông ta đã nài nỉ *"Đừng bỏ tôi, Ne me quitte pas"*, chúng tôi ra về vì không muốn tranh dành đường ra freeway với hơn năm nghìn người khác vừa tham dự buổi ca nhạc của Julio Iglesias.

Trên đường lái xe về, dĩ nhiên là chúng tôi nói chuyện về buổi trình diễn nhạc vừa nghe Julio hát. Tôi nói với vợ tôi là nàng đã lấy lầm người vì trước khi lấy tôi, đáng lẽ ra nàng nên tìm người nào cao ráo, hát hay, đẹp trai, có tài và giầu có như Julio Iglesias. Nàng nhìn tôi nói tuy là có rất nhiều người tài giỏi hơn tôi, nhưng chỉ có tôi là người nàng yêu, và cho dù tôi có hát dở đến đâu, chỉ có tôi là người nàng thích. Nghe câu nàng trả lời mà tôi thở dài: Hơn hai mươi năm lấy nhau máu Bắc Kỳ nói phét của tôi đã xâm nhập vào tận xương tủy và tư tưởng của nàng lúc nào mà nàng không hay biết.

Vĩnh Biệt Em Yêu

Bác Trung đứng thờ người nhìn nhân viên nhà quàn đang chuẩn bị di chuyển quan tài vợ bác ra nơi hỏa táng. Bác đã mất ăn mất ngủ mấy ngày liền từ ngày vợ bác vào nhà thương hơn một tuần trước đây. Ngày đêm bác túc trực ở nhà thương với vợ lúc tỉnh khi mê; đến khi bà mất thì chuyện lo đám tang, người trong gia đình và trong nhà thờ thay nhau thăm hỏi, chuyện xung đột kịch liệt vào lúc cuối cùng về cách thức an táng khiến cho bây giờ tinh thần và thể xác bác hoàn toàn kiệt sức. Bao nhiêu người đến bắt tay chia buồn với bác mà đầu óc bác lâng lâng ở một phương nào. Ban sáng đã có người bên nhà vợ đến giải thích cho bác là nơi hoả thiêu là căn nhà đối diện với nhà nguyện nơi quàn quan tài, cách nhau chỉ có 40 thước. Thay vì di chuyển quan tài thẳng đến đó, người ở chùa nói sẽ đi một vòng ngắn trong sân nghĩa địa. Một vài người nhà bên vợ bác sẽ mang ảnh, hoa và nến đi trước, rồi kế đến các thầy chùa tăng ni, rồi lại thêm người nhà mang những mâm oản, trái cây cúng, rồi quan tài. Khi quan tài vừa ra khỏi cửa thì bác nên vào hàng đi sau quan tài cùng với các quan khách. Đứa con trai riêng của bác dặn bác ngược lại là đừng bao giờ nhập vào hàng quan tài đi vòng vòng nghĩa địa. Nó nói là bác cứ đứng trước nhà nguyện, xem quan tài di chuyển đến nhà hoả thiêu, thế là xong. Hai bên dặn đi dặn lại vài lần cho bác nhớ. Bác tự nhủ trong lòng tuy đã 68 tuổi, đầu óc bác vẫn còn minh mẫn làm gì cũng không quên nhưng vì cơ thể bác đã quá mệt mỏi nên ai nói gì thì bác cũng ừ ừ cho qua chuyện.

Bà qua đời bây giờ là vợ thứ hai của bác Trung. Bác theo đạo Tin Lành khi còn là thanh niên vào cuối thập niên 1950 ở SàiGòn sau khi đi nghe một giáo sĩ Mỹ giảng về Chúa ở một hội thánh Tin Lành. Khi nói về Thiên Chúa Giáo ở Việt Nam, lúc bấy giờ ai cũng biết Công Giáo chứ hầu như là không một ai biết gì về đạo Tin Lành. Năm 1911, Mục sư Robert Jaffray của tổ chức Christian and Missionary Alliance (CMA) sang VN truyền giáo. Trong tất cả các hiệp hội tôn giáo Tin Lành trên nước Mỹ bây giờ, hội CMA rất là nhỏ, hội viên hiện giờ chỉ có 430,000 người so với 49 triệu người là Baptist. Thế nhưng hạt giống gieo từ Mục sư Jaffray: Ông ta thiết lập The Evangelical Church mà bây giờ trở thành Hội Thánh Tin Lành Việt Nam. Vào đầu năm 1960, sau khi gặp nhau trong nhà thờ đã lâu năm và thấy tâm đầu ý hợp, bác lập gia đình với người vợ đầu tiên: bà Huệ. Cùng trong thời gian này bác thành công trong việc thuyết phục ba người chị em tin Chúa với bác. Thành ra mỗi Chủ Nhật cả đại gia đình bác đi nhà thờ, ngay cả cho đến khi qua Mỹ. Bác định cư ở Valencia, một thành phố phía Bắc của Los Angeles. Chị em bác cũng ở quanh quẩn những thành phố lân cận, người thì ở Glendale, người ở Pasadena, người ở El Monte. Mỗi gia đình đi nhà thờ Tin Lành riêng nơi thành phố mình cư ngụ, nhưng thỉnh thoảng có dịp thì người này đi nhà thờ người kia. Ai bây giờ cũng lập gia đình, con cháu đầy đàn. Riêng bác thì có hai người con trai. Hiện giờ chúng nó cũng đã lập gia đình và sống riêng với vợ. Một đứa ở gần bác nên Chủ Nhật nào bác cũng gặp vợ chồng và hai đứa con của nó ở nhà thờ.

Một buổi chiều năm 2002, bác đi làm về nhà khá lâu mà vẫn chưa thấy vợ về. Một tiếng, hai tiếng, rồi ba tiếng, vẫn không nghe vợ gọi điện thoại. Không bao giờ vợ bác đi đâu trễ mà không cho bác biết nên bác linh tính có chuyện chẳng lành xẩy ra. Mười giờ tối bác nhận một cú điện thoại từ văn phòng cảnh sát: vợ bác bị xe đụng tử thương. Bốn mươi năm ăn ở với nhau đùng một cái vợ ra đi đột ngột để bác sống trơ trọi một mình làm bác thay đổi hẳn tính tình.

Bác trở nên ít nói và chỉ còn thấy niềm vui vào mỗi Chủ Nhật khi đi nhà thờ.

Bác sống đơn độc gần hai năm trời thì vào một hôm khi đến nhà dùng cơm với vợ chồng Hiệp, một người bạn xưa là lính bộ binh bác quen biết khi còn trong quân đội, bác gặp một người bạn khác của họ là bà Trang. Bà Trang hiền và vui tính, chỉ nói chuyện sơ qua mà bác đã có cảm tình. Qua buổi nói chuyện, bác khám phá ra là bà Trang cũng mất chồng đã lâu, không con, và khi gặp lại bà Trang vài lần kế tiếp cũng ở nhà ông Hiệp, bác đâm lòng quý mến và mời bà nếu không bận thì một ngày đi ăn tối. Bà Trang nhận lời và rồi một lần trở thành nhiều lần, hai người đi chơi chung với nhau, tình cảm trở nên sâu đậm. Tuy thế có một con sông to lớn chắn ngang cái tình cảm mật thiết ấy trở nên hiệp một: Bà Trang theo đạo Phật, đặc biệt là anh em của bà Trang là những Phật Tử sùng tín, không ưa gì bác là người có đạo vì có một lần khi đến nhà em của bà Trang ăn giỗ, bác không ăn viện cớ đó là đồ cúng.

Bác Trung bao năm vẫn giữ lòng tin vào tôn giáo của mình. Ngoài việc không ăn đồ cúng, Tin Lành không cho lấy người ngoại đạo. Đạo Công giáo cho phép con chiên lấy người theo đạo Phật miễn là người ấy học qua lớp giáo lý, công khai tin Chúa, và cho phép đám cưới cử hành ở nhà thờ lẫn ở nhà với phong tục cổ truyền cô dâu chú rể cúng lạy tổ tiên trên bàn thờ. Bên Tin Lành hoàn toàn không chấp nhận việc lạy lục. Người ngoại đạo muốn lấy người Tin Lành, ngoài việc học qua căn bản giáo lý hôn nhân, tin nhận Chúa, còn phải từ bỏ các đạo giáo khác, không được cúng lạy đền thờ, thần tượng hay ăn đồ cúng. Tin Lành dựa niềm tin mình trong ba nơi cốt yếu trong Kinh Thánh:

1. Trong sách Tân Ước, đoạn 2 Corinthians 6:14 có câu: *Chớ mang ách chung với kẻ chẳng tin.*

2. Trong sách Cựu Ước, Exodus 20:4-5 *Ngươi chớ làm tượng chạm cho mình, chớ quì lạy trước các hình tượng đó.*

3. Và trong Tân Ước 1 Corinthians 10:28: *Song nếu có ai nói với anh em rằng: Thức ăn này đã dâng làm của cúng thì chớ ăn, vì người ta đã bảo trước cho mình, và vì lương tâm mình không cho phép.*

Biết rằng không thuyết phục bà Trang tin Chúa mà cứ lấy nhau thì không những bác từ bỏ niềm tin của mình mà ông mục sư cũng không cử hành lễ cưới, bác kiên nhẫn tuần này sang tuần khác giải thích lẽ đạo. Thế nhưng lòng tin sắt đá vào Đức Phật của bà Trang không một mảy may xê dịch. Vấn đề của bác là càng quen lâu với bà Trang, bác càng cảm thấy tính thương nhẹ nhàng thuở ban đầu càng ngày càng trở nên tình yêu sâu đậm bác không thể nào dứt bỏ. Cuối cùng, bà Trang cho tối hậu thư: một là hai người lấy nhau, ai giữ đạo nấy, hai là đoạn tuyệt sự liên lạc. Sau một tuần suy nghĩ, biết rằng ông mục sư, những người ở nhà thờ, gia đình bác, con cái bác ai cũng khuyên bác không nên lấy người ngoại đạo, bác nhắm mắt theo tiếng gọi của con tim mà không theo cái linh của mình. Bác và bà Trang không nhờ ông Mục sư, cũng chẳng làm lễ cúng ở nhà bà Trang, mà ra toà xin thị thực giấy phép hôn nhân. Hai người chính thức lấy nhau.

Gần hai năm vắng bóng vợ cũ chia sẻ vui buồn, bác thật sự tìm lại niềm vui bên người vợ mới. Căn nhà vắng lạnh khi xưa mỗi chiều bác đi làm về nay trở lại sống động ấm cúng. Cái hạnh phúc với người vợ cũ tưởng đã mất vĩnh viễn nay bắt đầu xuất hiện, và theo sự thoả thuận của đôi bên, bác vẫn đi nhà thờ một mình mỗi sáng Chủ Nhật. Những tuần lễ đầu tiên đi nhà thờ một mình bác cảm thấy xấu hổ với các con chiên khác, với con cái của bác, với ông mục sư, với Chúa vì bác khước từ một lý lẽ sống trong đời Chúa

                                    nguyễn tài ngọc

dậy mà trong suốt một thời gian dài bác đã kiên trì tuân lệnh với một nếp sống gương mẫu. Bác không dám chuyện trò nhiều với những người khác trong nhà thờ vì bác biết trong lòng họ lên án cuộc tái hôn nhân của bác nhưng ngoài mặt vì lịch sự, họ vẫn vồn vã nói chuyện thăm hỏi bác. Bác tránh cả nói chuyện với con trai bác vì bác biết trong thâm tâm nó, cái người bố kính trọng thương yêu lúc nào nó cũng đặt lên trên bục cao nay đã bị sa ngã, không còn là một đối tượng cao đẹp trong đời để hướng dẫn sự sống của nó nữa. Ngày xưa Chủ Nhật bác hay đi sớm để học Kinh Thánh trường Chủ Nhật, để gặp người khác trò chuyện. Bây giờ thì bác bỏ luôn trường Chủ Nhật, không dám nói chuyện với mọi người, không đến sớm nữa mà chỉ đến vừa đúng giờ vào buổi nhóm chính. Khi ông mục sư giảng xong buổi nhóm, bác hấp tấp vội vã ra về. Ông mục sư và vài người trong nhà thờ nhiều lần gọi điện thoại đến nhà mời bác đi học trường Chủ Nhật trở lại, nhưng bác không muốn người khác nghĩ bác là đạo đức giả, học một đằng nhưng thực tập một nẻo nên bác không còn mặt mũi nào trở lại học Kinh Thánh trường Chủ Nhật.

Cái hạnh phúc mà bác tưởng là tuyệt đối khi tái giá chỉ hiện hữu khoảng năm sáu tháng đầu tiên. Không phải là bác không yêu bà Trang. Thật sự bác yêu bà Trang không thua gì người vợ đầu của bác, thế nhưng cái cảm giác đã không tuân theo lời Chúa dậy, những hôm Chủ Nhật đi nhà thờ một mình, thỉnh thoảng bà Trang đi chùa không có bác…, làm cho bác cảm thấy hạnh phúc gia đình không được trọn vẹn. Nhưng cho dù nó không trọn vẹn đến đâu đi nữa, tiêu khiển thì giờ với người vợ thứ hai nhất định trăm lần tốt hơn hai năm bác sống cô độc từ khi người vợ đầu mất. Mặc dù biết mình đã sai lầm, thỉnh thoảng trong những đêm cầu nguyện, bác cũng cảm ơn Chúa đã cho bác tìm được người vợ mới.

Cái tình cảm vui mừng tưởng kéo dài được ít nhất mười, hai mươi năm nữa thì bốn tháng trước đây, bà Trang bị khám phá ung thư gan. Sau vài lần hóa trị liệu *chemotherapy*, tuần trước bà hoàn toàn kiệt sức phải đưa vào nhà thương lúc mê lúc tỉnh. Gia đình bác, và nhất là anh em bà Trang thay phiên nhau đến thăm bà ở nhà thương. Những lúc tỉnh giấc hai vợ chồng khóc cho cuộc chung sống quá ngắn ngủi. Bác khuyên nhủ bà Trang nên tin nhận Chúa để tâm hồn được cứu rỗi. Hai, ba ngày không thấy bà Trang nói gì nên bác cũng im không đá động đến vấn đề ấy nữa. Ra vào nhà thương như thế năm lần bảy lượt thì lần cuối cùng khi bà Trang tỉnh lại, bà năm tay bác, nói tin Chúa và khi mất, bà muốn ông mục sư đến làm lễ an táng. Bác vui mừng khi thấy cuối cùng của đoạn đường đời bà Trang đã nhận thức ra Chúa là Đấng cứu rỗi. Bác gọi ông mục sư ngay sau đó. Chỉ hai giờ sau là ông mục sư vào nhà thương và cùng bác cầu nguyện cho người vừa mới tin nhận Chúa. Tin vui vừa đến thì tin dữ nối gót tiếp theo. Tối ngày hôm sau, bà Trang nhắm mắt lìa đời.

Phúc bất trùng lai, họa vô đơn chí. Câu này ám ảnh bác khi lần thứ hai người bạn đời ra đi trước bác. Đè nén bao nhiêu đau khổ, bác cùng vợ chồng hai đứa con trai lo việc mai táng. Mọi việc đã sắp sẵn: lễ xem người quá cố Thứ Sáu, lễ an táng ở nhà thờ nơi nghĩa địa sáng Thứ Bảy, ông mục sư đã đồng ý lo việc làm lễ. Tối Thứ Năm bác ở nhà một mình thì có chuông điện thoại. Bắt máy lên, bên kia đầu giây là ông Thanh, anh trai của vợ Bác:

- Tôi là Thanh, tôi muốn nói cho chú biết là vì gia đình chúng tôi theo Phật giáo nên tôi muốn mời chùa đến làm lễ tang cho em gái tôi.
- Nhưng Trang là vợ tôi. Tôi là chồng thì chuyện đám ma tôi có quyền lo, tôi muốn mục sư làm lễ nhà thờ...

- Nhưng chúng tôi không đồng ý, tôi biết ý em gái tôi. Nó muốn làm theo nghi lễ Phật giáo.

- Tôi là chồng nên trên phương diện pháp lý quyền chôn cất là của tôi. Vả lại trước khi mất Trang đã nói với tôi là tin Chúa và muốn làm tang lễ trong nhà thờ.

- Chú chỉ nhồi sọ em tôi thôi chứ nó không bao giờ tin Chúa. Sáng hôm mất em tôi đã ký giấy ủy quyền luật sư giao cho anh em chúng tôi lo việc mai táng. Luật sư tôi đã có trát toà để thi hành việc này. Nếu chú muốn xem thì sáng mai lên nghĩa địa tôi sẽ cho chú xem trát toà.

- Tại sao anh lại có thể nhẫn tâm làm như vậy? Giai đoạn này là lúc vợ tôi cần Chúa nhất để cứu rỗi tâm hồn của Trang.

- Anh mới là người nhẫn tâm đầu độc Chúa của anh vào đầu em tôi. Không ai có thể làm cho linh hồn nó được siêu thoát ngoài Đức Phật. Tôi không muốn dài dòng văn tự với anh. Như tôi đã nói, nếu anh muốn xem trát tòa, sáng mai gặp tôi ở nghĩa địa.

Nói chuyện với ông Thanh xong, bác tưởng chừng như mới vừa từ trên cung trăng rớt xuống, không ngờ là nhà bên kia lại quyết liệt trong việc không cho vợ bác chôn cất theo nghi lễ Cơ Đốc giáo. Mà làm sao họ nói là vợ bác ký giấy thay đổi ý kiến khi ban chiều bà Trang đã nói với bác và ông mục sư là tin nhận Chúa ? Bác suy nghĩ mãi thì nhớ ra sáng hôm sau khi vào nhà thương, bác đã thấy anh em bà Trang ở đó. Có thể là trong lúc này họ đã cố gắng thuyết phục bà Trang trong lúc mê man nửa tỉnh nửa mê để bà thay đổi ý kiến chăng?

Bác gọi con trai lớn của bác, giải thích chuyện không thể ngờ. Con bác nghe xong cũng kinh ngạc vì nó cũng đã tốn bao nhiêu thì giờ chạy đôn chạy đáo tổ chức việc ma chay. Nó nói với bác ngày mai bác cứ lên nghĩa địa xem giấy tờ có trát toà thật sự hay không, và nếu thật, nó có thể đi tìm luật sư kháng án nếu bác nhất quyết không muốn vợ bác chọn theo nghi lễ Phật giáo. Nó và em nó sẽ lo việc trả lệ phí luật sư để bác khỏi bận tâm lo nghĩ. Bác suy nghĩ một lúc trên điện thoại rồi quyết định nói con bác thôi. Bác muốn cho vợ bác yên nghỉ không trong sự tranh chấp mà trong sự yên lặng nên bác đành nhắm mắt xuôi tay cho họ muốn làm gì thì làm. Nói chuyện xong với con, bác gọi cho ông mục sư trình bày đầu đuôi câu chuyện, cảm ơn ông mục sư đã tận tình giúp đỡ nhưng vì sự thể đổi chiều trong giây phút cuối, xin lỗi ông mục sư phải hủy bỏ tất cả lễ an táng cho vợ bác.

Thứ Sáu là ngày thăm viếng người chết. Vài người trong nhà thờ đến thăm đã được ông mục sư trình bày vấn đề phức tạp nên họ cũng không thấy lạ gì khi biết tuy là bác tin Chúa nhưng bước vào nhà nguyện đã nghe tiếng kinh Phật A-Di-Đà-Phật ê a từ đĩa CD, liễn đỏ vàng treo đầy tường, ảnh bà Trang quyện trong khói hương, khói nến bay nghi ngút cùng trái cây và trứng luộc sắp đặt ngăn nắp trên mâm bàn thờ, và sư sãi tụng kinh. Ai nấy đều thông cảm cho bác. Thứ Bảy ngày an táng những người đến dự phần đông quen gia đình bà Trang. Bên bác thì ngoài ông bà mục sư và một đứa con trai của bác, không một người nào khác trong nhà thờ đến. Lễ động quan cũng tổ chức theo nghi thức Phật giáo, có sư áo vàng, có ni áo xám nhạt cúng vái và kinh đọc ê a....

∽∾

"Xin mời bác đi theo sau linh cữu." Tiếng một người bên nhà vợ nhắc làm bác chợt bừng tỉnh. Họ đã mang quan tài ra khỏi cửa nhà nguyện. Nhìn chiếc quan tài và nhìn bức ảnh của vợ bác, bác oà lên khóc và trách cứ bà Trang *"Sao*

                                      nguyễn tài ngọc

em lại bỏ anh đi một mình". Bao đêm khóc nước mắt vắn dài thương vợ ra đi đột ngột bây giờ trở lại với bác, nước mắt lăn tròn hai bên má như mưa đổ. Những người gia đình bên kia đã tuần tự vào hàng sau quan tài do mấy ông sư mặc áo vàng đi phía trước hướng dẫn. Kế bên bác là ông bà mục sư và đứa con trai bác vẫn còn đứng ở vỉa hè nhà nguyện không tham dự. Bác nhìn lại một lần nữa: Bên phải đằng trước là linh cửu vợ bác chậm chạp dần dần đi ra xa. Bên trái bác là ông bà mục sư nhất định không di chuyển. Bốn năm ăn ở với nhau, tình nghĩa mặn nồng bây giờ chỉ còn gói ghém lại vào giây phút cuối cùng này: Bác nên nhập theo đoàn người với chiếc quan tài tiễn đưa vợ bác đến nơi an nghỉ cuối cùng, một lần nữa không tuân theo lời Chúa dậy, hay ở lại với ông bà mục sư để cho Chúa thấy bác đã hối hận phạm lỗi lầm mấy năm trước? Bác phân vân lo nghĩ thì hai đoạn Kinh Thánh bác học ở trường Chủ Nhật Chúa Jesus đòi hỏi sự trung thành của môn đồ hiện sáng lên trong đầu: Lu-ca14:26 *"Nếu có ai đến theo ta mà không ghét cha mẹ, vợ con, anh em, chị em mình, và chính sự sống mình nữa, thì không được làm môn đồ ta."* và Luca 14:33: *"Như vậy, nếu ai trong các ngươi không bỏ mọi sự mình có, thì không được làm môn đồ ta"*. Hai câu này làm bác quyết định ý mình một cách nhanh chóng. Quay qua ông mục sư, bác nói: *"Thôi chúng mình đi về"*.

Theo vợ chồng ông bà mục sư đi bộ ngược xa dần với đoàn người nối đuôi theo chiếc quan tài, bác thều thào nhắn qua làn không khí đến vợ bác đang an giấc nghìn thu ở một phương trời xa thẳm tít mù nào đó: *"Vĩnh biệt em yêu"*.

Viết Cho Bạn Bị Ung Thư Phổi

Tiếng kèn xe inh ỏi từ một chiếc xe ngay bên cạnh làm tôi bừng tỉnh giấc, quành vội tay lái qua bên trái để xe chạy vào chính giữa lằn xa lộ. Đang suy nghĩ bông lung tôi không để ý xe tôi vừa chao qua bên phải khiến người tài xế kế bên bấm kèn báo động. Hôm nay rời hãng trước một giờ, tôi lái xe đến thăm Tiến, môt người bạn đồng sự, vừa mới khám phá bị ung thư phổi ba tuần trước đây.

Tôi biết Tiến cũng đã gần hai mươi lăm năm trước, khi hai đứa vẫn còn độc thân. Những năm đầu tiên ở nước Mỹ, theo gót anh tôi tôi tin nhận Chúa. Ngoài ngày Chủ nhật đi nhà thờ Tin Lành vì đầu óc còn mang một lý tưởng phụng sự xã hội, tôi hăng hái tham dự những chương trình khác của nhà thờ trong tuần như giúp đỡ người Việt tỵ nạn mới sang, giảng đạo vào cuối tuần để thu thập con chiên mới, cùng các bạn thanh niên học Kinh Thánh tối Thứ Sáu. Tiến sang Mỹ không người thân và từ người không biết Chúa phút chốc trở thành con chiên ngoan đạo, đi nhà thờ mỗi Chủ Nhật và học Kinh Thánh cùng tôi và các thanh niên khác tối Thứ Sáu.

Hướng dẫn chúng tôi trong việc tìm hiểu thêm về Kinh Thánh là vợ chồng anh chị Nghĩa. Nhóm con trai lứa tuổi tôi có bốn người: Danh, Trực, Tiến, và tôi. Con gái cũng khoảng bốn cô, tổng cộng là tám. Anh Nghĩa tuy vừa là mục sư, vừa là bác sĩ nhưng rất khiêm nhường, bỏ cả đời hầu việc Chúa (sau này và bây giờ đi làm giáo sĩ ở nước Bangladesh và Mông Cổ), do đó làm chúng tôi rất khâm phục và đó là lý do hầu như tối Thứ Sáu nào chúng tôi cũng nhóm lại học Kinh Thánh ở apartment anh ấy, thường xuyên không nghỉ tuần nào.

Lúc bấy giờ tôi vẫn còn độc thân và sống với mẹ tôi; vì Tiến không có gia đình, tôi nói với Tiến về sống với tôi. Tôi may mắn làm supervisor lúc bấy giờ nên đem Tiến cùng nhiều anh em trong nhà thờ vào trong hãng tôi làm cho đến ngày hôm nay. Trong bốn đứa con trai, anh Danh và Trực là hai người chuyên cần nhất trong việc học hỏi lời Chúa. Anh Danh sau này lấy chị của vợ tôi (cũng cùng đi trong nhóm), vẫn thường đi nhà thờ, Trực bây giờ trở thành mục sư. Tiến lập gia đình, có ba cháu, và trong vòng sáu năm nay không đi nhà thờ nữa. Tôi tuy cố gắng với anh Nghĩa trong việc truyền bá và phụng sự lời Chúa thế nhưng từ lúc anh đi làm giáo sĩ ở những nước khác, tôi cũng trở nên hời hợt với việc nhà thờ sau khi vợ chồng tôi sinh hạ bốn đứa con. Gần đây, càng đọc và càng hiểu biết sâu đậm thêm về tôn giáo, không còn tin vào một Đấng Quyền Năng nào cả, lòng tin Chúa của tôi bị lung lay mãnh liệt và cách đây ba năm tôi cũng bỏ nhà thờ.

Khoảng hơn một năm trước đây, anh Hưng, một người bạn của chúng tôi ở Paris bị phát hiện ung thư phổi rồi chết đi bảy tháng sau đó. Tôi viết hai trang giấy ngắn về cảm tình của tôi đối với anh Hưng và chia sẻ với Tiến. Dấu hiệu đầu tiên anh Hưng phát giác: anh cảm thấy đau vai. Cách đây ba tháng, Tiến đau lâm râm sườn bên trái mà hai tuần vẫn không thấy dứt. Sợ ung thư như anh Hưng, Tiến vào nhà thương cho họ khám. Bác sĩ gia đình chỉ cho Tiến uống *antibiotics* và bảo Tiến về nhà. Một tuần sau vẫn đau, Tiến trở lại cho nhà thương chụp quang tuyến. Lần này họ thấy có mụt gì trong phổi, khi làm *biopsy* thì họ xác định tin không thể ngờ: Tiến bị ung thư phổi, hiện giờ đã lan đến ngực nên không thể nào giải phẫu. Bây giờ chỉ hy vọng với phép chữa hóa học *chemotherapy* thì có thể chặn ung thư không lan tràn ra nữa.

Xe tôi đã đến nhà. Thấy tôi đậu xe, Tiến đã ra mở cửa. Tiến nghỉ làm cũng hơn một tháng, từ ngày cancer phát hiện. Tôi đã đến thăm Tiến ngày đầu tiên Tiến chữa *chemotherapy*. Hơn ba tuần sau, Tiến bây giờ đã thấy bắt đầu rụng tóc, người gầy hơn trước. Ra cửa chào tôi là một khuôn mặt quen thuộc: Trực. Trực làm mục sư cho một nhà thờ Tin Lành Việt Nam nho nhỏ gần đây, chưa bao giờ lấy vợ nên dọn vào ở chung với Tiến cũng đã gần hai năm.

Tiến nói cho tôi biết đã đi *chemotherapy* hai lần. Tùy theo cơ thể có kháng cự hay không mà bác sĩ sẽ trị liệu thuốc mới. Bây giờ thì ngoài thuốc men của nhà thương, ai mách nước gì Tiến cũng làm theo: Tiến chỉ cho tôi ngổn ngang trên bàn nào là thuốc Bắc, thuốc Nhật Bản Fucoidan, thuốc dầu sụn cá mập *shark cartilage*, và tôi rất ngạc nhiên với món thuốc cuối cùng: Một khay cỏ xanh hình vuông khoảng bốn tấc vuông. Tiến giải thích cho tôi đó là cỏ lúa mì, chỉ có trong siêu thị bán các loại nông sản không trồng bằng phân hóa học hay dùng thuốc trừ sâu. Một khay như thế là 15 dollars, dùng máy sinh tố xay ra nước rồi uống. Uống một tuần là đã hết hai khay nên Tiến đã mua hạt lúa mì họ bán trong gói để trồng ở nhà rẻ tiền hơn.

Ở chơi gần hai giờ, tôi về nhà. Vợ Tiến đi làm đã về, bảo tôi nán lại ăn cơm tối. Tối nay tôi bận nên xin phép vợ chồng Tiến để vào một dịp khác, và hơn nữa , tôi nói giỡn là tôi không muốn ăn cơm xong phải uống nước cỏ với Tiến. Trực cầu nguyện cho Tiến trước khi tôi ra về. Nắm tay tôi, Tiến nói: *"Tài Ngọc nhớ cầu nguyện Chúa cho Tiến"*.

  nguyễn tài ngọc

Trên đường lái xe về nhà, nước mắt tôi chảy dài trên má. Tiến sáu năm nay đã không đi nhà thờ, bây giờ đối diện với sự chết thật sự nên theo đủ tất cả phương cách người khác mách nước để cứu vãn sự sống, nhất là trở lại với người mấy năm nay Tiến đã từ bỏ: Chúa của Tiến. Lúc nãy khi Trực cầu nguyện xin Chúa nhân lành ban hồng ân Ngài đến Tiến, Tiến nói *"Amen"* với hai giòng lệ giọt văn giọt dài. Tôi mấy năm nay khám phá ra không có Đấng sáng tạo nào, tâm linh đá sỏi khi nói về Chúa, nhưng nhờ Tiến hôm nay, tôi mới biết là lòng dạ tôi không biết có rắn chắc như vậy hay không khi tôi lâm vào tình trạng của Tiến? Tôi chưa bao giờ cảm thấy yếu ớt về tinh thần như lúc này khi nghĩ đến Tiến rồi cũng như anh Hưng, sáu, bảy tháng sau sẽ từ giã cõi đời. Tôi nhớ ngay khi lúc còn đi nhà thờ tôi không bao giờ cầu nguyện xin xỏ Chúa một điều gì vì tôi luôn nhớ đến lời Chúa dậy con chiên nên cầu nguyện:

"Lậy cha chúng tôi ở trên trời. Danh cha được tôn Thánh. Ý cha được nên, ở đất như ở trời. Xin cho chúng tôi thức ăn hàng ngày. Xin tha tội cho chúng tôi cũng như chúng tôi tha cho kẻ phạm tội nghịch với chúng tôi. Xin chớ để chúng tôi bị cám dỗ, cứu chúng tôi khỏi điều ác……" (Ma-Thi-Ơ 6:9-13)

Tôi nhớ mãi bốn chữ *"Ý Cha được nên"*. Có nghĩa là ý Chúa làm sao thì chuyện sẽ xẩy ra như vậy. Do đó mình đâu cần cầu nguyện làm gì vì theo câu Kinh Thánh đó chỉ cần nói mọi sự theo ý Chúa. Chúa muốn mình giầu thì mình giầu, nghèo thì mình nghèo, sống thì mình sống, chết thì mình chết. Chúa muốn sao thì sự thể xẩy ra như vậy. Nhưng hôm nay, đứng trước viễn ảnh của người bạn thân với sự sống mất còn trong một khoảng thời gian ngắn ngủi, tôi nhắm vội hai mắt đẫm lệ và xin Chúa hãy làm điều Chúa hứa với Moses cho Tiến, trong Kinh Thánh sách Exodus đoạn 15 câu 26: *"Nếu ngươi nghe theo lời Đức*

Dancing, Not With A Star

"Quick, Quick, Slow...Quick, Quick, Slow...Ready...Spin!"
Thay vì quay một vòng 360 độ với chân trái làm cột trụ,
chiếc giầy đế cao su như là keo cao cấp *super glue* dán cả
người tôi xuống sàn gỗ, chận đứng thân thể tôi ngừng chỉ
nửa một vòng tròn, chìa đôi mông tôi ra phía trước thay vì
mặt đối diện người bạn nhẩy đầm, vợ tôi. Nàng phá lên
cười nắc nẻ, trong khi tôi lại một lần nữa nếm mùi bẽ mặt
khi thử quay một vòng trong điệu nhẩy Swing cô giáo vừa
mới chỉ: Tôi đang ở trong sân gym của Simi Valley Park
and Recreation Center. Tối nay là tuần lễ thứ năm vợ chồng
tôi cùng với mười cặp trai gái khác đang học nhẩy đầm thể
loại ballroom dancing.

Thật khó tưởng tượng được có một ngày như hôm nay tôi
lại đi học nhẩy, thế nhưng với sự đồng ý của tôi, vợ tôi ghi
tên cho hai người đi học một khóa ballroom dancing sơ
đẳng mỗi tuần tối Thứ Ba vào lúc 7:30. Triết lý ba xu của
tôi là con người cần giữ vững lập trường trong cuộc sống,
không nên để cho ngoại lực thay đổi lập trường của mình
trong bất cứ trường hợp nào. Một trong những lập trường
sống của tôi là không bao giờ nhẩy đầm, ấy thế mà cái lập
trường tôi giữ hơn năm mươi năm dài đăng đẳng đã bị phá
đổ ngày hôm nay.

Tôi sinh trưởng trong một gia đình nghèo khó, mẹ con túng
quẫn sau khi bố tôi chết đi khi tôi chỉ mới có mười một
tuổi. Suốt thời gian học Trung học mỗi năm tôi chỉ có được
duy nhất một bộ đồng phục quần xanh áo trắng mà mẹ tôi
mua ở chợ Bàn Cờ. Nhà không có tiền ăn, nhiều bữa cơm
chỉ vọn vẹn rau muống chấm tương nên tiền túi tiêu vặt là
từ ngữ xa vời như mặt trời mặt trăng cả đời tôi không hề

có. Khi lên 14 tuổi bắt đầu phải đi gác nhân dân tự vệ, tôi mới nhận thấy rõ mãnh lực của đồng tiền và sự bất công của một xã hội mạnh được yếu thua: gia đình nào có tiền đóng cho giai cấp chỉ huy thì con của họ khỏi phải đi gác. Giai cấp chỉ huy và bè lũ lấy tiền, người nghèo như tôi thì phải gác gấp đôi, gấp ba thời gian bao luôn cho người không đi gác. Thí dụ mỗi tối có bốn người phiên gác bắt đầu từ 10 giờ đêm cho đến 6 giờ sáng: tám tiếng chia ra bốn người thì mỗi người gác hai tiếng rồi đi về. Nếu ba người đóng tiền chỉ còn có một thì người không đóng tiền đó sẽ phải gác 8 tiếng liên tục cho đến sáng. Tiền thì giai cấp chỉ huy bỏ vào túi. Người nghèo như tôi gác thay cho người giầu. Cái hệ thống bất công này cũng một phần nào áp dụng vào quân đội: lính nghèo cầm súng hy sinh tính mạng chạm địch quân nơi tiền tuyến để bảo vệ tự do cho người giầu ở hậu phương có cuộc sống tự do để đi nhẩy đầm. Đã thế, từ nhỏ tôi đã có một ý nghĩ ...hủ lậu: chỉ có vợ chồng mới nắm tay nhau thả dàn không cần xin phép. Người nhẩy đầm phải nắm tay chân hết người này đến người khác, gia tăng cơ hội anh chưa thi đỗ mà em đã cho động phòng nên nó là một tệ trạng không thua gì rượu chè, cờ bạc hay hút sách mà tôi nhất quyết không bao giờ động tới.

Khi lập gia đình, vì yêu chiều vợ nên tôi đành nhắm mắt bỏ một vài lập trường sống của mình để vợ vui lòng thí dụ như là hai ngày mới tắm một lần hoặc nằm lăn ra đâu là ngủ nơi đó không cần phải vào giường. Thế nhưng có một lập trường tôi nhất quyết không bỏ là không nhẩy. Vợ tôi từ lúc ở SàiGòn đã biết nhẩy, nhưng đến khi lấy tôi thì cho dù có dự bao nhiêu buổi dạ tiệc, bao nhiêu đám cưới, nàng cũng đành nói sayonara. Ấy cũng là một lập trường sống của nàng mà đến khi gặp tôi nàng phải khước từ. Đi đám cưới, dạ tiệc hay thỉnh thoảng về Việt Nam vào vũ trường, tôi không quen thân với ai nên không nhẩy không phải là một

                                    nguyễn tài ngọc

trở ngại, cho đến khi vài năm gần đây nàng gặp lại những bạn trung học xưa thời Regina Pacis. Có một anh chị này chúng tôi thăm viếng ở Canada vài lần nhà dưới basement có một phòng nhẩy anh chồng làm tuyệt đẹp. Buổi tối bạn bè tụ họp nhau hát karaoke và nhẩy đầm, tôi thấy không khí thật vui nhộn. Cặp nào cũng là vợ chồng hơn hai mươi năm, ai nấy không còn là Brigitte Bardot, Alain Delon mà đều sắp trở thành Bà Năm Sa Đéc, bác Tám Phú De, gặp nhau vì tình bạn là chính yếu, chuyện nhẩy đầm chỉ là phụ thuộc nên cái thành kiến nhẩy đầm trai gái bậy bạ bỗng nhiên biến mất trong đầu óc tôi. Mọi người ai nấy đều đóng góp vào cuộc vui chung ra sàn nhẩy trong khi chỉ có tôi ngồi một đống, và tai hại hơn nữa là vì thế mà vợ tôi cũng không tham gia. Lần cuối cùng đến nhà anh chị ấy, tôi có cảm giác tội lỗi mình là người phá đám cuộc vui thế nên khi trở về nhà, tôi đồng ý đi theo vợ tôi học nhẩy.

Tuy ráp ranh giới với Los Angeles là thành phố lớn thứ nhì trên nước Mỹ với 3,8 triệu dân, Simi Valley chỉ có 118,000 người. Nhà cửa đất đai rời rạc như ở thôn quê, và cũng như những nơi thưa dân trên nước Mỹ, phần lớn dân cư ở Simi là người da trắng. Tỷ lệ những cặp vợ chồng đi học lớp của tôi cũng thế. Trong 11 cặp, ngoài một cặp người Mễ Tây Cơ, và vợ chồng chúng tôi là người Á Đông, chín cặp khác là người Mỹ da trắng. Sáu cô tóc mầu blonde, nhưng nếu ai có xem show TV Dancing with the stars và suy nghĩ như tôi, trông đợi gặp mấy cô xinh đẹp tóc blonde trong những mảnh áo thiếu vải trông cực kỳ khêu gợi thì sẽ thất vọng lớn lao có thể quay trở gót ra về. Trời tối mùa Đông lạnh nên ai nấy quấn quần áo còn hơn Eskimo, da thịt che kín mất tiêu hết. Phần lớn đều nhỏ tuổi hơn tôi, ngoại trừ hai cặp vợ chồng già lớn tuổi bảo đảm được giảm giá tiền khuyến mãi khi đi mua sắm. Tôi tưởng ai cũng không biết nhẩy, nhưng hơn một nửa đã biết, hoặc đã học qua nhưng lại ghi tên đi học lại làm tôi hơi chột dạ khi biết mình năm trong thiểu số tay mơ. Nhưng cái chột dạ đó không nghĩa lý gì so với cái cảm tưởng thất vọng chỉ muốn tự tử khi một trong hai ông già Mỹ lớn hơn tôi, nghĩ rằng tôi bằng tuổi ông ấy vì tóc tôi cũng bạc trắng, rủ tôi chiều Thứ Sáu đến trung tâm lão niên thành phố để tập nhẩy *square dancing*. Tôi thích loại nhẩy dân tộc *square dancing* của người Mỹ, thật tình cũng muốn học nhưng nếu phải vào nhẩy với mấy ông bà cụ già thì thà cho tôi lên đoạn đầu đài hay kết án chung thân khổ sai thì còn có lý hơn.

Ngày đầu tiên đi học, cô giáo dậy căn bản ba loại vũ điệu Waltz, Rumba, Tango. Tuần kế tiếp cô dậy cho ba vũ điệu khác: Fox trot, Swing, ChaChaCha. Những tuần lễ sau từ cái căn bản đó mà cộng thêm vào nhiều bước nhẩy khác. Có một điệu nhẩy của ballroom dancing mà chúng tôi không học lần này: pasa doble, nổi tiếng qua bản nhạc Espana Cani. Lý do tôi nhớ rất rõ tên điệu nhạc này mà trước đây không bao giờ biết đến nó là gì : Tôi có quen một người Việt Nam trong nhà thờ qua Mỹ gần hai mươi năm mà tiếng Anh nói chỉ bập bẹ nhưng ngược lại nhẩy đầm thì rất là sõi, xuống Santa Ana mua bánh paté chaud mà anh ta nói với cô bán hàng: *"Chị lấy cho tui một cái "ba-sa-đốp" (pasa doble)"*, thay vì là paté chaud!

Ngoại trừ Tango, tất cả năm vũ điệu kia đều từ một lối nhẩy căn bản "box" rồi từ đó biến hóa ra. Cô giáo dậy đi dậy lại từng bước , thân thể dẻo dai uyển chuyển còn hơn bánh dẻo Trung Thu, trong khi người tôi cứng ngắc hơn cột đèn đường. Chung quanh ai nấy đều múa may lướt trên sóng gió, trong khi đầu óc tôi bối rối không nhớ lối nào nhẩy theo điệu cô giáo chỉ mà chân mình lại bước loạn xạ theo nhịp nhẩy hát bội với tốc độ siêu chậm của môn tập thể dục tai-chi. Ngày xưa tôi nghĩ nhẩy đầm trai gái nắm tay nhau có thể gây ra sự gợi cảm, thế nhưng hôm nay thực sự đi học mới thấy đầu óc mình lúc nào cũng căng thẳng

                                    nguyễn tài ngọc

hơn chương trình lúc 0 giờ: tay ôm vai người bạn nhẩy của mình lúc nào cũng phải song song với mặt đất, vừa tập trung đầu óc vào bước nhẩy, vừa phải nhớ giữ cánh tay phải nằm ngang, cầm tay người khác phái da có mịn màng đến đâu cũng cảm thấy như mình đang cầm vỏ trái sầu riêng, người bạn nhẩy của mình có là hoa hậu thế giới Việt Nam Cộng Hòa đi nữa thì mình cũng vô tình cảm thấy như là chị Ba gánh nước, không còn thì giờ đâu mà chiêm ngưỡng sắc đẹp, không còn thì giờ đâu mà rung động, chỉ một mực chú trọng vào bước nhẩy của mình để chẳng những không làm cho mình lộn bước mà còn lo lắng nếu bước sai còn dìm xuồng vợ mình theo nữa.

Cô giáo của chúng tôi chắc phải là một tay vũ công Ballroom dancing thiện nghệ như tôi đã từng thấy trên TV: mỗi một bước đi của cô không những cái đầu răm rắp bẻ theo mà mông của cô vừa uốn vừa lắc còn hơn còn hơn làn sóng nhấp nhô trong cơn bão lớn. Một trong lý do muốn đi học nhẩy là tôi thích sự thử thách học hỏi cái gì khác mà đối với tôi hoàn toàn bỡ ngỡ như cá lên bờ. Với chí kiên trì, tôi luôn nghĩ không sớm thì muộn tôi sẽ khắc phục sự thử thách đó. Thế nhưng hôm nay đến cái môn nhẩy này thì tôi xin phất cờ trắng xin thua. Vợ tôi cứ phải nhắc tôi bước chân nào cho đúng điệu và nhất là chuyện lắc cái mông thì khỏi phải nói: tôi cần ít nhất ba lần giải phẫu cắt mỡ ở bụng chích vào mông cho nó nở to lên một tí vì bây giờ nó phẳng như mặt trống, làm gì có mỡ có thịt để mà uốn với lắc.

Tôi có bốn đứa con. Khi đến tuổi thiếu niên, để ngăn chặn tụi nó có thể bị ảnh hưởng những tật xấu nếu vào những nightclub hay vũ trường, tôi thường khuyên tụi nó không nên học nhẩy đầm. Cái ấn tượng tôi thấy ở những vũ trường là trai gái ôm nhau sát chặt còn hơn bánh dầy kẹp chả nhẩy theo điệu nhạc xì-lô. Thế nhưng khi đã học ballroom dancing thì quan niệm tôi lại khác hẳn. Con mà nó muốn học nhẩy thì cứ ghi tên cho nó học ballroom dancing lớp sơ đẳng : hai người tay trên vai duỗi ra khoảng 150 độ, đứng xa nhau cả thước, tuy xa mà gần tuy gần mà xa, cách nhau vạn dặm bằng chàng ở đầu sông Tương, thiếp ở cuối sông Tương, xa xôi không thể nào thương cho đành.

Sau sáu tuần tập dợt, khóa học chấm dứt. Cô giáo trước khi nói tạm biệt, hỏi tôi : *"Well, did you like it, Mr. Nguyen?"* Không ngần ngại trong câu trả lời, tôi nói với cô ta là tôi rất thích kinh nghiệm học nhẩy lần đầu tiên này. Tôi phải cám ơn vợ tôi đã ghi tên cho cả hai đi học vì mắt tôi như Dzăn Dzỉ đui mù bao nhiêu năm nay thế mà tôi cứ tưởng là sáng chói: nhẩy đầm là cả một nghệ thuật lành mạnh không đen tối như tôi nghĩ. Tôi thường tập thể dục hay chơi tennis cuối tuần, ấy thế mà khi đi học nhẩy về là hôm sau thân thể rã rượi vì mệt. Nhẩy đầm là môn thể thao như bao môn thể thao khác giúp cho thân thể khỏe mạnh và cường tráng (OK, tôi nói hơi quá một tí, không thể nào bằng được môn cử tạ con kiến càng). Bây giờ tôi có thích nhẩy đầm không? Nhất định là thích, tuy rằng chỉ có một điểm bất lợi mà tôi vẫn còn phân vân không biết mình có nên hy sinh nó để chọn nhẩy đầm hay là không: tối nào đi học nhẩy đầm về là người mệt nhừ tử, tắm một cái lên giường xong là hai người lăn đùng ra ngủ một mạch cho đến sáng, không còn hơi sức đâu mà nghĩ đến chuyện mình ưa thích số một trong đời sống nữa*!

*Để trả lời cho độc giả nào có tư tưởng hắc ám đang suy nghĩ tôi có tư tưởng đen tối, chuyện ưa thích số một trong đời sống tôi nói ở đây là ...ăn uống.

                                    nguyễn tài ngọc

Bài Hát Để Đời

Cẩm Loan

Cuối tháng Tư năm 1975. Tôi đang học lớp 11P trường Nữ Vương Hòa Bình. Buổi học mấy hôm nay càng ngày càng thấy vắng, số học sinh trong lớp ngày càng thưa dần. Cô bạn thân của tôi hôm qua còn đến trường, hôm nay thì vắng mặt cả hai chị em. Giờ Pháp văn hôm nay chỉ còn lại chừng nửa lớp. Không khí nặng trĩu với bao gương mặt lo âu chẳng thèm quan tâm đến bài vở. Madame Nhiệm dường như cũng cảm thấy được tinh thần không tập trung vào việc học của chúng tôi nên cô cũng không buồn gọi từng đứa lên trả bài. Cô lấy phấn viết lên bảng một bài hát bằng tiếng Pháp: "Mes amies, la vie est belle; malgré les peines qui nous enchainent. Âmes claires, voies légères, sans un sou au fond de l'escarcelle, chantons au soleil qui ruisselle. La vie est belle, belle toujours!." *(Hỡi các bạn, đời sống thật là đẹp, mặc dù có những phiền muộn vây quanh ta. Với tâm hồn trong sáng, giọng hát nhẹ nhàng, ngay cả khi không có một đồng xu dính túi, hãy hát vang lên dưới ánh mặt trời đang nhảy múa. Đời sống thật là đẹp, lúc nào cũng đẹp!)*

Bài hát thật là ngắn ngủi, vỏn vẹn có mấy câu mà sao lại vô cùng thấm thía. Cô dậy cho chúng tôi hát từng câu một, giải thích từng chữ cho chúng tôi hiểu rõ. Che dấu sự lo lắng cũng đang bao phủ lấy cô, cô muốn chúng tôi trong những ngày sắp tới khi phải va chạm tương lai mờ mịt đang đợi chờ trước mắt, hãy hát lên bài này để cảnh tỉnh cho lòng mình luôn nghĩ đến lạc quan. Trước khi chuông reng tan học, cô tập lại cho cả lớp hát một lần cuối. Cũng như bao nhiêu các bạn khác trong lớp, tôi hát đi hát lại câu hát tiếng Pháp với tâm trạng ngổn ngang và bùi ngùi như có linh tính cho biết rằng đây là lần cuối cùng chúng tôi còn có cơ hội ngồi gần bên nhau chia ngọt xẻ bùi. Sau buổi dậy hôm ấy, Madame Nhiệm là một trong những người may mắn rời đất nước ra đi. Cô vĩnh viễn không trở lại với Nữ Vương Hòa Bình trong phạm vi là người dậy học nữa.

Biến cố 30 tháng Tư xẩy đến. Không rời khỏi được Việt Nam, tôi trở lại trường cũ để tiếp tục hoàn tất chương trình lớp 12. Sau đó tôi được nhận vào Đại học Tổng hợp, ban Pháp văn. Cuộc sống sinh viên theo chế độ mới hoàn toàn khác hẳn với chế độ cũ. Mỗi ba tháng hè, thay vì được nghỉ ngơi, tất cả sinh viên phải có bổn phận đi lao động như trồng khoai mì, đào kinh thủy lợi, xây nhà... ở vùng kinh tế mới, nơi xa xôi hẻo lánh đèo heo hút gió. Lớp tôi được giao cho nhiệm vụ đào xới những hầm phân người để mang phân bón cho những thửa ruộng trồng khoai mì trên Thủ Đức. Đi lao động ở ngoài đồng trong cái nắng thiêu người của mùa hè, trong cảnh vòi bọ lúc nhúc, đỉa khắp nơi tìm bám chân người hút máu, trong mùi phân người hôi thối nồng nặc, đã làm cho biết bao nhiêu cô sinh viên ngất xỉu.

Tôi chưa bao giờ xuống địa ngục nên không biết ở đó con người ta khổ sở như thế nào, thế nhưng cứ mỗi trưa khi khắp cơ thể tôi rã rời vì đào đất, quần áo tôi tanh rình vì mồ hôi lẫn mùi phân, tay chân và đầu tóc tôi hôi hám vì dính phân người, tôi dám quả quyết là dưới địa ngục không khổ bằng khu kinh tế mới nơi tôi đi lao động. Trong những lúc tuyệt vọng cùng cực đó, một số bạn thân chúng tôi đã nhớ lại bài hát Madame Nhiệm đã dậy: *"Mes amies, la vie est belle; malgré les peines qui nous enchainent...".* Chúng tôi hát lớn với niềm tin vững chắc là đời sống thật là đẹp, mặc dù có những phiền muộn vây quanh chúng tôi. Chúng tôi hát một mình, hát cho nhau nghe để cổ động lẫn nhau, hát khi vũ trụ chung quanh toàn là phân người, hát khi có cảm tưởng mình đang trong chín từng địa ngục, hát khi mệt mỏi đau yếu, hát khi kinh tởm cầm lấy nắm cơm ăn trong bàn

                                                   nguyễn tài ngọc

tay hôi thối *"...sans un sou au fond de l'escarcelle, chantons au soleil qui ruisselle. La vie est belle, belle toujours!"*. Ngay cả khi không có một đồng xu dính túi, chúng tôi hát vang lên dưới ánh mặt trời đang nhẩy múa. Đời sống thật là đẹp, lúc nào cũng đẹp!

Dần dần, các bạn thân của tôi cũng đã ra đi nước ngoài. Có bạn đã bỏ mình ngoài khơi, có bạn đã bị hải tặc hãm hiếp, có bạn may mắn hơn được đặt chân lên các đảo tỵ nạn, và cuối cùng, cô bạn thân nhất của tôi đã được bảo lãnh đoàn tụ gia đình sang bên Pháp. Tôi ở lại Việt Nam trong cảnh cô độc khi bạn bè mình tất cả đã may mắn được ra đi. Bài hát của cô Nhiệm dậy ngày nào một lần nữa đã giúp tôi rất nhiều nghị lực trong cuộc sống, chiến đấu với nỗi cô đơn tuyệt vọng khi sinh sống thiếu vắng bạn bè: *"Mes amies, la vie est belle..."* Đời sống thật là đẹp: tháng 1 năm 1980, tôi nhận giấy tờ được phép rời Việt Nam sang Pháp đoàn tụ với gia đình.

Cuối tháng Tư năm 2008. Gần ba mươi năm xa quê hương, tôi hiện thời sống đầm ấm với chồng con trên xứ Hoa Kỳ. Dù rằng mọi gian khổ bây giờ đã là chuyện của quá khứ, thỉnh thoảng tôi vẫn hát bài hát tiếng Pháp mà cô Nhiệm đã dậy cho chúng tôi. Ngọn đuốc đã trao tay từ cô Nhiệm, tôi bây giờ lại dậy các con tôi cũng bài hát đó. Cũng giải thích từng chữ cho chúng nó thấm thía lời hát đến tận xương tủy, vì tôi biết chắc rằng không trong hoàn cảnh này thì là trong hoàn cảnh khác, chúng nó sẽ hát bài này rất nhiều lần trong đời: *"Mes amies, la vie est belle; malgré les peines qui nous enchainent. Âmes claires, voies légères, sans un sou au fond de l'escarcelle, chantons au soleil qui ruisselle. La vie est belle, belle toujours!"*

Đời sống thật là đẹp, lúc nào cũng đẹp cả. Cám ơn cô Nhiệm đã dậy cho chúng em bài hát để đời này.

thơ

hoa hồng tặng vợ

hoa hồng bày bán khắp nơi,
chồng mua tặng vợ, thay lời tình yêu.
hôm nay nhân lễ tình yêu,
anh đây muốn viết em yêu đôi dòng.
mấy năm em lấy ông chồng,
trông mòn con mắt, chờ chồng tặng hoa?
năm nay rồi đó cũng qua,
cũng như năm trước, chẳng hoa, chẳng hồng.
anh xin bày tỏ nỗi lòng,
nguyên nhân không tặng hoa hồng cho em:
từ ngày anh đã thương em,
bạc tiền anh quyết không thèm riêng anh.
check làm, nhà ngói, mái tranh,
xe hơi, trương mục, tiền anh, em thầu.
em, người cai quản sổ thâu,
mỗi tuần anh phải chực chầu lãnh lương.
em cho tiền ít, khó đương.
anh mang tiếng xếp, lãnh lương binh nhì.
tiền ăn, xăng nhớt anh chi.
mỗi tuần vừa đủ, penny chẳng thừa.
nhiều lần anh đã định thưa,
xin tăng phụ cấp, nghĩ thừa, lại thôi.
em chờ anh học bán xôi,
tiền dư chút đỉnh, anh chơi màn liều:
hoa hồng nào đẹp mỹ miều,
anh mua mười chục, dâng chiều tặng em.
bây giờ túi rỗng toòng teng,
gia tài anh có vỏn ven mấy dòng.
thương em hết cả tấm lòng,
đời anh hạnh phúc, chung phòng với em.

tâm sự đời tôi

ai cứ bảo lấy vợ về là sướng?
lấy vợ về khổ lắm các anh ơi.
cuộc đời mình đang phong túng thảnh thơi,
đùng một cái giam thân trong cũi sắt!

tôi có vợ, nhưng vẫn còn thắc mắc,
sao đàn ông đầu óc để nơi mô?
bao nhiêu người chân nối gót bước vô,
vòng tử địa, không đường ra lối thoát.

chắc tại mấy cô nói năng lưu loát,
hay tại vì dáng yểu điệu thướt tha?
hay tại vì cái ghê gớm vòng số ba?
làm trí óc chúng ta không minh mẫn?

ôi xui thay, vì vài giây khờ lẫn,
mà đời ta giam chặt cả thiên thu.
đem sánh so với cuộc sống trong tù,
sự khác biệt không sai nhau là mấy.

ở trong tù, tự do đâu chẳng thấy.
bao tháng năm đối diện bốn bức tường.
lấy vợ về, dù vợ nói vợ thương,
muốn đi đâu phải bà cho giấy phép.

ở trong tù, tù nhân không được hét.
thưa với cai tù, phải nói "yes, sir!"
lấy vợ về, dù gặp vợ trong giấc mơ,
phải: "bẩm, em có điều chi dậy bảo?"

nguyễn tài ngọc

ở trong tù, thức ăn luôn nhạt nhão,
sáng, trưa, chiều, cơm nấu đáng cho trâu.
lấy vợ về, vợ nấu dở đến đâu,
phải câm lặng, nuốt vô không than vãn.

ở trong tù, một phòng hai tấm phản,
suốt đời tù, phòng ngủ phải hai người.
lấy vợ về, nhà có rộng mấy mươi,
vẫn phải ngủ với vợ cho đến chết.

ở trong tù, tiền xem như là hết.
nếu có làm, chỉ được trả mấy xu.
lấy vợ về, check đưa vợ kiểm thu.
chả bao giờ có một xu trong túi.

ở trong tù, muốn ngủ bờ, ngủ bụi,
chả ai rầy, ai quấy, chả ai la.
lấy vợ về, tối buồn ngủ chết cha,
vợ bắt tắm trước khi cho đi ngủ.

ở trong tù, còn giấc mơ ấp ủ,
sẽ có ngày được phóng thích thoát thân.
lấy vợ về, như lãnh án chung thân,
thế là hết, đời tàn trong ngõ hẹp.

anh em ơi, tránh cái vòng kềm kẹp.
có gặp nàng, xin ngoảnh mặt làm ngơ.
nếu lỡ thương, hãy cố đợi gắng chờ,
cho đến lúc mình gần chui xuống lỗ.

cắt tóc

ngồi xuống ghế cho nàng cắt tóc,
hôm nay ngày vui nhất đời tôi.
được kề bên người đẹp hoa khôi,
tha hồ ngắm mỹ nhân tận mặt.

vẻ đẹp nàng dịu hiền ngây ngất,
giọng cười nàng trong trẻo hồn nhiên.
nói năng nàng hoạt bát, huyên thuyên,
lòng cởi mở, hút hồn trai trẻ.

da thịt nàng trắng phau, mát mẻ,
tóc đen huyền, mềm mại áng mây.
đôi ngực nàng, tôi phải loay hoay,
nhìn nơi khác, khi nàng trước mắt.

bàn tay nàng múa may thoăn thoắt,
vòng eo nàng, thẩm mỹ đường cong.
đã hết đâu, tuyệt tác cặp mông!
hồn tôi thả lang thang tiên cảnh.

"xong rồi đó, xem gương cho bảnh!"
tôi giật mình, nàng cắt đã xong.
"tôi ngồi thêm tí nữa được không?"
thật bùi ngùi, giờ về đã điểm.

nhìn trong gương, tôi xem sắc diện,
ối trời ơi, nàng cắt quá cao!
tóc tôi như sãi thích thiện giao,
 không có cánh mà bay đâu hết!

tim ngừng đập, lòng tôi lặng chết,
cắt lần này, tôi hết đẹp giai.
nhưng bây giờ than thở với ai?
nàng cắt tóc: vợ tôi, xếp lớn.

learning English:
lesson number one
tình yêu vĩnh viễn

when-khi **me**-tớ **sad**-buồn,
sit–ngồi **think**–nghĩ, **source**–nguồn đâu ra?
poor–nghèo, **sick**–bệnh, **old**–già?
ugly–xấu tệ? **house**–nhà **loan**–vay?
no–không **coin**–cắc **hand**-tay?
car–xe **hư**–broke? **luck**–may chẳng còn?
tóc–**hair gray**–bạc mỏi mòn?
gái–**girl chase**– đuổi không còn–**no more**?
lament–than thở nguyên do:
married–lấy vợ, việc–**chores work**-làm.
không lời **beseech**–than van,
day–ngày **night**-tối **floor**-sàn lau-**clean**
suffer-đau khổ, ốm-**lean**,
cầu tiêu-**toilet**, **mute**-im, **wash**-chùi.
vacuum-hút bụi, **ouch**-ui!
xếp-**fold** áo-**shirt**, ngậm ngùi đời-**life**.
rửa xe-**car wash** sớm mai,
garden-vườn tược **behind**-trễ hoài.
love-thương **wife**-vợ miệt mài,
thôi đành-o**h well**, không nài, **shut**-im.

learning English:
lesson number 2
wife appreciation – quý vợ

một-**one wife**-vợ đủ rồi,
don't-đừng **dream**-mớ **friend**-bồ **more**-thêm.
số mình-**our fate luck**-hên,
thankful-cảm tạ, **whine**-rên chớ hò.
who-ai **cook**-nấu thịt kho?
children-con cái **care**-lo tối ngày?
iron-ủi áo cho ngay?
wash-lau **dish**-đĩa? d**runk**-say? n**ever**.
(chữ trên nghĩa chẳng bao giờ),
self-mình sốt bệnh-**fever** ai lo?
duty-bổn phận đắn đo,
make love-ân ái, đến khò-**passed out**.
faithful-chung thủy no doubt,
hiếm-**rare** find-**kiếm star**-sao như nàng.
god-trời ban tặng **gold**-vàng,
should-nên **keep**-giữ, quý nàng muôn năm.
lương mình **hundreds**-bạc trăm,
kneel down-quỳ gối **give**-dâng nữ hoàng.
idea-ý tưởng ngông, gàn:
four wives-bốn vợ, không làm-**no more**.

   nguyễn tài ngọc

gái việt lấy chồng tầu

mỹ hạnh năm nay quyết lấy chồng.
độc thân chẳng muốn, thích vào gông.
bao trai nước việt tình không hợp,
một cậu xứ tầu ý đả thông.
thù hận năm xưa giờ vất rác,
tình yêu hiện hữu mới đơm bông.
chúc hai cô cậu duyên cầm sắt,
chú rể đừng theo giống Clinton.

ăn tiệm Việt Nam

hôm nay bụng đói cồn cào,
xách xe tôi xuống nhà hàng việt nam.
trời sinh mình gốc an nam,
cơm mình dễ nuốt, vừa ngang túi tiền.
đến nơi khách đến liền liền,
một ông tượng đất ngồi thiền trước sân.
ông này lòi bụng, hở thân,
tướng người thuộc loại gẫy cân, sập giường.
thoạt trông đã ớn xương sườn,
đói đâu đi nữa, chả buồn muốn ăn.
một ông tuổi độ bốn lăm,
mời tôi vào chỗ bàn ăn mà ngồi.
nhìn sơ qua những người bồi,
toàn là đực rựa, ít lời, lắm râu.
mấy cô phụ nữ ở đâu?
hay là mốt mới dân râu dọn bàn?
gái thường yểu điệu, nhẹ nhàng,
đi đâu ngồi ngắm vài nàng cũng vui.
đằng này ai nấy đen thui,
áo quần xốc xếch, hôi mùi dầu chiên.
chân tay gân cốt như điên,
quần tây lẫn với quần jean đủ mầu.
tóc tai lởm chởm lắm gầu,
móng tay bám ghét, bám dầu tứ tung.
mặc quần không buộc thắt lưng,

nguyễn tài ngọc

có người mang dép mà bưng mâm đồ.
nói năng trịch thượng, hàm hồ,
khách hàng chẳng một ký lô xem thường.
người tôi trở bụng bất thường,
phải đành đứng dậy tìm đường xả xui.
bước vào toilette muốn lui,
nước văng tung tóe, thoảng mùi hôi khai.
dưới sàn khắp giấy lau tay,
bốn tường ghét bám chẳng ai lau chùi.
đèn vàng leo lét tối thiu,
góc tường lưới nhện bắt ruồi làm cơm.
vài giây kỷ lục không hơn,
tôi làm bổn phận, lon ton về bàn.
mặt tôi xây xẩm, bàng hoàng,
bây giờ chỉ thấy kinh hoàng, khỏi ăn.
anh bồi mang dọn thức ăn,
ngón tay đen đúa ngang lằn vành tô.
ai ăn xin hãy mại vô,
riêng tôi tiền trả rồi lo về nhà.
bận sau có đói chẳng thà,
lục ăn mì gói ở nhà hay hơn.
nghìn năm nhìn vợ vẫn hơn,
nhìn anh bồi Việt, ăn cơm nghẹn ngào.

anh hùng nước Nam

đã là trai đứng trong trời đất,
phải có danh gì với núi sông*.
tớ là trai thân số long đong,
may nhờ trời cho sang nước Mỹ.

bao nhiêu năm tớ cua gái Mỹ,
gái Ba tầu, gái Mễ ngâm đen.
ngại tiếng Anh tớ nói chưa quen,
diễn tả mấy không em nào hiểu.

trai cần gái, điều không thể thiếu.
tớ bèn tìm con gái Việt nam.
gặp em nào, em nấy bỏ ngang,
làm đời tớ xang bang, xấc bấc.

nhưng may thay nửa vòng trái đất,
phía bên kia là xứ Việt Nam.
bao nhiêu nàng tuyệt vọng muốn sang,
đất Hoa Kỳ tìm đường sinh sống.

tim tớ đập liên hoàn nhịp trống,
khi quay về trở lại đất xưa.
từ lính quèn tớ trở thành vua,
lên chức lớn, không như bên Mỹ.

gái Việt Nam mê trai dân Mỹ,
mong Việt kiều giải phóng đời hoa.
tớ tha hồ vẽ bướm, vẽ hoa,
mấy em sẽ không sao kiểm chứng.

   nguyễn tài ngọc

"tôi làm tiền rổ không chỗ hứng."
"gái sắp hàng nếu muốn làm quen."
"gái nước ngoài tôi chẳng thèm xem."
"về quê hương dùng hàng nội hóa."

để mấy em thấy mình khấm khá,
xuống phi trường áo vest tớ mang.
tên Việt Nam nghe thấy không sang,
tớ dẹp bỏ, đổi sang tên Mỹ.

cho em biết mình sành tiếng Mỹ,
lúc chuyện trò tớ đệm Anh văn.
rồi giật mình, giả bộ ăn năn:
"ở ngoại quốc nói hoài quen miệng."

nơi xóm cũ, tớ thành nổi tiếng:
dân Việt kiều từ Mỹ mới sang.
mấy em liền mời dọc, mời ngang,
sẵn một lòng làm ngay đám cưới.

đời tớ trong thời gian ngắn ngủi,
được mọi người tâng bốc lên ngôi.
tìm một nàng, tớ cặp sánh đôi.
làm lễ cưới linh đình khắp xóm.

đi chuyến này lắm lời ít vốn.
lập gia đình, tớ cũng như ai.
khúc khải hoàn vang dậy thiên thai,
mai về Mỹ, chuyện sau sẽ tính.

thượng đế thật mắt tinh, tai thính.
cho tớ nàng hoa hậu An Nam.
còn chuyện nàng xui số sang ngang,
duyên số phận, ai nào hay biết?
*nguyễn công trứ

moi móc tình tiền

tình cờ gặp em dạo chơi ngoài phố
tay trong tay với một đấng mày râu.
xin cho tôi hỏi nhỏ chỉ một câu,
cậu trai ấy là nạn nhân thứ mấy?

ai mắt sáng cũng trở nên không thấy,
óc tinh thông cũng chạm điện, mát dây.
bao trí khôn cũng thẳng cánh cò bay,
khi có em bên mình là bạn gái.

em giống hệt như dra-cu-la tinh quái,
hút máu người, xác chết vất bỏ đi.
chanh vắt rồi, vỏ bỏ xuống đường đi,
hết cậu này, lại tìm sang cậu khác.

tình của em chỉ tạm thời, chốc lát,
để phòng hờ tai biến, bánh sơ cua.
sẽ chóng tàn, chẳng được kéo dây dưa,
chỉ tội nghiệp các anh không hay biết.

tôi mất em, không có gì luyến tiếc,
của cải thì mất mát chẳng bao nhiêu.
vài dăm nghìn, suýt nữa phải tự thiêu.
may còn giữ được đôi quần xà loỏng.

quần áo tôi bây giờ toàn đồ dỏm,
cơm ăn ngày được bữa đói, bữa no.
đụng tới tiền, tôi phải nghĩ đắn đo,
vì credit em xài, giờ tôi trả.

tôi chúc em giầu sang không thể tả,
khi mua xe: Lexus, dẹp Honda.
khi mua nhà: biệt thự hay vi-la.
mua càng lớn, lương tâm em càng nhỏ.

xóa sổ lòng

tay vắt trán, tôi đặt mình trên ghế.
cơn lạnh trong phòng khách thấu tim gan.
vợ cũ tôi nằm ngủ cách một gian,
yên giấc mộng, mặc tôi nằm suy nghĩ.

tình hai đứa mười mấy năm tri kỷ,
nàng quyết tâm lấy kéo cắt đứt đôi.
để lại tôi ôm mối hận nghìn đời,
hát bài hát "chuyện chiếc cầu đã gẫy".

nước mắt tôi khóc nghìn dòng sông chẩy,
nàng lạnh lùng, xem chuyện tựa " ne pas",
nghĩa vợ chồng, nàng hết chuyện thiết tha,
chẳng luyến tiếc, nàng đá ra cửa sổ.

mướn luật sư, tôi đành lòng chịu khổ,
ra trước tòa, xin ly dị phân ly.
mất tiền đơn, mất vợ tuổi xuân thì,
thôi từ đây hết được sờ với mó.

đêm hôm nay, đêm cuối cùng ở trọ,
mai này đây phải cuốn gói ra đi.
nàng sẽ mừng rốt cục được chia ly,
tôi ao ước được sờ em lần cuối.

không dằn được lòng ái tình tiếc nuối,
hướng phòng nàng, tôi rón rén bước sang.
mùi dầu thơm phảng phất tỏa lan tràn,
nàng yên ngủ, thân hình đầy hấp dẫn.

đôi môi nàng, ái tình còn vương vấn,
hai ngực nàng, căng đứt nút áo đen.
cặp đùi nàng, da mịn ánh sương đêm,
đôi mông nàng, vòng cong đường tuyệt mỹ.

lửa dục tình cháy ngày đêm âm ỉ,
hỏa diệm sơn bùng nổ bộc tung ra.
không dằn lòng, tôi ve vuốt làn da,
xoa nhẹ nắn thân hình người yêu cũ.

nàng sửng sốt, ngồi lên bừng giấc ngủ.
thấy mặt tôi, buông tiếng hét thất thanh.
vói dưới giường, gần bên mép khung thành,
nàng rút súng, bắn vào tôi mấy phát.

tôi choáng váng, mắt mờ, tay ôm xác,
máu trong người chảy lênh láng không ngưng.
cuộc đời tôi: buồn, giận, sướng, vui, mừng.
vụt chiếu lại trong thâm tâm, óc não.

máu ướt lạnh qua hai tầng lớp áo,
mở mắt nhìn, tôi vừa ngủ trong mơ!
ly nước uống cầm tay mãi bấy giờ,
đổ tung tóe khi tôi năm gục ngủ.

lạy trời đất, dù dục tình quyến rũ,
từ nay con chẳng dám đụng đến em.
mối tình buồn, con dấu tận tim đen.
xóa sổ lòng, quên đi người vợ cũ.

xóa sổ lòng 2

con đường nhỏ dẫn tôi về nhà cũ,
tôi trở về thăm vợ một lần yêu,
kể từ ngày duyên số phận hẩm hiu,
nàng ly dị, tôi chưa quay trở lại.

con tim tôi nay bớt buồn tê tái,
lệ khô cằn, nước mắt hết thương đau,
nửa cuộc đời chìm tuốt đáy vực sâu,
còn một nửa sống lất lây, phế thải.

kể từ ngày tôi bị nàng sa thải,
đến hôm nay, tám tháng đã trôi qua.
tuần vừa rồi nàng gọi, giọng thiết tha,
muốn gặp tôi, có chuyện cần muốn nói.

nàng mời tôi ly nước trà nóng khói,
hàn huyên vài câu chuyện ngắn xã giao.
bất thình lình, nàng đổi số, phóng lao,
hỏi tôi nếu muốn nối hàn tình cũ.

tôi ngạc nhiên, lòng không còn tự chủ,
định ôm nàng, nàng ra dấu hãy khoan.
đôi mắt nàng đầy tình ý chứa chan,
bộ quần áo, nàng nhẹ nhàng cởi hết.

tôi như người mới về từ cõi chết,
nhẩy vào nàng, sờ soạng tưới hột sen.
nàng mỉm cười: *"nếu anh thật thương em,"*
"tuyệt đối phải nghe lời em bảo:"

"chuyện trong nhà, anh phải lo hết ráo,"
"giặt áo quần, rửa bát, dọn cầu tiêu."
"tiền anh làm, em sẽ giữ chi tiêu,"
"em sắm gì, không được lời than vãn."

"mỗi cuối tuần, nấu cơm em ăn sáng,"
"đi làm về, tối đấm bóp cho em."
"gái ngoài đường không được liếc mắt xem."
"muốn làm gì, phải có em cho phép."

giọng của nàng, càng ngày càng to thét,
tôi chần chừ, chưa biết trả lời sao,
bỗng thình lình, quáng mắt lấp lánh sao,
hậu quả nàng tát cho tôi mấy cái.

tôi sực tỉnh, nhìn qua bên tay trái,
nàng vẫn ngồi trên ghế cách xa tôi.
quần áo nàng vẫn tề chỉnh hẳn hoi,
thì ra tôi vừa vào cơn mộng ngắn.

giấc ảo mộng giúp tôi điều may mắn:
cho tôi xem chuyện sắp đến tương lai.
nhất định không vấp phạm lỗi thứ hai,
từ chối nàng, tôi vui mừng giải phóng.

chồng xin vợ bé

Chồng:
> người ta mê mái nhà tranh,
anh mê vợ bé, sao đành không cho?
> anh hầu vợ lớn đắn đo,
việc nhà, cơm nước, ấm no sáng chiều.
> đày anh khổ ải trăm chiều,
mai này anh chết, có chiều được đâu?

Vợ:
> tuổi anh gần đất xa trời,
gân còn đâu nữa, mà đòi vợ hai?
> tay cầm gậy chống nay mai,
muốn cho thêm sức, ăn nai cá thiều.
> chỉ mong vợ ráng lo chiều,
gật đầu cái rụp, cho nhiều tình nhân.
> xin anh xét lại tấm thân,
gân đâu còn đủ, tình nhân nỗi gì?

Chồng:
> mộng nào mộng chẳng không thành?
đừng mê lớn quá, không thành chứ sao?
> mộng này từ nhỏ ước ao,
thêm nhiều vợ bé, ăn khao đón mừng.
> những đêm tối ngủ trong mùng,
mơ mơ ảo ảo đến hừng rạng đông.
> cầu trời, cầu đất, cầu sông,
cho tôi toại nguyện, kẻo không chết già.

nguyễn tài ngọc

<u>*Vợ:*</u>

dĩ nhiên anh phải chết già,
vì mê vợ bé, lau nhà không xong.
đêm ngủ vợ cho đi đoong,
còn than, oán trách, cầu mong nỗi gì?
thân anh vĩnh viễn bị đì,
đêm về suy lại, ra quỳ cho yên.
vợ mình đẹp tựa nàng tiên,
nên đành chịu thiệt, nổi điên lợi gì?

<u>**Chồng:**</u>

em anh kinh nghiệm lắm đường,
làm anh tơi tả trên giường xác xơ!
cho anh tối ngủ lăn đơ,
bởi vì như vậy, anh mơ lắm bà.

<u>*Vợ:*</u>

anh ơi, ăn nói thật thà,
đừng nên móc họng, về nhà em thương.
tối ngủ mà muốn du dương,
xin anh nhào tới, ôm xương sườn nhà.

<u>**Chồng:**</u>

vợ tôi ăn phải xương gà,
hôm nay cách mạng, lấy đà xông lên.
này này, tớ thích mắm nêm,
anh đây trả đũa, chớ rên, chớ buồn.
đêm nay anh thả thuyền buồm,
vào phòng, gây sóng, em chuồn nơi đâu?

<u>*Vợ:*</u>

đêm nay anh thả thuyền buồm,
vào phòng, gây sóng, em chuồn làm chi?
gân còn đủ sức ra uy,
em đây đáp lại, cho suy nhược người.
xong trận thì sẽ mỉm cười,
rằng gân vẫn tốt bằng mười khi xưa.
em hỏi này anh xin thưa,
nếu gân anh hết, có chừa thói dê?

<u>*Chồng:*</u>

anh đâu nào muốn thả dê?
dê anh tối nhốt ngủ mê trong chuồng.
tại em lúc hứng, buồn buồn,
chờ khi anh ngủ, mở chuồng, thả dê.
em đòi, dê lão chẳng chê,
anh còn gân lắm, em mê mãi hoài.
gân này chính gốc hố nai,
đem ngâm thuốc bắc, vừa dai, vừa bền.
đêm nằm ấp ủ trong mền,
vợ hai, vợ cả, khen....mèn đét ơi!

<u>*Vợ:*</u>

"anh đâu nào muốn thả dê?"
nghe câu nói ấy mà tê tái lòng.
bao năm tình nghĩa vợ chồng,
ăn nằm nơi ấy, mặn nồng nơi đây.
xem anh tướng tá mình dây,
em đây cứ ngỡ bỏ thây chiến trường,
ngờ đâu lâm trận dọc đường,
mới hay gân hết, tỏ tường thói dê.
em đây không dám khen chê,
chỉ xin anh hãy tỉnh mê trở về.
xưa kia nhớ lại câu thề,
yêu em đến chết, dù xề vẫn yêu.

<u>***Chồng:***</u>

  yêu em anh vẫn cứ yêu,
vấn đề là phải yêu nhiều hay không?
  mỗi khi anh quấn xà rông,
em đòi, anh chịu, bằng lòng, OK.
  nhưng khi anh đã ra xe,
mặc quần, mặc áo, lại de xe vào.
  cùng em năng luyện thể thao,
trời ơi, có lúc anh gào, ai nghe?
  anh xưa không ở bến tre,
cấy cày làm ruộng khoẻ re sức bò.
  ngày xưa em gái thẹn thò,
giờ yêu vũ bão, anh bò mỗi đêm.
  nếu thương, em tỏ anh xem,
tìm cô vợ bé, đắp mền cho anh.

<u>***Vợ:***</u>

  tưởng gì chuyện ấy dễ thôi,
tìm cô vợ bé mồ côi đem về.
  đến khi tối ngủ anh thề,
rằng em vẫn giữ nằm kề bên anh.
  cô này hăm mấy xuân xanh,
anh nhìn như thể nước chanh thiếu đường,
  em đây phân giải tỏ tường,
dưới mền vợ bé chung giường là...em.

<u>***Chồng:***</u>

  anh đây tuy tuổi đã già,
nhưng không thuộc loại hạng gà tay mơ.
  từ ngày còn bé ấu thơ,
anh nhiều kinh nghiệm, biết ...sờ, biết xem.
  hàng nào còn mới dán tem,
hàng nào dấu đóng tèm lem khắp bề.
  từ ngày em trọn câu thề,
hàng em dấu đóng, dễ bề không hay?

<u>*Vợ:*</u>
          hàng này tuy đã niêm phong,
vẫn chưa thấm thía, ngày mong đêm chờ.
          anh nhiều kinh nghiệm biết sờ,
sao anh đêm đến ơ hờ ngủ quên?
          hàng này số vẫn còn hên,
cho nên gặp mối từ trên rước về.
          đừng chê hàng đã bề xề,
hàng mà ủ dột, khó về ngủ đêm.

<u>**Chồng:**</u>
          hàng em có tốt, có sang,
sao so sánh được bằng hàng o-ri-gin?
          hàng em bền chắc đáng tin,
anh đây nào dám than phiền gì đâu?
          mong em hiểu tính mày râu,
hàng nhà, hàng mới, muốn thầu cả hai.

_Vợ:_
em đây hiểu tính mày râu,
cho nên phụng thể u sầu cả đêm.
dù anh ước muốn gì thêm,
tin em: hàng mới xêm xêm hàng nhà
không tin em xách chổi chà,
thương anh phụ giúp chùi nhà cho nhanh.
anh đừng sợ xám mặt xanh,
hàng này hàng xịn, đua tranh nổi gì?

Chồng:
em sao cầm nổi chổi chà?
bây giờ hết trẻ, sắp già em ơi!
tham quan, ngắm cảnh khắp nơi,
để nhà vợ bé cấp thời lo toan.
cô nào càng trẻ, càng ngoan,
ngày đêm cung phụng, không ham hột xoàn.
sao em ngoan cố, cứ gàn,
không cho anh thử khác hàng xem sao?

(Phần người vợ do Cẩm Loan viết)

nhớ nhà

ta ngồi đây bên ánh đèn mờ ảo,
trong đêm không, trong bóng tối chập chùng.
bao năm qua xa dấu chốn quê hương,
lòng lặng chết như màn đêm áo não.

ngày ra đi tấm lòng bao sầu não,
rời quê hương nơi bốc ngút chiến tranh,
nơi đau thương tràn ngập khắp thị thành,
nơi cửa nát nhà tan đầy khắp phố.

nơi con thơ khóc gào niềm mất bố,
nơi vợ hiền cay đắng ngắm xác chồng,
nơi cháu gái điên dại bên xác ông,
nơi em nhỏ thững thờ bên xác chị.

để đến đây bên phương trời nước Mỹ,
nơi tương lai tràn ngập khắp mọi người,
nơi an lành ngự trị khắp muôn nơi,
nơi tương lai rực ngời như ánh đuốc.

tuy sung sướng tinh thần nơi tân quốc,
thế nhưng ta đã mất thật nhiều điều:
mất ngôi trường cũ rích nhưng đáng yêu,
mất những con đường bóng râm, cây lớn.

mất tiếng rao bán hàng tang tảng sớm,
mất giọng cười trong trẻo chị bánh cam.
mất tiếng xe nổ giòn bác xe lam,
mất giọng nô đùa trẻ con trong xóm.

ôi quê hương, biết bao năm trông ngóng,
ta ra đi không hẹn một ngày về.
sống ở đây như ngủ trong giấc mê,
khi tỉnh giấc, nhớ nhà, lòng tê tái!

thương nàng làm nail

chờ phone mãi không nghe em gọi,
tôi buồn cho duyên số hẩm hiu.
theo đuổi em từ tận lái thiêu,
nay sang Mỹ, tình tôi chưa dứt.

bao đêm tôi nguyện cầu, thổn thức,
khẩn trời cho lọt ánh mắt em.
mắt không vào, lại xuống chân đen.
em đạp xéo thân tôi dế nhũi.

tôi không biết nên mừng hay tủi,
tủi, vì em không đoái đến tôi.
mừng tình mình em vẫn chửa thôi,
treo tòn ten trên dây sắp đứt.

hoa chưa tàn không nên sớm bứt.
tôi vẫn mong keo dán tình ta.
dù nó cần phải kiệu băng-ca,
hy vọng em có ngày đổi ý.

từ khi em bước chân sang Mỹ,
gặp mấy người làm ở tiệm nail,
đam mê nghề, em quyết học theo,
dũa móng tay, móng chân, móng cái.

dù mùi thuốc gây bao tác hại,
đồng đô tiền kiếm dễ như chơi.
35 đồng bộ móng sơn vôi,
tiền vô túi, khỏi cần đóng thuế.

sống phong lưu em nhờ thời thế,
lexus mua trả *cash*, khỏi *loan*.
hột soàn đeo, hơn trái chôm chôm.
ai dám bảo phi thương bất phú?

ngoại hình em xịn hơn bà chủ,
túi xách tay "cao cấp" em mang.
em dấu tiền, tính chuyện dối gian:
thẻ y tế em xin chính phủ.

xin em nhớ chuyện xưa tích cũ,
đừng giầu sang quên bát canh chua.
hãy nhớ tình hai đứa năm xưa,
nail tôi đây, nhờ em chăm dũa.

tìm bạn bốn phương

cầm tờ báo Việt Nam lên đọc,
mở đến phần "tìm bạn bốn phương".
nơi mọi người buôn bán tình thương,
đại hạ giá, biếu không, miễn phí.

dân An Nam lạc loài xứ Mỹ,
đất thì nhiều, mít chẳng bao nhiêu.
tìm được người trao đổi tình yêu,
đời hạnh phúc, trăm hoa đua nở.

mọi tuổi tác, bé già đủ cỡ.
đấng mày râu ai cũng "đẹp trai".
"tướng hùng cường, cao thước sáu hai."
"học vấn khá, việc làm vững chắc."

"đời dang dở, một lần bế tắc."
(nghĩa bóng là: vợ cũ không ưa).
"năng đến chùa" (kiếm gái để cua),
"thích sì-bo" (xem ti-vi bấm).

"người hiền hậu" (làm gì cũng chậm),
"tâm sự buồn" (thiếu gái kề bên).
"yêu thiên nhiên" (không chỗ ngủ đêm).
"hứa trả lời dù thơ đến trễ".

có mấy cô tình duyên ướt lệ:
"dang dở đời" (chồng cũ bỏ đi).
"tuổi son thì" (hơn đã bốn mi),
có con chưa? im hơi lặng tiếng.

"xấu hay đẹp, tùy người đối diện,"
(hình mất rồi, chẳng tiện cho xem).
"nếu gởi thơ xin nhớ dán tem."
"dành ưu tiên cho thơ có ảnh."

"thích ăn tiệm" (bát lau, không rảnh),
"nhiều suy tư" (chẳng biết nấu cơm).
"anh nào thương cho biết số phone,"
"hai đứa mình hôn nhân hàn gắn."

ai cũng đẹp, thật thà, đứng đắn.
cậu trai nào cũng khá hơn tôi.
xin ai đừng mách nước vợ tôi,
tìm chồng mới, đăng tin trên báo.

thư tìm vợ

thơ này tôi gửi đến mấy cô,
lòng tôi ao ước một cô bồ.
giầu nghèo, mập ốm, cao hay thấp,
xin chớ ngại ngùng, cứ mại vô.

xin viết vài dòng nói đến tôi,
sinh năm con hợi, thích chơi bời.
nam nhi chi chính, không lại cái,
sắc đẹp rùng mình, vẻ khó coi.

tôi thiếu tình thương thuở thiếu thời,
bạn bè với đám trẻ mồ côi.
thằng tèo, thằng tí, rồi thằng tủn,
chẳng một gái nào muốn biết tôi.

tôi muốn cô nào biết nấu cơm,
món tây nổi tiếng cây xanh dờn.
món tầu, món việt, cà ri nị,
xin hãy xếp hàng, đợi lấy đơn.

tôi muốn cô nào tính siêng năng,
dọn giường, dọn chiếu chỗ tôi nằm,
dọn nhà, dọn cửa, rồi dọn bếp,
chết hộc xì dầu, chẳng trối trăn.

tôi muốn cô nào biết lái xe,
biết xe sang số, biết de xe.
mỗi lần hai đứa mình đi phố,
cô lái, tôi ngồi, sướng khỏe re.

nguyễn tài ngọc

tôi muốn cô nào đấm bóp hay,
mười năm thiện nghệ, giỏi hơn thầy.
chập tối đêm về khi đi ngủ,
xoa bóp tôi vào giấc mộng say.

tôi muốn cô nào biết chiều chồng,
chiều chiều ra cửa đứng đón trông,
khi tôi về đến mừng ra đón,
ráng cõng chồng, dù trặc xương mông.

tôi muốn cô nào giỏi nghề may,
may quần, may áo suốt đêm ngày.
đỡ tốn tiền tôi đi mua áo
để tiền tôi nhậu rượu no say.

tôi muốn cô nào tính hiền khô,
dù tôi muốn có bốn, năm bồ,
không lời khiển trách hay ghen tức,
cho đời tôi được sống trong mơ.

tôi muốn cô nào đẹp như tiên,
giầu sang, học giỏi, hái ra tiền.
bạn bè ai biết mình chồng vợ,
thương hại cho nàng, tưởng cô điên.

đã mấy năm rồi tôi ước ao,
trời cho may mắn gặp cô nào.
nhưng nay tuổi đã gần xuống lỗ,
sống vẫn một mình, phận lao đao.

kiếp trước đời tôi chắc sở khanh?
giờ đây trời phạt mộng không thành.
muôn kiếp tôi đành duyên ế vợ,
đêm nằm ôm gối suốt năm canh.

thơ cho ba

ba ở nơi nào có nhớ con?
đêm nay sao sáng, ánh trăng tròn.
nhớ ba con viết lời tâm sự,
trao tặng ba hiền,ba của con.

đã mấy năm rồi con cách ba?
mấy năm con sinh sống xa nhà?
lắm khi ngồi ngẫm suy tính lại,
coi dài, mà tưởng mới hôm qua.

con nhớ ngày xưa má có thai,
lúc nào ba cũng muốn con trai.
ai ngờ má lại sinh con gái,
ba buồn, nhưng chẳng nói với ai.

thượng đế nhiều khi quá bất công,
lắm phen phụ bạc kẻ có lòng.
con hờn, con trách trời oan nghiệt,
nỡ để ba buồn, sống trông mong.

ba má ngày xưa sống ở xa,
ngoại ô thành phố, tận Biên Hòa.
con ở sàigòn, nhà ông ngoại,
ít dịp mình gặp nhau quá, há ba?

ba tính trầm ngâm ít nói năng,
thương con? ba không nói không rằng!
gặp con, ba ít lời âu yếm,
con buồn ba lắm, ba biết chăng?

con ước ngày xưa ba với con,
có dịp gần nhau để nỉ non.
để nghe ba nói ba thương má,
để con nói rằng ba giống con.

nguyễn tài ngọc

con nhớ ngày con trốn ra đi,
tiễn con, ba mặt lạnh như chì.
định nói thương ba nhưng tức tối,
tự ái dâng trào, con chả nói chi.

con tưởng bao năm sống với ba,
tính ba, con biết rõ hơn ngà.
thế nhưng khi nhận thơ ba viết,
khóc ròng, con chưa thật biết ba!

ba nhớ con hoài ăn mất ngon.
thương con, ba chỉ dấu trong lòng.
mất con ba thấy đời vô nghĩa,
thấy buồn cho thân số long đong.

ba muốn tụi con nối gót ba,
theo đuổi công danh sáng tiếng nhà.
nhưng vì tụi con là con gái,
ba giữ lòng, không muốn nói ra.

thơ đến thơ đi chẳng được lâu.
một hôm tin dữ đánh ngang đầu.
tin ba nhắm mắt dừng hơi thở,
con sững sờ, khóc suốt đêm thâu.

ba biết bây giờ con nhớ ba.
muốn ba quanh quẩn ở bên nhà.
để con săn sóc khi ba yếu,
để được một lần nói thương ba.

ba có buồn con, cứ trách con.
thương ba, con chẳng được vẹn toàn,
giờ đây con có gào có thét,
trời nào trả ba lại cho con?

xin em tấm hình   **223**

nhật ký đời tôi

tỉnh mắt đậy, hôm nay là thứ bẩy.
mặt trời vừa ló dạng ở phương đông.
vợ của tôi vẫn thiêm thiếp giấc nồng,
sau một đêm đầy mặn nồng ân ái.

đêm hôm qua nàng cho tôi trúng giải,
cùng với nàng vào thiên cảnh, cõi tiên.
sáng hôm nay từ giã chốn thần tiên,
hạ thổ gấp, lo dọn nhà dọn cửa.

khi lấy nhau, không chần chừ tôi hứa,
nếu nàng cho được miễn phí ái ân,
việc nhà tôi sẽ chăm sóc ân cần.
ngày nay tôi phải giữ lời quân tử.

vào bathroom, tuy rằng còn ngái ngủ,
lấy xà bông, nùi giẻ, thuốc lau gương.
duỗi tay chân, bẻ xương sống, xương sườn,
tôi bắt đầu một ngày dài đăng đẳng.

cái toilette lau chùi mầu sạch trắng.
bồn tắm, tường gạch bóng, rửa xà bông.
phủi cho bay bụi bám đóa hoa hồng.
giọt nước khô chùi mất đi trên kính.

bồn rửa mặt, cất đi đồ lỉnh kỉnh,
vòi nước lau sạch mướt bóng nước chrome.
sàn đá mài lau kỹ ướt láng trơn,
đổ rác bẩn, thay vào bao rác mới.

mười lăm phút, phòng đầu tiên sơ khởi,
mang đồ nghề đến toilette thứ hai.
thời gian không để phí, ráng lo xài,
vì tôi phải lau đến năm phòng tắm!

xuống nhà bếp tôi tiến hành mau mắn,
bát đũa, ly, dọn sạch xếp trong ngăn.
mỡ bếp khô tẩy sạch mấy vết lằn,
mặt granite lau không còn tỳ vết.

sàn gỗ đợi quân tử tầu thấm mệt,
cây chùi nhà, tôi đẩy tới đẩy lui.
bậc thang lầu kế đến phải lau chùi.
rồi tủ sách, góc nhà, khung cửa sổ.

ai có thấu cho đời tôi khốn khổ?
chỉ vì tình, phải đầy đọa tấm thân.
tóc muối tiêu vướng lụy cảnh nhọc nhằn,
xong giải khát, tôi ra ngoài làm tiếp.

lau xe hơi, tôi phải lo sáu chiếc,
xe của nàng không được rửa qua loa.
hút bụi rồi, phải xịt lớp nước hoa,
xem xét kỹ đủ lượng dầu, xăng nhớt.

mặt hồ tăm rác lều bều phải vớt.
thuốc bỏ vào trừ khử đám rêu xanh.
máy nước bơm hút hoạt động ngon lành,
cái "sì-pa" trong vèo dòng nước nóng.

gom cỏ dại, lá vàng rơi, chất đống.
hoa nào tàn, kéo tỉa cắt vất đi.
đầu nước phun, tổng kiểm soát duy trì,
máy cắt cỏ đem ra hùng hục đẩy.

xong tất cả, dẹp đồ đâu vào đấy,
trời tối mù, trăng mọc chiếu trên cao.
vào trong nhà, tắm rửa sạch thanh tao,
vợ tôi đã chuẩn bị lên giường ngủ.

thân thể tôi nhức rã rời, nhừ tử,
người mỏi đừ, mệt muốn nổ con ngươi.
nàng nhìn tôi, nhoẻn miệng nở nụ cười,
như chào đón: "anh và em chăn gối?"

sức đã tàn, tôi vội vàng từ chối.
giờ mà làm, mai có nước đem chôn.
giận cho mình, lớn tuổi thiếu trí khôn.
hứa làm chi? cả đời giờ phải khổ!

đẻ cô gái thứ ba

89 năm nay có tin mừng,
nhà mình lại có một cô cưng:
ngọc an kháu khỉnh, nàng thơ mộng.
bố ngọc khùng điên, dạng thất thường.
cậu ẩm đâu rồi, sao chẳng thấy?
cô tư xuất hiện, đến không ngưng!
bao năm đơn độc tôi mê gái,
chúa phạt phen này gái cõng lưng.

đẻ cậu trai út

vợ tớ năm nay lại có bầu.
phen này nhất định muốn em râu.
một thua hai được, đừng ra gái.
nhất chín nhì bù, cậu tí râu.
chum vỡ o oe cậu bé khóc.
miệng cười khanh khách bố tiêu sầu.
giấc mơ quí tử nay thành tựu,
ân ái không cần đến nữa đâu!

lỡ một nước cờ

lấy nhau mới có mấy tuần,
mà tôi cứ tưởng đã gần trăm năm.
ngày xưa khi mới lên năm,
tôi mong lấy vợ từng năm, từng ngày.
tôi thề làm kiếp trâu cày,
cả đời xách guốc, xách giầy cho em.
ngày nay số được lấy em,
thần kinh tôi lại rối ren liên hồi.
khi yêu, em thật tuyệt vời,
lấy nhau, em bỗng đổi đời qua đêm.
ngày xưa tôi tưởng tôi hên,
bây giờ mới thấy số đen, tối cờ:
ngày xưa em ốm hơn cò,
bây giờ tròn trịa, qua đò đắm ghe.
ngày xưa anh nói em nghe,
bây giờ em nói anh nghe bốn mùa.
ngày xưa em nói đủ vừa,
bây giờ em phát thanh bừa, không ngưng.
ngày xưa buộc bụng, thắt lưng,
bây giờ credit tôi dâng em xài.

ngày xưa em chẳng đánh bài,
bây giờ Vegas hằng ngày không thôi.
ngày xưa em nấu cho tôi,
bây giờ mì gói giúp tôi sống còn.
ngày xưa dè dặt dần mòn,
bây giờ guốc dép chưa mòn đem quăng.
ngày xưa dậy sớm siêng năng,
bây giờ em ngủ trời trăng bất cần.
ngày xưa hiền hậu, ân cần,
bây giờ em có bà chằng trong tim.
ước gì tôi hóa ra chim,
em thành rùa biển, em chìm, tôi bay.
bay cho tuốt tận lên mây,
rùa em ở lại, đêm ngày cách xa.
tình mình "sa-yo-na-ra",
cờ đi lỡ bước, xin hòa, rút quân.

em lấy chồng

nhận thiệp báo tin em làm lễ cưới,
tôi nửa mừng, nửa sợ, toát mồ hôi.
nhớ ngày nào em còn hứa với tôi.
tên hai đứa sẽ in chung trong thiệp cưới.

tay run run tôi mở tờ thiệp cưới,
hy vọng rằng sẽ thấy được tên em,
với tên tôi cùng hàng chữ đi kèm.
nhưng kiếm mãi tên tôi sao không thấy.

thay vào đó, tên con trai nào đấy,
tôi giận lòng, bụng muốn ứa tim gan.
em nỡ nào lại quyết định chơi ngang,
bỏ tôi, đi lấy người đàn ông khác.

ở bên đây xứ văn minh có khác,
tin tức lan truyền trong tíc tắc mấy giây.
em lấy chồng, không điện thoại tôi ngay,
lại chọn gửi thư bằng đường xe bus?

đời của tôi đâu phải là cái thớt,
em chặt ngang, chặt dọc, chẳng nương tay,
chặt xong rồi, cất dọn, bỏ vào khay.
để lại tôi với vết thương trăm mảnh?

em có lẽ sống đời trong ảo ảnh,
sống bên này nhưng trông ngóng bên kia.
thấy ai hơn, em đá tôi ra "dzìa",
em có chắc lấy được chồng lý tưởng?

em muốn lấy chồng người cao mấy trượng,
không thấp lùn, thiếu thước tấc như tôi.
có mấy người trong tục ngữ như tôi?
như câu nói: "Thằng, xem lùn mà lối?"

em muốn lấy chồng loại không nói dối,
không nói điêu, nói láo giống như tôi.
bao nhiêu lời đường mật vành môi,
tôi khen em đẹp, đều là láo cả.

em muốn lấy chồng loại người phong nhã,
không tiện tăn, hà tiện giống như tôi.
mất tôi rồi, hết dịp mình sánh đôi,
ai dẫn em đi tiệm lạc-xoong mua sắm?

em muốn lấy chồng loại người đứng đắn,
không cười đùa, thiếu tư cách như tôi.
chúc em gặp người chẳng bị lôi thôi,
đáng kính trọng như Clinton Tổng thống.

em muốn lấy chồng có nhiều tham vọng,
không sìu sìu ển ển giống như tôi.
anh chàng nào tham vọng dù nhỏ nhoi,
gặp em sẽ cúi đầu chạy "dong" tuốt.

em muốn lấy chồng làm nghề thầy thuốc,
chích đít mọi người, chích cả đít em.
bác sĩ, nghề phải sờ mó mấy em.
em sẽ ghen tuông, giận đời đen bạc.

em muốn lấy chồng loại người hoạt bát,
nói năng không chậm chạp giống như tôi.
khi ái ân đâu phải thốt ra lời?
mà em phải cần nói năng lưu loát?

tình của tôi, ôi thật là bi đát,
thiếu em như cua rang muối thiếu cua,
như cà ri ấn độ thiếu nước dừa,
như bánh bèo ăn không chan nước mắm.

tôi chúc em gặp được nhiều may mắn,
hạnh phúc gia đình, đẻ mấy trăm con.
riêng tôi thì vẫn chung thủy sắt son:
mong chồng em chết, để em tái giá.

quê hương miên viễn

đêm nấu bánh chưng chạnh nhớ nhà,
quê hương miên viễn tận phương xa.
thoát ly năm ấy đời trai trẻ,
yên phận giờ đây phận lão già.
bụng dạ khắc ghi miền đất tổ,
tâm tư nhung nhớ chốn quê nhà
phù du, số kiếp gần tan cuộc,
tái ngộ cuối đường chắc chẳng xa.

vắng bạn

vắng bạn tớ đây bỗng thấy buồn,
chả thèm nghĩ đến chuyện đi buôn.
e-mail thiếu vắng người giao ngộ,
tin tức lặng câm máy đoạn trường.
ruột đứt âu sầu lòng tiếc nhớ,
tim buồn ủ dột dạ tơ vương.
xa nhau mới biết lòng thương bạn,
lệ tớ đêm về giọt rớt tuôn.

giận vợ

đêm qua giận vợ, bất bình,
phòng riêng tôi ngủ, một mình cô đơn.
biết rằng ngu dại mất khôn,
nằm chung có lợi: được ôm thả dàn.
ngủ riêng cô độc trên sàn,
gối ôm thì có, còn nàng thì không.
nhưng tôi mang tiếng đàn ông,
lập trường phải vững, quyết không thay lời.
cho nàng nếm thử mùi đời,
giữa chồng với vợ, ông trời là ai?
phòng kia nàng ngáy êm tai,
riêng tôi lục đục, loay hoay, trọc trằn.
trở mình, thay áo, đắp chăn,
mắt không chịu nhắm, băn khoăn, bần thần.
lừ đừ vòng mắt đóng vầng,
thèm thương cô vợ để.... "mần" một tăng.
tôi không ham chức bần tăng,
không ăn chay nhạt, chỉ ăn thịt nàng.
thôi thôi, xin chịu đầu hàng,
dẹp giường, di tản, phòng nàng bước sang.

dự tiệc cưới

tối nay lại được mời đi ăn cưới,
thêm một nàng trinh nữ mất đời hoa.
nhà hàng tầu chào đón khách gần xa.
đến hơi sớm, tôi ngồi ngay bàn trống.

mấy ngày nay ăn cầm chừng để sống,
bụng để dành cho đại tiệc liên hoan.
đói lăn queo, mặt xây xẩm bàng hoàng,
tôi nhắm mắt, thả hồn vào mộng ảo...

đĩa mì xào ngậy khét mùi đít chảo,
miếng tôm hùm thơm phức món chiên bơ.
cá hấp tươi tỏa khói nóng mịt mờ,
súp vi cá ấm dần trong cơ thể.

cua rang muối thơm lừng mùi nước bể,
vịt Bắc kinh giòn rụm miếng vàng da.
cải xanh xào ngọt lịm đến thịt da.
món bát bửu năm trải dài gợi đón.

trước phật trời con nghiêng mình ngả nón,
cho bàn con đừng ngồi đủ cả mười.
nếu có người, chỉ phái nữ đôi mươi.
mình con ăn, không một ai đối thủ...

    nguyễn tài ngọc

tiếng ồn ào khiến tôi bừng tỉnh ngủ.
nhìn quanh bàn, tôi bật tiếng hỡi ôi.
chín đàn ông vây kín chỗ tôi ngồi.
mặt ai nấy hơn mười năm bỏ đói.

chẳng một ai giữ đất lề quê thói,
thức ăn nhìn thoáng vụt vỗ cánh bay.
tôi gượng cười, giả bộ nói ăn chay,
vì quơ đũa không nhanh bằng cả bọn.

buổi tiệc nào cũng đến hồi tắt ngọn,
lũ trai cười, giọng hể hả, no nê.
riêng mình tôi ôm bụng đói ê chề,
chân lê bước đi về trong bóng tối.

hôm nay đi, số xui đâu mang tới.
đã mất tiền, bụng đói chẳng muốn yên.
xin cô dâu, chú rể cho tôi nhìn,
đêm động phòng, để bù cho cơn đói.

gửi mấy bà vợ

bật tivi lên xem tin tức,
tội giết chồng, vụ án Clara*.
ông chồng nàng có số đào hoa,
gian dối vợ, theo mèo tình ái.

bà vợ bực tình đời ngang trái,
cán chết chồng bằng chiếc xe hơi.
ông chồng về tiên cảnh tắm hơi,
nàng bị còng, hầu tòa nghe án.

hai mươi năm tù bên tấm phản,
cộng với tiền phạt phải trả thêm.
đời của nàng đen tối như đêm,
chỉ vài giây bốc đồng giận dữ.

thưa mấy cô, mấy bà dữ dữ,
nghe chuyện này rút tỉa cái hay:
chớ giận chồng, đi kiếm dao phay,
chém chết bỏ ông chồng yêu quý.

nên có lòng nhân từ, bố thí,
đừng giết chồng khi bắt quả tang.
phàm là người, ai chẳng dối gian?
nếu sát nhân, mình là người lỗ.

nguyễn tài ngọc

chồng của mình, giữ không thể bỏ,
nhưng phải cần biện pháp sửa sai:
không được cho phạm lỗi thứ hai,
thay vì chém, mang chồng ra …cắt.

không giết người, mình không bị bắt.
chồng hết đường mê gái bỏ đi.
con dao phay đừng vất, cất đi.
dùng khi ổng muốn đem nối lại.

• *13-Feb-2003: Nha sĩ Clara Harris, 45 tuổi, bị tòa
Houston Texas tuyên án 20 năm tù ở về tội dùng xe
Mercedes cán chết chồng vì ghen)*

gửi mấy ông chồng

cầm bút viết đôi lời nhắn nhủ,
mấy chàng trai, quân tử, trượng phu.
trẻ hay già, bác sĩ, tiều phu...
bất kỳ ai đã, đang có vợ.

khi mới yêu hẳn ai cũng nhớ,
ta lậy mình, quì gối trước em.
mong thỉnh cầu được dịp làm quen,
cho đời ta trăm hoa đua nở.

em là vua, ta như con ở,
vắng em, ta đòi nhẩy xuống sông.
ngày qua ngày luôn ý đợi trông,
em xuôi lòng, nên duyên cầm sắt.

bây giờ đây em vào cũi sắt,
bao nguyện thề biến khói tan bay.
tâm tình mình sớm dạ đổi thay,
không chăm sóc, dắt dìu em nữa.

nếu làm trai: là người quân tử!
đừng đua đòi tư cách tiểu nhân.
đã là chồng, phải ráng xả thân.
thương yêu vợ đến cùng đến chốn.

dọn dẹp nhà, ta đừng chạy trốn.
phụ giúp nàng rửa bát, nấu ăn.
khi nàng đau, chăm sóc ân cần.
hứa việc gì, làm không trễ nãi.

ta may mắn không là con gái:
thân yếu mềm, gió thổi xa bay.
gặp điều gì nhọc sức nặng tay,
đừng để vợ chảy mồ hôi trán.

đừng phàn nàn những gì không đáng,
hãy khiêm nhường, khen vợ khéo, ngoan.
vợ của mình đẹp nhất trần gian,
tặng nàng hoa năm lần một tháng.

nhớ làm tình từ đêm đến sáng,
cho dù mình gần chết, hết hơi.
nếu lỡ mình thật ngủm, tắt hơi.
vinh dự lớn: chết về tay vợ!

ai gieo giống, được mùa rực rỡ.
thương yêu nàng, nàng sẽ nhớ ơn.
một ngày nào nàng sẽ ban ơn,
cho ta thêm vài cô vợ bé.

chuyện tình buồn

dưới ánh nắng mặt trời gay gắt,
tôi tà tà thả bộ đến em.
thư tôi gửi chắc chắn dán tem,
mấy tháng rồi em không phúc đáp?

em không phải là bà la sát,
cũng không dùng át-xít đánh ghen.
không mập mờ đánh lận con đen.
sao bỗng dưng cắt dây liên lạc?

tình mình không bao giờ phai nhạt,
(không ý em, nhưng ý của tôi).
hai đứa mình keo dính hơn xôi,
mười mấy năm hứa trời, thề biển.

đùng một cái, đổi thay cục diện,
gia đình em bảo lãnh mỹ sang,
tôi cô đơn ở lại việt nam,
đời miệt mài chìm trong bóng tối.

thiếu vắng em, tang gia bối rối,
tưởng được nàng, chim hóa cánh bay!
đời mấy lần xẩy đến cơn may?
hết cô nào gặp tôi liếc mắt.

mấy năm nay tin em vắng bặt,
tôi tình cờ được mỹ cho sang.
mặc dù rằng sống khác tiểu bang,
đón xe bus tìm em, tôi đến.

nhan sắc tôi như ma-ri sến,
ảnh hưởng đời sống ở việt nam.
nghe phong phanh em bước sang ngang?
lòng nghẹn ngào, rưng rưng tôi khóc.

trạm xe bus cách nhà mấy block,
tôi bây giờ cuốc bộ đến em.
đến gần nhà, hồi hộp, mon men,
rút ống nhòm, tôi nhìn qua kính.

ôi nỗi buồn quan âm thị kính!
sắc diện em vẫn đẹp như tiên.
nhưng chồng em quả thật....vô duyên,
đứng bên em, dám sờ với mó.

trời sụp đổ, mặt mày méo mó,
tôi quay về chả dám bấm chuông.
cuộc đời em bánh đã lên khuôn,
tình mình thôi, vãn tuồng, chấm hết.

kể từ nay đến ngày gục chết,
hình bóng em sống mãi tim đen.
riêng ảnh chồng sờ soạng thân em,
tôi nhất quyết đốt tan trong trí.

nếu mai tôi chết

trên thế gian không có gì vĩnh cửu,
sông, núi, rừng..: vài thế kỷ mất tan.
sinh vật nào đều sinh, tử chúa ban.
tất cả có khởi đầu và chấm dứt.

nếu ai biết đời mình sẽ ngừng, dứt,
tâm hồn mình sẽ đối phó ra sao?
bản thân ta sẽ cư xử thế nào?
khi biết chắc mai này mình sẽ chết?

nếu ngày mai tôi biết mình sẽ chết,
tôi muốn gần bên vợ với các con.
phút lâm chung, tôi mong ước mỏi mòn,
ngừng hẳn lại, đừng bao giờ xẩy đến.

thưa cùng vợ, người yêu vô bờ bến,
đã bấy lâu ta kép nghĩa, chung vui?
mười mấy năm cùng chia ngọt, xẻ bùi,
sao anh thấy vẫn còn hơi ngắn ngủi.

bao năm tháng hai đứa mình gần gũi,
em cực lòng, luôn chăm sóc đến anh.
lúc anh đau, bị bệnh hoạn hoành hành,
luôn bên cạnh, không rời anh nửa bước.

nguyễn tài ngọc

quần áo anh, em ủi luôn bóng mượt,
ngày qua ngày chu đáo nấu cơm ăn,
việc nhà lo tươm tất trước khi nằm,
âu yếm chồng mỗi đêm khi đi ngủ.

dậy dỗ con , mấy đôi lời nhắn nhủ,
đùm bọc con, khi anh mắng, anh la.
chở con đi đây đó chẳng nệ hà,
hy sinh mình, đặt chồng con trên hết.

anh ngược lại, tính tình thật khinh ghét,
hay bực mình, gắt gỏng, nổi cơn điên.
tiêu sắm hoang, phung phí lắm bạc tiền,
chân giá trị vợ mình không biết quý.

anh hối hận, không biết dùng tâm trí,
ít nuông chiều người vợ quý, mến yêu.
nếu ngày mai sự chết được trở chiều,
em dừng nghỉ, anh sẽ làm tất cả.

anh hối hận, đôi khi không vồn vã,
nói lạnh lùng và cộc lốc với em.
anh con người xấu máu tận tim đen.
sao em chẳng buông một câu trách móc?

hạt gieo giống chăm trồng rồi cũng mọc.
anh chẳng bù sự nhẫn nại của em.
xuống tuyền đài, mong chúa phạt anh đem,
niềm hối hận theo anh về chín suối.

bố muốn nói với các con lần cuối,
trước khi mình sẽ vĩnh viễn chia tay.
mái đầu xanh sớm chịu lắm đổi thay,
con sẽ lớn bên mẹ, không có bố.

con chắc nghĩ, tính bố hay quạu quọ,
hay phê bình và mắng nhiếc các con.
khi còn thơ, con ghét bố đánh đòn,
khi khôn lớn, phải làm theo bố bảo.

có việc gì, con phải lo trình báo,
đời của con không được chút riêng tư.
bạn bè con sung sướng, chẳng oán thù,
vì bố mẹ chúng trăm đường dễ dãi.

con có biết không có gì sảng khoái,
bằng trông con được rạng rỡ tươi vui.
nhưng mai sau nếu muốn ra nên người,
phải chịu khó luyện rèn từ thuở nhỏ.

bố đã lớn, kinh nghiệm nhiều công khó,
nên chỉ đường, vạch lối dẫn con đi.
sau này con đạt kết quả, vinh quy,
người được hưởng là con, không là bố.

bố và mẹ trải qua bao đau khổ,
chỉ ước mong con sung túc, an vui.
mai này đây bố nhắm mắt, thối lui,
đừng giận bố đã quá nhiều khe khắt.

có một việc, con làm không cân nhắc:
giữ mẹ vui, gần cạnh mẹ luôn luôn.
an ủi me, khi vắng bố mẹ buồn.
vì mất bố, mẹ sẽ nghìn đau khổ.

thưa bố mẹ, đã ra người thiên cổ.
chỉ vài giờ, mẹ, bố sẽ gặp con.
ngày xưa con bổn phận chẳng lo tròn,
bố mẹ mất, lương tâm con cắn rứt.

con trước sống vì con, không tỉnh thức,
bố mẹ khuyên, con gác bỏ ngoài tai.
con vui chơi, chẳng lo nghĩ đoái hoài,
đến bố mẹ, tuổi già nua cô độc.

ai có con mới biết công khó nhọc,
bố mẹ từng khổ cực găng nuôi con.
ngày mai đây bố mẹ gặp lại con,
cứ mắng con, vì tội con đáng trách.

tôi chết đi chẳng mang theo được sách,
chẳng bạc tiền, nhà cửa, chẳng xe hơi.
vật chất mua tích tụ mấy trăm đời,
không cùng tôi sang bên kia thế giới.

mai tôi chết, trong lòng không thơ thới,
không biết rằng tôi sẽ biến đi đâu?
mọi khổ đau, lo lắng, nỗi u sầu,
có chấm dứt, hay bắt đầu trở lại?

tuổi già xuống dốc

hôm chủ nhật xuống Bolsa ăn tiệm,
cô hầu bàn trẻ đẹp lấy thực đơn.
viết xong rồi: "thưa bác, con cám ơn."
nghe chữ "bác", trời quanh tôi sụp đổ.

tôi nghẹt thở như người vừa mới mổ,
uống nhanh vào cục xí muội, trấn an.
mèn đét ơi, cho tôi chết, đừng can.
gái bây giờ lại gọi tôi bằng bác!

đời của tôi bây giờ quăng sọt rác,
đâu những ngày trẻ, xức briantille?
đi sàigòn dạo phố bấm tin tin,
cua mấy cô mười hai hay mười tám?

đâu cuối tuần lo đi lùng gái tán,
đạp xe theo mấy cô lái honda?
cô ngoảnh nhìn, sợ kinh hãi, rồ ga,
bỏ lại mình với phổi đầy khói bụi?

đâu những ngày rủ mấy cô leo núi,
gái yếu mềm đi không nổi, loay hoay.
mình giả vờ, lợi dụng giúp, nắm tay.
giận hết sức, cô tát mình mấy cái?

nguyễn tài ngọc

đâu những ngày mình mê người khác phái,
rủ mấy cô tình tự đến ciné?
vào rạp rồi, cô mới cất tiếng chê,
bắt mình ngồi tuốt nơi hàng ghế khác?

đâu những hôm trong lòng mình khao khát,
mục kích nàng trong mảnh bi-ki-ni?
hồ thiên nga, mình mua vé thiếu nhi,
vừa vào xem, mấy cô về, đi hết?

đâu những ngày gặp ai mình cũng mết,
mình khẩn nài: "xin đáp lại tình tôi,"
"nếu không tôi ra biển thả chết trôi!"
mấy cô nói: "anh muốn hòm số mấy?"

hôm nay đây, tôi đã bừng mắt thấy,
chấp nhận cho sự thật quá phũ phàng.
thế gian này không phép lạ, thuốc thang,
chữa nhân loại được hoàn đồng, cải lão.

chẳng ai thoát bánh xe quay con tạo,
nhan sắc tàn, héo úa, quyện thời gian.
phước cho tôi được có vợ đảm đang,
quyết chung thủy, dù tôi cần gậy chống.

đèn mờ chưa tắt

(họa chữ cuối của bài "tuổi già xuống dốc")

thôi thì vậy, tôi cứ vào ăn tiệm,
mặc cho lòng buồn đứt ruột, cô đơn.
mình ở lành, hy vọng chúa ban ơn.
"bô giai" lão trường kỳ, không sụp đổ.

nhất định thôi, không cần đem đi mổ,
tôi yên lòng với hai chữ bình an.
gái bây giờ, bên mỹ hay bên cannes,
mình cứ theo, tuy đã lên chức bác.

hoa mới nở, làm gì quăng sọt rác?
sống trong đời phải có chút tự tin.
tính lạc quan, chẳng thể để bán tin:
mình có thể cua em vừa đôi tám.

bao kinh nghiệm ngày xưa tìm gái tán,
cho dù mình thất thủ trận đống đa,
xăng hết bình, cứ việc đổ thêm gas,
thúc ngựa tiến vào chiến trường gió bụi.

không quản ngại vào rừng hay lên núi,
em ở đâu, tìm đến, chớ loay hoay.
vận dụng lòng, trí óc, cả chân tay.
quyết chinh phục mấy nàng bên giống cái.

                                                   nguyễn tài ngọc

bất luận thuộc tôn giáo nào, đảng phái,
phải "cua" em. cần thiết? khóc nỉ nê.
anh chàng nào làm eo sách, hay chê?
đây riêng tớ, mong chờ là đằng khác.

trai càng già, càng đâm ra khao khát.
không thích "tăng", nhưng nhất định thích "ni".
thương mấy nàng từ thơ ấu, thiếu nhi.
đến lúc lão, vẫn còn thương chưa hết.

lên chức bác không nghĩa là hết "mết",
ai cũng già, đâu phải một mình tôi?
lá héo vàng, lóng lánh bám nước trôi,
được cải lão, ôi thôi mừng biết mấy!

cám ơn trời đã cho tôi nhìn thấy,
không ưu tư về sự thật phũ phàng.
mạnh mẽ lòng, chân bước tiến lên thang.
hưởng hạnh phúc cuộc đời phần giai lão.

tôi nhất định anh hùng thời thế tạo,
tìm kiếm em khắp nẻo vượt thời gian.
nơi vũ trường, quán nhậu, chốn võ đang,
bác quyết đến, dù tay cầm gậy chống.

nỗi buồn mất bạn

tuần vừa rồi đi đám tang phúng điếu,
anh bạn cùng trong sở mấy mươi năm.
sớm lìa trần làm tôi ngủ teo gân,
không nhắm mắt, sợ nằm luôn không dậy.

hai tuần trước gặp anh vừa mới đấy,
cùng chuyện trò, tán gẫu việc thế gian.
không ngờ anh lại đột ngột cắt ngang,
bỏ trần gian, hướng về miền vĩnh viễn.

anh thoáng đây đã chợt vùng mất biến.
khiến lòng tôi đâm suy nghĩ miên man.
đề phòng vợ vội cất bước sang ngang,
khi mình chết, tôi bây giờ phải nói.

đem nhân phẩm, đời tôi ra soi mói,
phân tích lòng, xào đến lại xào lui.
tính tình tôi khi mổ xẻ, mở khui,
đáng cho theo máy bay về địa ngục.

tầu chưa trễ, vẫn kịp thời tỉnh thức,
kể từ nay, anh nguyện hứa chiều em.
ngậm đăng cay, không một tiếng hó hen.
chẳng giận tức, cho dù em la lối.

  nguyễn tài ngọc

anh đi chợ, em ở nhà rãnh rỗi,
sắm hột xoàn, đồ hiệu "líp ba ga".
anh còng lưng, làm việc trả thấy cha,
vẫn mỉm cười trên đường về chín suối.

hứa thương em như ngày mình đám cưới,
em lấy anh, ơn đó chẳng dám quên.
bổn phận nhà, buổi sáng, hay ban đêm,
anh hăng say, siêng năng làm không nghỉ.

mai này đây khi ngừng hơi, yên nghỉ,
có một điều, xin em hứa với anh:
anh không cần lúc chết phải vang danh,
đám ma đừng làm chi to rầm rộ.

gửi anh đi máy bay, đừng đường bộ,
về Việt Nam thăm cô Tám ve chai.
sáu bán chè, cô Bảy bự bán khoai,
rồi cô Phượng kế bên nhà hàng xóm.

để anh nhớ đời anh khi thiếu thốn,
bao nhiêu cô tiền bạc lấy cho anh.
qua Mỹ này, có cơ nghiệp, công danh.
anh lại khổ như Ghandi Ấn Độ.

em đừng lo, khi anh nằm trong mộ,
sẽ học nghề biến hóa tựa tề thiên.
cho dù răng trời đất lở, núi nghiêng,
anh vẫn về lau cầu tiêu sạch bóng.

si tình sầu não

sáng sớm nay ngoài đường trời sương xuống,
sầu thảm lòng tôi sực nhớ đến em.
đem tấm hình em tặng xách ra xem,
khóc sụt sùi, xót xa hàng nước mắt.

tôi tưởng mình sắp se duyên cầm sắt,
sắm hột xoàn, sung sướng đợi tin vui.
em sờn lòng, đột xuất quyết xin lui,
xé tim tôi, xua tay lời đoạn tuyệt.

tôi sững sờ như lợn sề thọc tiết,
họ xầm xì: em sắp sửa kết hôn,
ông xã em, xếp sộp xưởng lạt xon.
em xu lợi, bỏ tôi người xốc xếch.

cam số phận xuềnh xoàng loài nhái ếch,
tôi đến sòng vegas đánh xả xui.
ánh sáng đèn, người xông xáo thật vui,
tôi xây xẩm trong món bài xì dách.

mấy cô Mỹ "serve" sô-đa tiếp khách,
áo hở hang, sổ sữa, thật sexy.
con tim tôi sảng sốt, đóng cây si.
sầu thương em? -xa bay, tàn trong trí.

tôi sáng suốt, xét suy ra chân lý:
trên đời này sa số ánh giai nhân,
xẩy mất em, đừng xơ xác tấm thân,
tìm cô khác, chỗ xông hơi chẳng hạn.

đời đen sẫm, nay trở nên xán lạn,
ảnh của em? sọt rác, chẳng xót thương.
bài học này soi sáng chiếu trong gương:
khi xúi quẩy, suốt đời không quê xệ.

xá thua xếp lớn

đêm khó ngủ, xoay qua sờ xương vợ,
nàng xoay mình, siết chặt mảnh xiêm y.
không sờn lòng, mình xích lại thị uy,
nàng xắn áo, xô mình ra cửa sổ.

nói sung sức, không ai bằng như mỗ.
quyết xông pha, đánh xập xệ địch quân.
mặc xác xơ, xung trận phải lên gân.
cho đối thủ xiêu lòng, xin xí xóa.

dù sơ suất bị sa lầy, xô ngã,
trở lại giường mình se sẽ xuất chiêu.
xu-chiêng nàng mình xé mở, thủ tiêu.
lối xung kích xuất thần người nguyên soái.

mình sung sướng tưởng địch quân suy thoái,
nàng nổi sùng, quyết sách sử ghi danh.
tát cho mình xiểng niểng thấu trời xanh,
xà-lỏn mình, siết dây không cách mở.

đang xây xẩm lỗi tại mình sơ hở,
sừng sỏ nàng xỉ vả chẳng nương tay.
xấu hổ mình đành ngậm đắng nuốt cay,
mặc cho nàng xỏ xiên lời sừng sộ.

đêm nay xui, thua ván bài xổ số,
xô xát này mình xẹp lép, xơ rơ.
ác mộng này sự thật, chẳng say mơ:
mình binh sĩ, còn nàng là xếp lớn.

mẹ viết cho con

thư này mẹ viết gửi cho con,
con yêu của mẹ rất ngoan hiền
tình mẹ con mình nghìn bất diệt,
dù mẹ nay giờ đã ngủ yên.

đời sống muôn vàn nỗi đắng cay.
u sầu cực khổ tháng đêm ngày,
nhưng ngày con đến từ lòng mẹ,
mang đến mẹ nhiều sự đổi thay:

trời tối lúc nào cũng sáng trưng,
chim bay nhộn nhịp hát tưng bừng,
hoa thi nhau nở mầu sặc sỡ,
lòng mẹ vui mừng mãi không ngưng.

ngày mẹ con mình trốn vượt biên,
mẹ bao lo sợ, lắm ưu phiền,
con lúc bấy giờ tròn bẩy tháng,
đã vào cuộc sống lắm truân chuyên.

phấn đấu cuộc đời vai sánh vai,
dù bao đau khổ kéo miệt mài,
nhưng tối được ôm con trong mẹ,
bao nỗi âu sầu biến phôi phai.

năm tháng trôi dần con lớn lên.
tình mẹ thương con vẫn vững bền:
con vâng lời mẹ tròn hiếu thảo,
cùng mẹ tâm đầu sáng, trưa, đêm.

nguyễn tài ngọc

ngày cưới vui mừng mẹ lấy John,
là ngày mẹ được thỏa tâm hồn:
john dốc một lòng yêu quý mẹ,
john cũng nghìn đời mến thương con.

duyên số mọi người lắm trớ trêu,
hên xui may rủi chẳng đồng đều,
mẹ con đường ngắn đi chưa hết,
số mẹ phật trời đã gọi kêu.

mẹ hết dịp nào săn sóc con.
hết cùng tâm sự mỗi trăng tròn,
hết nấu cho chồng và con gái,
hết được chọn chồng gả cho con.

hết được cùng con sắm shopping,
hết dự cưới con lễ linh đình,
hết được một ngày chăn các cháu,
hết được dịp nhìn ánh bình minh.

lau mắt đi con, hãy thôi ngừng,
đôi dòng lệ rớt mãi không ngưng,
số phận cuộc đời mình bó buộc,
thôi đừng khóc nữa, mắt thêm sưng.

hai mẹ con mình tuy cách xa,
nhưng tình mẫu tử mãi đậm đà.
mẹ đi ngay lúc tràn hạnh phúc,
thương mẹ, con giờ săn sóc ba.

thăm cô giáo cũ

liên lạc được với cô Liên dạy Pháp văn năm lớp 8

đọc thư biết cô định cư bên Úc,
em kính lời thăm hỏi đến thầy cô.
nhận thư này cô đừng tưởng… ma-cô,
không quen biết dám biên thư chất vấn.

bẩm thưa cô xin chớ đừng nóng giận,
em ngày xưa học lớp tám Hùng Vương,
cùng một đoàn trai trẻ ốm giơ xương,
được diễm phúc cô dậy cho tiếng Pháp.

buổi trưa học suốt ngày ngồi lo ngáp,
nhưng giờ cô thì lại thức tỉnh bơ.
tướng cô sang, gương mặt tựa trong mơ,
làm đứa nào cũng trau giồi tiếng Pháp.

ai có ngờ sự đời nay đổi khác,
mỹ quốc này chả một bóng đầm Tây:
cả triệu người ngoại quốc ở nơi đây,
chỉ nói tiếng Mễ, Tầu, và Nhật Bản.

tiếng Pháp xưa học dùi mài trên bảng:
merci, jeune, fenêtre… trả cho cô,
beaucoup, bien, frère, petite, auto…
không có cánh, bay về Paris hết.

　　　　　　　　　　　　nguyễn tài ngọc

đọc đến đây, cô đừng than : "ấy chết!"
công lao cô dậy, "nước đổ lá khoai!",
tụi em dù lắm kẻ chẳng được oai,
nhưng không ai đi lầm đường lạc lối.

bao năm xưa, hết sáng, trưa, chiều, tối,
cô và bao thầy cô khác kiên tâm,
dậy lớp này, rồi lớp khác nối chân,
mà không biết công trình mình gieo lúa.

tụi em dù tin đạo dừa, Phật, Chúa,
ở Việt Nam, Mỹ, Pháp, Úc, Canada…,
dù độc thân hay đã có vợ …ba,
luôn nhớ ơn công thầy cô dậy dỗ.

tình buồn xăng cao

hôm qua xăng có bốn đồng,
sáng nay thức dậy, năm đồng/gallon.
xăng ơi xăng có biết không?
vì xăng mà đã đi đoong cuộc tình:
tôi quen biết một cô xinh,
nhà nàng ở tận đầu đình, khá xa.
hai người chẳng quản đường xa,
người này thay lái đến nhà người kia.
ở chơi từ sáng đến khuya,
hàn huyên tâm sự, phân chia vui buồn.
tưởng rằng bánh đã lên khuôn,
ai ngờ xăng cứ buồn buồn tăng chơi.
tháng rồi nàng nói với tôi:
"em nghèo, không đủ mua xôi, túng tiền."
"xăng giờ đắt đỏ như điên,"
"nên em thót dạ xin phiền đến anh:"
"thay vì em đến nhà anh,"
"chiều em, anh lái xe rành, đến em?"
tim tôi bật sáng bóng đèn:
"xăng giờ đắt lắm, ối mèn đét ơi!"
"em không chịu lái thì thôi,"
"tình mình đành phải xa rời, goodbye".

nguyễn tài ngọc

tuy rằng nói thật là oai,
tôi buồn mất ngủ mười hai ngày liền:
dứt tình xăng nhớt oan khiên,
nàng bèn đoạn tuyệt, chẳng nhìn đến tôi.
bây giờ tôi có kêu trời,
cuộc tình đã mất, xa vời người yêu.
giận đời, tôi muốn tự thiêu,
tẩm xăng đốt cháy tiêu diêu mạng mình,
thế nhưng dù có bất bình,
giá xăng quá đắt, tôi đình mua xăng.
phen này quyết sống nhăn răng,
không cho Xeo-đít* lợi năm đô tiền.

Nước Ả-Rập Saudi (Arabia)

tết ở Mỹ

cái tết bên đây tết nhạt phèo,
vắng người, cô quạnh, cảnh đèo heo.
giao thừa yên giấc chiều yên sớm,
mùng một u sầu sáng đói meo.
chẳng nhạc rộn ràng ngày tết đến,
không kèn inh ỏi tiếng lân reo.
xuân xưa hương vị dần phai nhạt,
đất Việt ai về dắt tớ theo.

mùa đông ở lake Tahoe

bầu trời xám, mây giăng che chằng chịt,
trời bên ngoài lạnh cóng buốt thịt da.
cành cây đưa, uyển chuyển uốn la đà,
tuyết mịn trắng bắt đầu nhẹ rơi xuống.

vài con vịt há mồm như mong muốn,
nuốt vào lòng mấy giọt tuyết trắng phau.
dải núi xa chầm chậm biến đổi mầu,
từ xanh đậm bước sang mầu tuyết trắng.

mặt hồ nước đã đóng thành băng trắng,
lũ chim trời tìm chỗ tá túc bay.
tuyết trở trời, nặng hột rớt tung bay.
mảnh sao tuyết múa may theo hướng gió.

gió vần vũ, di chuyển liền đây đó,
trời mù mờ, thị giác thấy không xa.
bão hoành hành, khai thác cuộc phong ba.
trước sóng gió, con người đành thất thủ.

ta như kiến, ngập chìm trong nước lũ.
giỏi đến đâu, so tạo hóa không đương.
thâm tâm nên khắc ấn tính khiêm nhường,
trước vũ trụ, ta chỉ là hạt cát.

gông đừng gỡ

Hồng Linh

gái có chồng như gông đeo vào cổ,
lỡ đeo rồi, gỡ mãi cũng không ra.
nhớ khi xưa em son trẻ, mặn mà,
nét nhu mì, hiền hòa như nai nhỏ.

em trầm lặng, dịu hiền, lời nói nhỏ,
dáng em đi, ôi yểu điệu, thiết tha.
điệu sì-lô, em bước thật thướt tha,
qua bê-bóp, cha-cha em lả lướt.

ngày đám cưới em vẫn còn rất mượt,
chúng bạn khen em phúc hậu, dễ thương.
tiếng thánh ca vang vọng khắp giáo đường,
mừng đôi trẻ sánh duyên tình trong Chúa.

từ dạo ấy, hoa xuân em tàn úa,
tuổi xuân thì đánh rớt xuống đường mương.
giọng của em nghe tựa tiếng ễnh ương,
khi em réo anh lau dùm nhà bếp.

dáng em bước bây giờ là lếch thếch.
em lạch-bà, lạch-bạch chạy theo con.
ba mẹ con sáng tối chuyện nỉ non.
chơi với con, cả đời em tiêu khiển.

  nguyễn tài ngọc

có những lúc vô tình nhìn trong kiếng,
chợt thấy mình sao giông giống bà điên.
à, thì ra nấu gấp món cơm chiên.
sợ anh đòi, em quên luôn chải tóc.

đời vất vả, đôi khi em muốn khóc.
cũng chỉ vì cái tội lỡ đeo gông.
xuân sắc xưa, thục nữ cũ đổi "tông",
chơi "tông" mới, thành phu nhân đệ nhất!

anh vẫn nói, anh yêu em hạng nhất,
dẫu rằng em hơi sư tử hà đông.
tiếng của em văng vẳng tiếng chuông đồng,
"như chim hót", anh khen, em mắc cỡ.

gái có chồng như gông đeo vào cổ,
hạnh phúc là cái cổ nặng đeo gông.
anh yêu thương, chiều chuộng hết tấm lòng,
gông đeo mãi, suốt đời em không gỡ.

gông treo cổ

(trả lời Hồng Linh)

"gông đeo mãi suốt đời em không gỡ",
lỗi tại em, đâu phải lỗi tại tôi?
gông "dỏm xìn", em ngó thử lại coi,
không có khóa, tháo bỏ đi rất dễ.

tôi phong độ, bảnh trai nhiều hơn Mễ,
mới gặp nhau, em bị sét tình yêu:
đợi trông tôi, từ sáng đến ban chiều.
tôi không đến, em giận buồn, hờn dỗi.

em đã biết, ngày xưa tôi lắm mối:
nào cô Hai, cô Tám bán ve chai.
cô Tư đen bán bắp nướng, bán khoai,
rồi cô Chín ở ngã ba Cầu muối.

bao nhiêu em gặp tôi lòng mê muội,
em nhớ không?, em nói: "hổng sao đâu."
"gái thương anh, em biết, em âu sầu,"
"nhưng hy vọng đời mình rồi hạnh phúc."

chính miệng em nói thật là diễm phúc,
khi cuối cùng được nắm tóc của anh.
bây giờ đây, cơm nước, chuyện đẻ, sanh.
em ráng lãnh, đừng than phiền chi nữa.

nguyễn tài ngọc

nếu bây giờ em đâm ra sổ sữa,
đừng đổ thừa, đổ lỗi tại vì anh.
ai bảo em tối ngủ kế bên anh?
rồi sinh đẻ, không thể nào xì-tốp.

trăng đã xế, dẹp đi "ba-sô-đốp",
bỏ "cha-cha", "sì-lô rock", "rum-ba".
mình già rồi, nhẩy lỡ té chết cha.
em bị thương, không nấu ăn, anh đói.

anh là trai, tính tình không soi mói,
em làm gì, anh không hỏi, kiểm tra.
phục vụ anh, đừng than vãn, đừng la.
gông trên cổ, không bao giờ nên gỡ.

cháy nhà

sáng thức giấc, thoáng nhìn qua cửa sổ,
khói ngút trời, xám nghịt phủ mây đen.
sau một ngày cháy âm ỉ xuyên đêm,
lửa đã đến núi nơi nhà tôi ở.

trai anh dũng, không bao giờ biết sợ,
chẳng hiểu sao quần tôi ướt, nước mưa?
căn nhà này hai năm mấy, mới mua,
ngói bị dột? khó tin, và không thật.

bay xuống lầu, vội ra vườn, lật đật,
cầm ống vòi, mở nước tưới khắp nơi:
cỏ, cây, tường, cửa sổ, sau lưng đồi,
tưới cả quần, khi không ai để ý.

bình tĩnh, điều rất cần cho tâm trí,
tôi bảo con lo sắp xếp valise.
giấy tờ, tiền, quần áo, với ti vi,
đem ra xe để sẵn sàng di tản.

đầu óc tôi nổ bừng bừng, phân tán,
thứ gì mang? thứ gì để lại nhà?
đang phân vân, tôi sực nhớ lệnh bà,
óc bật sáng, thôi khỏi cần suy nghĩ.

nguyễn tài ngọc

đây những thứ cần mang của kẻ sĩ:
thuốc lau sàn, "windex", "409",
thuốc lau gạch, thu tóm tất cả chai,
máy hút bụi, bao tay, rồi nùi giẻ.

thuốc cầu tiêu, nguyên nhân đời hết trẻ,
chổi lông gà, bao rác, hộp xà bông.
xe đã đầy, hết còn chỗ trống không,
tôi yên lòng, đã đến giờ di tản.

rồ máy xe, lòng tôi không hốt hoảng,
bỏ lại nhà với đám lửa tràn lan.
dù nhà tôi có cháy trụi tro tàn,
tôi có đồ để lau chùi nhà mới.

shopping hay sex?

khi đề cập đề tài là sex,
nó gây bao bàn cãi nổi sôi.
giữa nam nhi, phụ nữ cả đôi,
ai thích sex, ai không thích sex?

theo mấy ông, giầu hay rỗng tuếch,
sex trong đời quan trọng hàng đầu.
quý giá hơn vàng bạc, ngọc châu,
ghiền còn hơn xì-ke cao cấp.

với mấy cô, ưu tiên rất thấp,
vì mấy ông mắc dịch muốn đòi,
không có bà, ông sẽ lẻ loi,
nên đành phải xuôi tay, nhắm mắt.

đối với cô, shopping tuy đắt,
nhất định hơn lắm cẩm ái ân.
mặc dù rằng không xuống mấy cân,
vui lâu dài chứ không vắn tắt.

chuyện trên đời lắm điều khúc mắc,
không biết rằng ai đúng ai sai?
shopping, hay sex sáng, tối, mai?
biết làm sao định phần thắng bại?

theo tôi nghĩ, mấy ông đừng dại,
cứ cho nàng là đúng, shopping.
đợi đến đêm nàng ngủ với mình,
ta tha hồ….shopping dẹp tiệm!

tình không sơ múi

cơn hạn hán khô khan hoài cũng dứt,
nước lụt dâng cao mãi cũng rút đi.
cỏ héo khô chăm tưới cũng xanh rì,
sao tôi cuối đường hầm không thấy sáng?

tôi thương em, một năm hai mươi tháng,
kể từ khi vua Thành Thái lên ngôi.
lúc xích lô ba bánh mới ra đời.
từ khi chưa có nhà thương Từ Dũ.

em là tiên với dung nhan quyến rũ,
hấp hồn tôi khi mình mới quen nhau,
thức chập chờn, nhung nhớ mấy đêm thâu.
nếu được em, tôi trúng lô độc đắc!

tiền tôi, xin em dùng không thắc mắc,
xe của tôi, tự do lấy đi chơi.
nhà của tôi, mong em tới lui ngồi.
đời tôi xin em lấy dây sỏ mũi.

bao năm tháng em một lòng hất hủi,
cho dù tôi chầu chực dưới chân em.
dù mầu xanh tôi chớp chớp ánh đèn,
trạm kiểm soát em cắm đầy đèn đỏ.

tuổi của tôi nay sắp gần xuống lỗ,
cần mong em hô hấp để phục sinh,
xin cho tôi được một chút ái tình,
kẻo hối hận, theo em không sơ múi.

chuyện tình muộn màng

bắc nồi nước nấu canh chua cá,
thái thịt bò xào với cải xanh.
chảo chiên tôm thơm phức tỏi hành,
nhặt bỏ vỏ, luộc vài trái bắp.

dọn đũa bát ra bàn ngăn nắp,
người mệt đừ, nghỉ tạm một tay.
ngừng vài giây kiếp sống đọa đầy,
chờ vợ về cùng ăn cơm tối.

mối tình tôi biết đâu nguồn cội?
nông nỗi nào xẩy đến hôm nay?
chuyện lỡ rồi, ngậm đắng nuốt cay,
hút điếu thuốc, hồn về quá khứ......

đáp máy bay trở về thăm xứ,
tôi mò vào khách sạn không sao.
cô chủ ra, không ngỏ lời chào,
mặt sát thủ, đằng đằng sát khí.

tôi thuộc loại con người vô trí,
thích phục tùng phái nữ kiêu sa.
dù đời mình có phải chết cha,
em thật đúng người tôi mơ mộng!

sáng ăn vội món gì để sống,
bước qua đường, vào quán cà phê.
ngắm trông em bên phía này lề.
tôi muốn biết hoa em có chủ?

thời gian trôi đến giờ đi ngủ,
không cậu nào lai vãng đến em,
trời đoái thương số kiếp con đen,
giữ trinh nữ, dành tôi hái nhụy.

sáng hôm sau tôi vàn khẩn lụy,
mong được nàng làm chủ đời tôi.
nàng nhìn tôi, khinh bỉ mở lời:
"bớ Việt kiều, đợi thêm sáu tháng!"

tôi hãi hùng, đứng tim, choáng váng.
trở về nhà đợi sáu tháng thêm?
không được gần kề cận bên em?
tôi nghẹn ngào, quay về bên mỹ.

sáng đi làm, tối về trực chỉ,
gọi phone em nói chuyện thật lâu.
giọng của em: không khí nhiệm mầu,
tràn vào phổi, giúp tôi hô hấp.

giống như xe cứu thương nguy cấp,
phải trả tiền, chẳng được cứu không.
bao tháng ngày đàm thoại viễn vông:
mười mấy nghìn, hóa đơn điện thoại!

sau sáu tháng tôi quay trở lại,
việt kiều về khách sạn vinh quy.
nàng mủi lòng từ giã chia ly,
bố mẹ già, về tôi chung sống.

lấy nàng về, năm năm ác mộng,
hầu hạ nàng hết mực tối đa.
mua cho nàng một chiếc honda,
nàng đi thi, rớt lên, rớt xuống.

tiết kiệm tiền, tóc nàng tôi uốn,
tóc ngắn dài, cắt tới, cắt lui.
tôi nấu ăn hai bữa ngậy mùi,
nàng nhất quyết cấm cho thêm muối!

lấy lần này phải là lần cuối,
trót lỡ rồi, thôi phải quyết thương.
kiếp đời sau, trời phật xót thương,
được gặp em khi còn đôi tám.

nguyễn tài ngọc

hai niềm vui nhất

đàn ông có lắm niềm vui:
một vui quán nhậu tới lui tối ngày.
hai vui bia rượu đắm say,
ba vui họp bạn, "tao, mày" huyên thuyên.
bốn vui thuốc hút liên miên,
năm vui ngắm gái láng giềng thướt tha.
sáu vui được chiếc Honda,
bẩy vui em chịu bỏ nhà theo anh.
tám vui ngủ suốt năm canh,
chín vui em quyết bên anh chẳng về.
dù vui bao thứ trăm bề,
hai niềm vui nhất trăm bề không đương:
một vui ngày lấy vợ thương,
hai vui ngày vợ tử thương, lìa đời

một tuần viếng Paris

trời Paris tháng ba còn lạnh lẽo,
ngồi trên lầu, trong khách sạn Novotel,
radio France trước mặt, cạnh sông Seine,
bên tay phải, tháp Eiffel cao chót vót.

tôi những tưởng lần này là lần chót,
vượt đại dương xa thẳm viếng Paris.
nhưng nào ngờ cảnh trí đẹp mê ly,
đầy thắng cảnh trữ tình và mơ mộng.

champs Élysées hăm bốn giờ sống động,
notre Dame cổ kính kiến trúc xưa.
viện Versailles tráng lệ chốn cung vua,
mộ Nã-phá-luân trong Hôtel Invalides

xe metro chạy khắp giờ chằng chịt,
bước mỏi chân trên Sacré Coeur.
place de la Concorde lấp lánh ánh đèn mờ,
uống ly nước trong shopping Lafayette.

quên sao được khúc bánh mì baguette,
quẹt thêm vào bơ pháp, Président.
ngắm tòa nhà tân tiến La Défense,
vào cung Louvres ngắm tranh, đồ cổ quý.

nguyễn tài ngọc

chẳng ai mập như mấy người bên Mỹ,
thức ăn tầu đầy dẫy phố treisième,
vào Virgin ngồi tán dóc ăn kem,
mua đồ hiệu, rẻ tiền: tiệm Benlux.

nhớ cô đầm vũ sexy ngây ngất,
l'Arc de triomphe tọa lạc tại bùng binh,
ghé Fouquet's tìm tài tử minh tinh,
ngắm thành phố trên tầu bateaux-mouches.

ôi Paris, lắm kỳ quan thu hút,
chỉ tiếc rằng, ngày sao chóng trôi qua.
mai giã từ cảnh tráng lệ nguy nga,
tôi mong ước năm sau lại đi nữa.

bỏ quên chiếc áo

đã mấy năm rồi ta cách xa?
xuân đi thu đến mấy trăng tà?
kỷ niệm đôi mình ngày xưa cũ,
khuất nẻo đường đời, tưởng hôm qua.

em thuở xa xưa dáng thiên thần,
trai nhìn thờ thẫn, dạ bâng khuâng.
ước gì nàng thưởng cho ân huệ,
dù chỉ một lần: được nắm chân.

xưa muốn gặp em khó điên người,
khất từ mồng một đến ba mươi,
yêu em tôi giữ lòng chung thủy,
chẳng gặp nhân tình, vẫn vui tươi.

đùng cái bỗng nhiên vắng bặt tin,
tôi đâm ngã bệnh, ốm ưu phiền,
em đi không ngỡ lời giã biệt,
tỉnh thức làm gì, để tôi điên.

hăm mấy năm sau thật bất ngờ,
nhận thư em gửi, tưởng trong mơ:
nhà em tổ chức ngày họp bạn,
tôi mừng, hôn đại..bác đưa thơ!

  nguyễn tài ngọc

em ở xa xôi vạn dặm đường,
máy bay bay mãi vượt trùng dương,
đường xa cách mấy nào quản ngại,
khi đến gặp người cũ yêu thương?

em vẫn như xưa, vẫn hớp hồn,
trai nhìn té xỉu, muốn đem chôn,
giai nhân người khác nay làm chủ,
mình sống làm gì, chẳng được ôm?

người khác hân hoan, tôi thoáng buồn,
em tìm mọi cách tránh tôi luôn.
khi về tôi nghĩ còn một cách:
để thử lòng em có chút thương?

tôi cố tình quên để lại nhà,
kỷ vật trao tình chiếc vest da.
gói gom trong ấy lòng chung thủy,
vĩnh viễn muôn đời chẳng nguôi ngoa.

ao ước lòng tôi lắm bồi hồi:
em nhìn chiếc vest nhớ thương tôi?
email em tỏ lòng nức nở?
vẫn mãi yêu thầm bóng dáng tôi?

đáp chuyến phi cơ trở lại nhà,
xót dạ, tâm buồn, trí bôn ba.
em nghĩ gì khi nhìn chiếc áo?
có nhớ tôi giờ đã bay xa?

xin em tấm hình279

chưa bước vào nhà đã ngạc nhiên,
ai gửi cho tôi chẳng ngại tiền.
một hộp nhăn nheo, tem express,
giao năm ngay cửa, tối ưu tiên.

mở hộp ra xem thấy não lòng:
vest em gửi trả gói bên trong,
chẳng viết một câu lời cảm tạ,
chẳng tiếng giã từ, chẳng trông mong.

chiếc áo vô tri thật sướng ghê:
tay em mềm dịu vuốt ê chề,
tôi đây người thật bằng xương thịt,
em tỏ đoái hoài: một cơn mê!

sự thật bao năm vẫn phũ phàng,
tim em hời hợt, mặc lời van.
áo treo trong tủ nhìn nhắc nhở,
bóng hồng kiều diễm, một tôi mang.

thăm ông thầy bói

xin hỏi xem thầy học ở đâu?
nội công thụ giáo bác năm trầu?
tình duyên khải tượng: cam đoan tốt,
gia đạo tiên tri: chắc chắn giầu.
phong thủy am tường, lừng bốn bể,
tử vi thông suốt, nổi năm châu.
thầy hay, triệu phú sao không đạt?
ở mướn mãi hoài đến bao lâu?

mộng dưới hoa
(họa dưới mông)

đêm qua tôi ngủ nằm mơ,
có nàng tiên nữ lẳng lơ gợi tình.
ví von giọng nói trữ tình,
danh xưng ngọt lịm, mình mình, em em.
"anh ơi trước lạ sau quen,"
"tướng anh phong nhã, em khen mấy lời."
"đời anh cô độc, lẻ loi?"
"nếu chưa có vợ, trọn đời em dâng."
lòng tôi rạo rực, bâng khuâng:
"tôi....(hơi ấp úng)...độc thân vẫn còn."
"dung nhan em thật sắc son,"
"đôi ta tình tự, cho tròn cuộc vui."
không gian tĩnh mịch, tối thui.
tai tôi nàng cắn, nhẹ vui ỡm ờ.
đê mê tôi sống trong mơ,
bỗng nghe tiếng quát mập mờ đâu đây.
tai tôi ai nhéo, xoắn, xoay.
hóa ra là vợ đứng ngay đầu giường.
"ngủ gì xác thịt thối ươn!"
vợ tôi quát tháo, tôi vươn tỉnh người.
"dậy lau bát đĩa, chớ lười!"
"nhà mà không sạch, tàn đời ra ma!"
thôi rồi một giấc mơ hoa,
dẹp tiên, vâng lệnh lời bà nhanh nhanh!

     nguyễn tài ngọc

mối tình bánh chưng

đêm nay thức nấu bánh chưng,
ngày mai tết đến, đón mừng xuân sang.
từ ngày em bước sang ngang,
xuân về gợi mảnh tình tàn trong tôi.
tình mình như bánh chưng sôi,
lúc đun nóng bỏng, nguội rồi lạnh băng.
em giờ ấp ủ gối chăn,
cạnh người yêu mới, ái ân mặn nồng?
đời em hạnh phúc bên chồng,
riêng tôi vẫn tiếc đóa hồng xa bay.
em nằm bên ấy có hay,
yêu em tôi vẫn đêm ngày nhớ nhung?
chồng em không nấu bánh chưng,
trai gì dở tệ, em đừng thương chi.
bánh chưng tôi nấu thùng phi,
thịt nhiều, mỡ ít, không xì nếp ra.
nếu em nghĩ lại tình ta,
tôi xin nghỉ việc, ở nhà; không ngưng:
tối ngày lo nấu bánh chưng,
tặng em nghìn cái, ăn mừng đôi ta.

(không dám) đón nàng xuân mới

tuổi mình nàng có ghé hay chưa,
nghĩ đến mà chi, cũng bằng thừa.
vợ mà biết được, dao với pháo,
bay, nổ đùng đùng lớn hơn xưa.

bởi thế lòng đây nhất định không,
mặc hồn dao động, rúng tâm lòng,
nàng xuân yểu điệu ngày cận tết,
ngâm đá tim mình cứng lạnh, đông.

thôi nhé em đi, chớ trở về,
tuy buồn tê tái khóc lê thê,
anh không dám nghĩ nàng xuân mới,
vợ đánh u đầu tỉnh cơn mê.

dẹp nàng xuân mới
(họa chữ cuối bài "đón nàng xuân mới")

tôi đã quên rồi, em biết chưa?
có vợ, thêm em, nhất định thừa.
hình em tan nát trong xác pháo,
lui vào dĩ vãng chốn xa xưa.

em vào nơi ấy chốn hư không,
trí tôi thanh thản, nhẹ tâm lòng,
năm nay ăn mứt mùng một tết,
quây quần con, vợ, quá chừng đông.

nước chẩy giòng xuôi, chẳng trở về,
đừng sầu tâm khảm, khóc lê thê,
tôi nay hạnh phúc ính duyên mới,
chuyện đời dĩ vãng? chỉ cơn mê.

nếu vợ thích hột xoàn

Hồng Linh:
nếu biết vợ anh thích hột xoàn,
chẳng hay đằng ấy có thở than?
hột xoàn Loan thích không to lắm,
chỉ có mười ly, rẻ "hổng" can.

Tài Ngọc:
nếu biết vợ tôi thích hột xoàn,
từ nay tôi phải khéo tính toan.
đêm về khi ngủ nàng muốn "ấy",
tôi nói với nàng: _"xin hãy khoan!"_

"tôi phải tậu mua nhẫn hột xoàn,"
"ân ái xin nàng trả thuế đoan."
tiền tôi thu được trong năm tháng,
mười ly tặng vợ, tính tôi sang!

Chị Muội:
nếu Loan không nhận được hột xoàn,
từ nay chuyện ấy kể như tan,
đêm nằm Loan mặc áo victoria-secret,
phen này để xem ai đầu hàng?

Tài Ngọc:
chắc chắn phần tôi chẳng đầu hàng,
nguyên do không muốn vợ thai mang.
gái biết được tôi năm con cái,
ai thèm tính đến chuyện sang ngang?

  nguyễn tài ngọc

Hồng Linh:
anh có chắc là không đầu hàng?
khi nào muốn "ấy" chớ có than.
khuyên anh sắm nhẫn năm ly rưỡi,
tối ngủ được ôm eo ếch nàng.

Tài Ngọc:
có "ấy" hay không tùy ý nàng,
mô phật, sư này chẳng muốn ham.
chục năm vợ chồng mùi ân ái,
giờ già, nghĩ đến thấy nhát gan!

Chị Muội:
anh này ngoan cố hơn sa-đam,
từ chối không mua nhẫn hột xoàn.
ngoài thì đọc câu "a di phật",
lòng đầm cứ nhớ áo hở hang.

Tài Ngọc:
tớ rũ áo đời, nợ trần gian.
bỏ sân, si vất, dẹp lòng tham.
đầm tây không dám ngồi mơ tưởng,
vợ mà biết được, xách dao phang!

nỗi niềm

Hồng Linh

tình đã cũ, không nghĩa là tình chết.
chẳng gặp nhau, không phải đã quên nhau.
kỷ niệm xưa, tâm trạng vướng âu sầu,
buồn man mác, nhớ thương tình lưu luyến.

năm xưa ấy ngỡ rằng tình vĩnh viễn,
tình thiên thu, bất diệt, chẳng vỡ tan.
tương lai ai tiên đoán chuyện dở dang?
tình rạn nứt, cửa đời đời đóng khép.

tình tan vỡ không nghĩa tình không đẹp,
tình dở dang không phải đã thôi yêu.
ngoảnh lại nhìn, theo gió thoảng hiu hiu,
đời trôi giạt, vụt bay không xao lãng.

mảnh tình tàn, ta mang theo ngày tháng,
trái tim đau, vương vấn nỗi niềm riêng.
có những chiều nắng chiếu ấm mái hiên,
nghe sâu lặng tâm tư hồn thổn thức.

nỗi đau

(họa chữ cuối bài thơ "nỗi niềm" của Hồng Linh)

tình đã cũ, có nghĩa là tình chết.
gặp nhau hoài, nhất định muốn quên nhau.
nghĩ đến em, tôi bụng dạ âu sầu,
ôi độc thân, những ngày đầy lưu luyến!

khi lấy em, biết rằng tình vĩnh viễn,
nhốt trong tù, tường gạch chẳng vỡ tan.
đêm nguyện cầu cho tình bỗng dở dang.
nhưng trời ơi! cửa đời đời đóng khép.

tình nô lệ là tình không được đẹp,
lau chùi nhà, hơi sức nữa mà yêu?
muốn dừng tay, ngắm gió thoảng hiu hiu.
nàng nạt nộ: "phải làm, không xao lãng!"

đời úa tàn, trôi dần theo năm tháng,
mỗi tối nào cũng chẳng được ngủ riêng
có những đêm mưa tạt xuống mái hiên,
tôi ân ái, mà trong lòng thổn thức.

thăm thầy cũ

(thăm thầy Thành, HT trung học cũ, ở Toronto)

đứng trước cửa lòng tôi đầy cảm xúc,
vượt đường xa tôi đến viếng thầy tôi.
bao nhiêu năm chuyện thế sự nổi trôi,
tôi sắp được gặp người thầy xưa cũ.

trời bây giờ có mây che vần vũ,
đối với tôi vẫn sáng nắng xanh trong.
bao nhiêu lần thầm mơ ước trông mong,
hôm nay đây tôi gặp thầy tận mặt.

thầy vẫn thế, tuy nhăn nheo ánh mắt,
vẫn ôn tồn, vẻ nhút nhát năm xưa,
vẫn khiêm nhường, không hớt hãi tranh đua,
vẫn hiếu khách, vẫn hiền lành, chất phác.

tuy thời gian đổi thay người một khác,
nét dáng thầy vẫn không mấy đổi thay.
tôi mừng thầm cho thầy đã được may,
tròn sức khoẻ, không ốm đau bệnh tật.

với giọng nói đầy nhiệt tình thân mật,
thầy kể tôi nghe quãng mất thời gian.
giọng thầy đầy bao tình cảm chứa chan,
tôi xúc động, cố cầm dòng nước mắt.

cây nến cháy thế nào rồi cũng tắt,
tiệc có vui nhưng có lúc phải tàn,
đời độc thân cũng phải dứt, sang ngang,
tôi chào thầy, chia tay câu tạm biệt.

thay lời nói bằng những dòng chữ viết,
em cám ơn công khó mấy năm xưa,
thầy kiên trì hết buổi sáng, ban trưa,
dậy dỗ em những nhu cầu đời sống.

thầy như những nông phu đi gieo giống,
rải hạt mầm tung tóe khắp ruộng ngô.
có hạt chìm, hạt nổi, hạt teo khô,
nhưng có hạt nẩy mầm đầy bông trái.

tụi em giờ có người là bông trái,
nở huy hoàng trong ánh nắng ban mai.
bông bây giờ có đẹp, trái có sai,
nhờ thầy cô xưa chăm gieo hạt giống.

bài phú tặng vợ

có một nàng,
tóc đẹp như rừng U Minh.
vai mềm tựa cầu Bình Lợi.
quê quán xưa sinh tại Sàigòn,
trường học cũ: Regina Pacis

thuở thiếu thời,
ăn sung mặc sướng.
sinh nhàn sống hạ.

tài năng lỗi lạc: thuở lên ba đã biết tính tiền.
học hành xuất chúng: lúc mười sáu cửu chương thông suốt.
        bạn bè đầy khắp bốn phương,
nhắc tên Loan (Cẩm), cả trường biết ngay.
        tối ngày tập nói tiếng Tây,
"moi, toi.." loạn xạ, mấy thầy phát mê.
        dung nhan lộng lẫy, đê mê,
thoáng trông một lúc, thợ nề đăm say.

gần mực thì đen,
gần đèn thì rạng.
        bạn bè lắm kẻ có tài:
nào Bích Nga, nào Lâm Mỹ, trí óc phiêu lưu mạo hiểm bộ
đội phải kinh hồn, đi khắp nẻo xem bằng được cải lương hồ
quảng.
nào Thanh Trúc, nào Diễm Hồng, nhan sắc đổ nước
nghiêng thùng Tùng Lâm còn phải sợ, đến khắp nơi kiếm
cho ra Hùng Cường, Thanh Tú.

năm 24 tuổi,
ở mãi xứ Tây đâm phát chán,
bèn bay sang Mỹ thử vận thời.

xui thay lại gặp một người,
mặt dài lọng thọng, cặp đùi cây tăm.
chàng họ Nguyễn, tên Ngọc,
nhà ở chợ Bàn Cờ.
gần cầu tiêu công cộng,
suốt ngày thích chạy rông.

lá lành đùm lá rách,
người mập giúp kẻ gầy.
sau…..
…bao hôm nói chuyện ân cần, nghĩ lại thấy xót thương cho
kẻ tật nguyền đơn chiếc.
…mấy tháng hàn huyên tâm sự, đã nhất quyết chạnh lòng
cho người thất chí thế cô.

thành thử khi chàng mở lời dạm hỏi.
nàng chẳng có can đảm chối từ.
phút chốc đôi bên nên nghĩa vợ chồng.
bỗng dưng cả hai ra tình chăn gối.

nhớ năm xưa khi em chửa có chồng, lòng hằng mơ lấy kẻ
cao sang, kỹ sư, bác sĩ, tác phong thanh lịch tựa Eastwood,
Newman.
nào ngờ đâu nay khi lập gia đình, lại vớ phải người ở khu
bàn cờ, từ dũ, dung nhan lộng lẫy như vua Hùng vương đời
thứ tám.

than ôi!
trời xanh nào có mắt, đời con gái yêu chỉ một lần, nào ngờ
lại cặp bến nước..tương?
thượng đế chẳng có lòng, bông trái nào được hai lần nở, lý
lẽ đâu mang thân cho muỗi?

yêu là thế, thương là thế, có mấy người gặp kẻ trong mơ?
đời là khổ, tình là khổ, biết mấy ai lấy người tri kỷ?

mục lục

phần một: văn

phần hai: thơ

taingoc1@yahoo.com